कमबख्त निंदर

जन्मघडी, फाळणी आणि आणीबाणी या तीन कालबिंदूंमधल्या जीवनसंघर्षाचे चित्रण उलगडणारे प्रतिभाशाली भारतीय साहित्यिकाचे आत्मकथन

नरेन्द्र मोहन

अनुवाद

यशोधरा काटकर

मेहता पब्लिशिंग हाऊस

Please contact us at **Mehta Publishing House,** Pune 411030.
Email : production@mehtapublishinghouse.com
Website : www.mehtapublishinghouse.com

◆ *या पुस्तकातील लेखकाची मते, घटना, वर्णने ही त्या लेखकाची असून त्याच्याशी प्रकाशक सहमत असतीलच असे नाही.*

KAMBAKTH NINDAR by DR. NARENDRA MOHAN
Originally Published in Hindi

Translated into Marathi Language by Yashodhara Katkar

कमबख्त निंदर / अनुवादित आत्मकथन

author@mehtapublishinghouse.com

अनुवाद : यशोधरा काटकर

काव्यानुवाद
सहाय्य : मीरा

मराठी अनुवादाचे व प्रकाशनाचे हक्क मेहता पब्लिशिंग हाऊस, पुणे.

प्रकाशक : सुनील अनिल मेहता, मेहता पब्लिशिंग हाऊस,
१९४१, सदाशिव पेठ, पुणे ३०.

मुद्रक : ट्रिनिटी ॲकॅडमी फॉर कॉर्पोरेट ट्रेनिंग लिमिटेड, सर्व्हे नं. २६/५, नऱ्हे इंडस्ट्रिअल एरिया, झील कॉलेज रोड, नऱ्हे, पुणे – ४१.

मुखपृष्ठ : फाल्गुन ग्राफिक्स

प्रथमावृत्ती : नोव्हेंबर, २०२१

किंमत : ₹ २५०

P Book ISBN 9789391151133
E Book ISBN 9789391151379

E Books available on : play.google.com/store/books
www.amazon.in
https://books.apple.com

प्रिय वीरेन्द्रच्या
स्मृतीस अर्पण

दोन शब्द

महात्मा गांधीनी आपल्या आत्मकथा लेखनाच्या प्रक्रियेबद्दल लिहिताना एके ठिकाणी असे म्हटले आहे की, 'लिहिण्याच्या दिवशी अंतर्यामी मला जो मार्ग दाखवतो मी तसाच लिहीत जातो.' ('सत्याचे प्रयोग'आत्मकथा, सवलतीची आवृत्ती २०१०,पृ. २५१) पुढे 'अंतर्यामी'ची ओळख ते अनुभवाच्या रूपात करून देऊ पाहतात; पण ते त्यांना फारसे समाधानकारक वाटत नाही. ते म्हणतात, ''तरीसुद्धा अशा रितीने त्याची अनुभवाच्या रूपात ओळख करून देणे म्हणजे सत्यावर एक प्रकारे प्रहार करण्यासारखे आहे. म्हणून त्याची शुद्ध रूपात ओळख करून देऊ शकतील असे शब्दच माझ्यापाशी नाहीत, असे म्हणणे कदाचित जास्त उचित ठरेल.'' (पृष्ठे २५१-५२)

सत्याचे अनेक प्रयोग करणाऱ्या महात्मा गांधींना अनुभवाची ग्वाही देत सत्यावर प्रहार करणे वा त्याची आड घेऊन सत्याची तोड-फोड करणे मंजूर नव्हते. त्यांच्या लेखी सत्य हेच सर्वाधिक महत्त्वाचे मूल्य होते. रोजच्या अनुभवांना सामोरे जात असतानाच ज्यांनी आजीवन सत्याचे प्रयोग केले, त्या गांधींनी अनुभव व सत्य हे दोन वेगवेगळे वर्ग मानले आहेत.

माझ्या मते आत्मकथा लिहिताना अनुभव आणि सत्य असे अलग वर्ग करणे शक्य नसते. त्यांना जर एकमेकांत प्रविष्ट होणाऱ्या सहयोगी प्रक्रिया म्हणून स्वीकारले, तर त्या सर्जनाच्या एकाच अन्योन्य क्रियेतून संचलित होताना दिसतील. अनुभव आणि सत्य आत्मकथनातल्या अनुभूत सत्यात विरघळत, बदलत जातात. ते एकमेकांत मिळून-मिसळून जात 'स्व'च्या अत्युच्च शिखरावर एकत्रित होत जातात. आयुष्यातले विविध प्रसंग, व्यवहार, विचार आपले तेज आणि ऊर्जा घेऊन या उत्कर्षबिंदूमध्ये आपोआप सामावत जातात.

'स्व' या एकमेव आसाभोवती केवळ आपल्या जवळच्या परिघातले नव्हे, तर अवघे जग फिरत राहते, हे आत्मकथा लिहिताना मला सतत जाणवत आले आहे. सीमित आणि असीमित यांच्यामध्ये नेमके कोणते नाते असते ते मला ठाऊक नाही

पण मला वाटते की सीमितमध्ये असीमितचे ताणे-बाणे विणल्याशिवाय लिहिलेली आत्मकथा केवळ तथ्ये आणि घटनांनी भरलेले एक गाठोडेच बनून जाईल आणि तसे झालेले कुणाला आवडेल? 'कमबख्त निंदर' लिहिताना मला अनेकदा वास्तवातून अद्‌भुत कथा जन्म घेऊ लागली आहे, असे वाटू लागायचे आणि जेव्हा असे घडताना दिसू लागायचे, तेव्हा त्यावर कोणताही प्रतिबंध लावणे मला योग्य वाटले नाही.

कुठल्याही लेखकाच्या साहित्यकृतीत त्याच्या आयुष्याच्या कथेतले धागे-दोरे कुठल्या ना कुठल्या रूपात अवतरत असतात. ते कधी अगदी सरळ सरळ सामोरे येतात, कधी इतर प्रकारांतून खुलत जातात आणि काही अवगुंठनात दडलेल्या रूपात साहित्यकृतीत सामावत जातात. आत्मकथेची उलगड सरळधोप घटना आणि प्रसंगातून होणे गरजेचे नसते. ही अभिव्यक्ती मूर्त-अमूर्त विचार आणि संवेदनांच्या तरल-तरलतम छायांमधूनही प्रकट होताना दिसते; मग एखाद्या लेखकाने आत्मकथा लिहिण्याचा खटाटोप का करावा, हा रोखठोक सवाल डोके वर काढतोच.

हे खरे आहे की लेखक लिहितो तो एका आंतरिक सक्तीमुळे. आपल्या विविध साहित्यकृतींद्वारा खूप काही देऊन झाल्यानंतरही त्याला असे वाटू लागले की काही तरी द्यायचे राहून गेले आहे, कितीतरी खिडक्या, गवाक्षे, दरवाजे वर्षानुवर्षे बंदच राहून गेले आहेत, अनेक मार्मिक प्रसंग आणि मानसिक कोडी उलगडायची राहून गेली आहेत अजून! असा विचार करत असताना माझी नजर मनाच्या तळाचा ठाव घेत दूरवर धावत गेली तेव्हा मी आश्चर्यचकित होऊन बघतच राहिलो, 'अरे इतके सारे माझ्या दृष्टीपासून दूर, काहीसे दुर्लक्षित, काही या तर काही त्या बाजूला कसे पडून राहिले आहे!' अशा प्रकारे अनेक प्रसंगामागून प्रसंग, घटनांमागून घटना, त्यांच्याबरोबर जुळलेल्या मनःस्थितीतल्या भावच्छटा एकामागून एक क्रमवार उलगडत जाऊ लागल्या, तेव्हा माझे ज्ञात, जगलेले आयुष्यच नव्हे तर त्या पूर्वीच्या इतःपर लक्षात न आलेल्या पार्श्वभूमीतले क्षणसुद्धा आठवणींच्या माध्यमातून शब्दरूप घेत धगधगू लागले आहेत, हे लक्षात येत गेले.

घटना बाह्य असो वा आंतरिक, मनाला जाणवणारी तिची टोचणी, ती घटना काळाच्या पडद्याआड गेल्यानंतरदेखील मला तितक्याच तीव्रतेने तशीच जाणवत राहते. मला दिसले की माझे दुखावलेले अंतर्मन संपूर्ण आसमंतात दूरदूरपर्यंत फैलावत, त्याच्याशी एकरूप होऊन गेले आहे. अशा प्रकारे बाह्य आघातांच्या जखमा वा टोचण्या आंतरिक आघातांतून कशा बदलत गेल्या आणि उल्हासाने झगमगणारे क्षण कधी एखाद्या जादुई लोलकात परिवर्तित होत गेले, ते मला समजलेदेखील नाही आणि आत्मकथा जन्माला येत गेली.

आत्मकथनात अवतरणाऱ्या घटना आणि अपघातांना महत्त्वपूर्ण स्थान असते.

जेव्हा त्यांच्या आंतरिक टोचण्या आणि त्रासाच्या, तसेच आल्हाद आणि आनंदाच्या अनेक चमकदार बिंबांनी लेखकाचे मन भरून जाते, तेव्हा त्या घटना आणि आघात एका वेगळ्याच उंचीवर जाऊन पोहचतात, हे मी आत्मकथा लिहिताना सतत अनुभवले, जाणले आहे.

'कमबख्त निंदर' माझ्या आत्मकथनाचा दोन आणीबाणींच्या टप्प्यांमधल्या कालखंडातले जीवन-चित्रण उलगडणारा पहिला भाग आहे. त्यांतली पहिली आणीबाणी माझ्या जन्मघडीशी, ३० जुलै १९३५ शी जुळलेली आहे, जी बाळगुटीसारखीच माझ्या वाट्याला आली होती. त्या दिवशी लाहोरमध्ये दंग्यांचे थैमान सुरू होते आणि 'शूट-ॲट-साईट'च्या करड्या हुकूमाची सक्तीने अंमलबजावणी करण्यात येत होती. जन्मघडीच्या साथीला अवतरत आलेल्या त्या गहिऱ्या, मूक शांततेने, कालानुक्रमे वाढत गेलेल्या स्तब्धता आणि सन्नाट्याने मला आयुष्यभर कुठल्या न कुठल्या प्रकारे जखडून ठेवले. माझ्या अंतर्मनाच्या- खोल विहिरीत बुडी घ्यायला निघालेला मौनाचा पत्थर कुठल्या ना कुठल्या रूपात त्याचे झंकार सतत उमटवत राहिला. दुसऱ्या आणीबाणीच्या टप्प्यापर्यंत (१९७५-७७) पोचेतोवर मी त्या मौन आणि सन्नाट्याला अनेक रूपांत धगधगताना पाहिले, तसेच दफन होतानादेखील! आणीबाणीच्या या टप्प्यातल्या दहशतवादी छटांनी संपूर्ण देशाला हादरवून सुन्न करून टाकले होते; म्हणून ही आणीबाणी पूर्वीपेक्षा कितीतरी अधिक पटींनी अधिक बिकट आणि भयावह होती.

या दोन आणीबाणींच्या दरम्यान पसरलेल्या माझ्या आत्मकथेच्या या खंडात- 'कमबख्त निंदर' मध्ये माझ्या आयुष्यातल्या अनेक अवस्था- बालपणापासून तारुण्यापुढील; १९७५-७७ पर्यंतच्या टप्प्यातल्या कालखंडातल्या संताप आणि संघर्षाच्या आलेखांचे चित्रण सादर झाले आहे. ते जितके मनोरंजक, तितकेच भीतीदायक आहे. या कथेत ज्याने माझ्याबरोबर अनेक विविधरंगी खेळ खेळले, ज्याने नातेसंबंधांच्या शिवणी माझ्यासमोर उसवून उघड्या करून टाकल्या, त्याचबरोबर माझ्या सामान्यशा वर्णनांना धार आणि द्वंद्वात्मकता प्रदान करण्यात मोलाची कामगिरी बजावली तो 'निंदर' ही आहे. नरेन्द्र मोहनच्या तुलनेत निंदरने या आत्मकथनातला आपला अवकाश सतत विस्तारत नेला आणि मी त्याला थांबवू शकलो नाही. नरेन्द्र मोहन आणि निंदर यांच्यामधल्या संघर्षाला वाचक या कथेतले केन्द्रीभूत रूपक मानून त्याचे विश्लेषण करू बघतील, तर त्याला माझी मुळीच हरकत असणार नाही.

मला भूतकाळात वळून बघायची सवय नाही, पुनःपुन्हा पाठी वळून बघायची तर मुळीच नाही; पण आठवणींच्या आधारे दूरवरच्या इतिहासाचा वर्तमानाशी सांधा जुळवून घेणे मला चांगले जमते. मागे जे घडून गेले ते पुढच्या कालक्रमाशी जिज्ञासा आणि आकर्षणाच्या धाग्यांनी जुळून येत असते. मी आत्मकथा लिहिताना दोन्ही

क्रमांशी जुळवून घेत, कधी त्यांच्यावर तुटून पडत स्वतःला उसवून टाकत गेलो. आता ही गोष्ट वेगळी की, असे करताना मी स्वतःलाच नव्हे तर इतर बरेच काही उसवत, उघडे पाडत गेलो. जुळणे, उसवणे, उघडे पडण्याच्या या चक्रात दुसऱ्याला खाली पाडत वा क्षुद्र दर्शवत, स्वतःला महान दर्शविण्याचा प्रयत्न करणे मला नेहमीच चुकीचे वाटत आले आहे. असा विचार करणाऱ्या, पूर्वग्रहदूषित असलेल्या, आत्मरतिग्रस्त आणि स्वतःचा डंका पिटण्यात मश्गूल असणाऱ्या व्यक्तीकडून आत्मकथेची अपेक्षा केली जाऊ शकत नाही.

स्वतःच स्वतःचे चित्रण करण्याचा मार्ग तसा खडतरच आहे. यावरून वाटचाल करताना कुठल्या क्षणी तुम्ही गर्वाने फुलून एखाद्या शिखरावर पोचाल आणि पुढच्या क्षणी घसरून दरीच्या तळाचा ठाव शोधत वेगाने खाली कोसळत जाल, ते सांगणे कठीण आहे. त्यासाठी स्वतःबद्दल निर्मम होण्याची, स्वतःची चिरफाड करण्याची आणि स्वतःकडे खुलेपणाने बघण्याची तयारी असणे गरजेचे आहे. माझ्याकडून या बाबतीत जो अभ्यास कविता आणि नाटके लिहिताना होत गेला होता, तो मला कदाचित आत्मकथा लिहिताना साहाय्यभूत ठरला असावा.

जे चेहरे माझे लक्ष ओढून घेत, मला नेहमी चिडवत वा झपाटून टाकत राहिले, ते उडी मारून माझ्यासमोर येत राहिले आणि मी ते वाचत राहिलो. चाकूप्रमाणे सटकन खुलत बंद होणारे दरवाजे, जीवघेण्या घटना, श्वास घुसमटून टाकणारे प्रसंग आणि त्यांच्या कृष्णच्छाया माझ्यासमोर अचानक उभ्या ठाकत गेल्या. त्यांना माझ्या आत्मकथेत सामील करण्यापूर्वी मी त्यांच्या आत खोलवर वाकून बघत, त्यांचे मूलभूत स्वरूप, तसेच स्वभाव ओळखून, त्यातले अनोखेपण नेमकेपणाने पकडण्याचा प्रयत्न करत गेलो.

स्वतःचे हित साधण्यासाठी एखादी घटना असो वा मानसिक घटित, त्यांना पिळवटून, तोडून-फोडून आपल्या बाजूने वळवून घेणे मला कधीच मंजूर झाले नाही. ते घटित कधी माझ्या असण्याचा हिस्सा बनून माझ्या आंतरिक सृष्टीत दाखल होईल, त्या जादूभऱ्या क्षणांची मी वाट बघत असतो. 'कमबख्त निंदर' लिहिताना मी ते सुखाचे तसेच क्षोभाचे क्षणही अनुभवले आहेत. त्या क्षणांच्या पुनर्भेटीची मी अतिशय उत्सुकतेने वाट बघत आहे. कारण या आत्मकथेचा दुसरा भागही पुरा करायचा आहे. कधी परतून येतील ते क्षण? ते लवकरच यावेत अशी आशा करतो.

नेहमीप्रमाणे या वेळीही आपल्या प्रतिक्रियांची वाट बघत आहे.

- नरेन्द्र मोहन

अनुक्रमणिका

कुठे आहेस तू, निंदर?

रोज काही ना काही घडतंय.

परवा काही लोकांना जिवंत जाळण्यात आलं, काल सुरामारी झाली आणि गोळीबार....

आज पुन्हा काही तरी दुर्घटना घडली आहे. कदाचित काही लोकांची कत्तल! जमावबंदीच्या आदेशाची कडक अंमलबजावणी केली जात आहे-'शूट ॲट साइट!'

गडद काळोख पसरला आहे सगळीकडे. कसा बाहेर पडू? दाईही बिचारी काय करणार? कशी येणार ती?

''तिनं यायला नकार दिला आहे. मलाच जावं लागेल. तिला समजावून, काही करून बरोबर घेऊन येईन. तू काळजी करू नकोस.'' बाऊजी आईला सांगत होते. आई चिंतातुर झाली आहे. खोलीच्या कोपऱ्यात एक दिवा तेवत आहे. आईला काही आठवत होते. ठीक दोन महिन्यांपूर्वीची ती घटना. ३१ मे १९३५ रोजी बलुचिस्तानातल्या क्वेट्टा शहरात झालेला भयंकर भूकंप. धरणी जणू उलथी-पालथी झाली होती, वेडी-वाकडी होऊन उद्ध्वस्त झाली होती, वृक्ष मुळांपासून उखडले गेले होते आणि हजारो मृत्यूमुखी पडले होते. आईचे भयभीत होऊन थरथर कापणे मला जाणवत आहे. हजारो इमारतींची धूळधाण झाली होती. त्या विध्वंसातून उंचावणारे, बोलावणारे, आक्रंदणारे ते चिमुकले हात...मला वाटले की त्या उद्ध्वस्त पार्श्वभूमीवर डोळ्यांसमोर घडणाऱ्या हिंसाचारामधून आई चालत कुठेतरी निघाली आहे.

हे स्वप्न आहे की वास्तव? हे घरातून कोण बाहेर पडतायत... मी बाऊजी? बाऊजी मी...ऊन-सावलीसारखं... हे काय घडून राहिलंय? घरातून कोण बाहेर पडलंय्? मान उंचावून बघतोय. सगळीकडे अंधारच अंधार पसरला आहे. आत-बाहेर पसरली आहे मृत्यूनंतरची गोठलेली शांतता. ''ठीक खबर मिळत नाहीये. पासष्ट लोक मारले गेले आहेत. शेकडो जखमी झालेत. हे पहिल्यांदाच घडत नाहीये; दर दोन-तीन दिवसांनी हे प्रकार होतच आहेत. कमबख्त राजकारणी अशा संधी शोधत असतात. त्यांचा ना कोणता धर्म, ना ईमान. लोकांच्या मनात विष

कालवत राहणं, हेच त्यांचं काम!'' कालच बाऊजी आईला सांगत होते आणि मी गर्भातल्या अंधारातून ऐकत राहिलो होतो.

ते बाऊजीच आहेत. अंधारात घरातून बाहेर पडले आहेत. का होत असतील अशा वाईट घटना, असा विचार करत, एक एक पाऊल जपून टाकत ते निघाले आहेत. अरे, त्यांना जोरात ठेच लागली आहे. ते पडता पडता सावरले आहेत. त्यांना आठवले, गल्ली खोदून ठेवली आहे. वाटेत खूप खड्डे आहेत. ते जीव वाचवत निघाले आहेत. पण आकाशात हा थरथराट कुठून उमटत आला आहे? कुठेतरी गोळीबार झाला आहे की कुणाचा जीव घेतला गेला आहे? अचानक एक सणसणीत आवाज भयाचे थरार उमटवत कानी आला,

''कोण आहे?''

टॉर्चचा प्रखर झोत पडला.

घाबरलेले बाऊजी जागच्या जागी खिळून उभे राहिले. दोन शिपाई झपाझप पावले उचलत त्यांच्यापाशी आले, ''कोण रे तू?'' पहिल्या शिपायाने विचारले.

''गल्लीच्या कोपऱ्यावर राहतो.'' बाऊजींनी उत्तर दिले.

''इथे काय करतोस? जमावबंदी हुकूम लागू केला आहे, माहित नाही?'' दुसऱ्या शिपायाने दरडावले.

''माहिती आहे.'' बाऊजींनी दबक्या आवाजात उत्तर दिले.

''तुला काही भीती वाटत नाही का?''

शिपायाने रायफलचा दस्ता त्यांच्या पाठीवर दाबला. मला वाटले जणू कुणीतरी मलाच हादरवले आहे. आईची किंकाळी मला जाणवली. बाऊजी घाबरले होते. थरथर कापत ते म्हणाले, ''मला मारून टाका; पण माझ्या मुलाला जगात येऊ द्या!''

ते दोघे जण बाऊजींच्या तोंडाकडे बघतच राहिले.

''माझी पत्नी वेदनांनी तडफडत आहे. मी दाईला घेऊन यायला बाहेर पडलो आहे.'' दीनवाणे बाऊजी गयावया करू लागले.

''तुझ्यावर विश्वास कसा ठेवायचा?''

दोन्ही शिपाई बाऊजींबरोबर निघाले. त्यांनी दाईच्या घराच्या दारावर थाप दिली. घाबरलेली दाई दरवाजा अर्धवट किलकिला करत बाहेर डोकावली. भयभीत होत तिने वडिलांकडे पाहिले-

''चल.'' वडील म्हणाले.

निघावे की नाही? तिची मनःस्थिती द्विधा झाली होती.

बाऊजींचा आवाज चढला, ते जवळपास ओरडलेच, ''चल!''

पण दुसऱ्याच क्षणी त्यांचा आवाज मृदू झाला, ''घाबरू नकोस, पोलिस

माझ्याबरोबर आले आहेत.''

तिचे लक्ष पोलिसांकडे गेले आणि ती वडिलांबरोबर यायला तयार झाली. मी आईच्या आत, तिच्याबरोबर आहे; पण मला असं का वाटतंय की त्या क्षणी मी बाऊजींमध्ये परिवर्तित होऊन गेलो आहे. खरं तर मी तर माझ्या जन्माच्या क्षणाची वाट बघतोय. कधी येईल तो क्षण? मी स्वप्नात आहे की त्याच्या बाहेर कुठेतरी आहे, पण मी तर कुठेच नाही.

बाऊजी दाईबरोबर पुढेपुढे चालत आहेत. पाठी बुटांची जडशीळ टाप. रात्र. अंधार. बारा वाजायचा सुमार आहे.

लाहोर आणि लाहोर कॅन्टोनमेंटच्या मध्ये वसलेल्या धर्मपुरा वस्तीत एका गल्लीतल्या शेवटच्या टोकाला असलेल्या घरात बाऊजी दाईला बरोबर घेऊन शिरले. ते खोलीच्या बाहेर थांबले. दाई आत शिरली. तिथे प्रसववेदनांनी व्याकूळ झालेली माझी आई कण्हत आहे. बाहेरून 'पकडा', 'मारा', 'कापा'च्या प्रचंड हिंस्र आरोळ्या माझ्यावर येऊन आदळत आहेत आणि आईच्या वीजप्रवाहासारख्या तेजतर्रार कळा गर्भातल्या अंधाराला भेदून मला थरकापवून टाकत आहेत. आई खूप भेदरली आहे, सारखी मला चाचपडून बघते आहे. ३० जुलै १९३५ या माझ्या जन्माच्या घडीत स्वप्न आणि दुःस्वप्न, आशा आणि दहशतीची विचित्रशी सरमिसळ झाली आहे. त्या दिवसांतल्या त्या दुर्घटना, दंगे, 'पकडा', 'मारा', 'कापा'च्या आरोळ्या, त्यानंतरच्या जमावबंदीच्या वातावरणात गडद अंधार भेदत बाहेर येत असण्याचे स्वप्न रूपे बदलत, जन्म घेतल्यापासून आजतागायत माझा पाठलाग करत राहिले आहे.

आई - श्रीमती विद्यावती, वडील - श्री. रूपलाल शर्मा. आई तिच्या आई-वडिलांनी मोठ्या कोडकौतुकाने वाढवलेली, त्यांची अतिशय लाडकी मुलगी होती. तिचा सुसंस्कृतपणा तिच्या प्रत्येक कृतीतून प्रत्ययाला येत राहायचा. कुठल्याही गोष्टीत कुरूपता, बेंगरूळपणा आलेला तिला नापसंत असे. ती प्रत्येक काम अगदी सावकाश, अतिशय व्यवस्थित करत असे. अगदी चणे खाण्यासाठीही ती चमच्याचा वापर करत असे. ती घरात सर्वांत मोठी होती. तिचा भाऊ ब्रिजेंद्र किशोर तिच्यापेक्षा दहा वर्षांनी लहान होता. त्याला ती लाडाने 'निक्का' म्हणून हाक मारीत असे. ती सडपातळ आणि उंच, सुसंस्कृत आणि मिडल् पास झालेली होती. तिचे वडील पंडित विश्वंभरनाथ पुरंग कालव्यांच्या कार्यालयात ड्राफ्टसमनच्या पदावर कार्यरत होते. त्या काळात सरकारी नोकरीची एक आगळीच प्रतिष्ठा असल्यामुळे, ते पार बगदादपर्यंत जाऊन आले होते. त्यांच्या या मुलीचा विवाह बटाल्याच्या एका सनातनी ब्राह्मण कुटुंबातल्या मुलाशी म्हणजे माझ्या वडिलांशी झाला. वडिलांचे आजोबा म्हणजे माझे पणजोबा पंडित बदरीदास, हे त्या काळचे मोठे समाज-

सुधारक असल्याने, त्यांची ख्याती दूरवर पसरली होती. अनिष्ट सामाजिक रूढी आणि कुप्रथांच्या विरोधात ते नेहमी अविचल, ठाम उभे राहत. माझ्या वडिलांचे वडील पंडित कालिदास बटाल्याचे प्रसिद्ध ज्योतिषी होते. ते आपल्या मोठ्या मुलाला, दीनानाथला ज्योतिषी बनवण्याची इच्छा मनी बाळगून होते; पण ते सरकारी नोकरीच्या मार्गाने गेले. मग धाकट्या मुलाला, म्हणजे माझ्या वडिलांना ज्योतिषाची दीक्षा देण्यासाठी मुहूर्त ठरवण्यात आला. नेमके त्याच दिवशी वडील जोरात आजारी पडले आणि त्यांचे ज्योतिषी बनणे राहूनच गेले.

माझे वडील खूप उंच नव्हते; पण बुटकेही नव्हते. त्यांची शरीरयष्टी सुदृढ होती आणि त्यांच्या चेहऱ्यावर तेज झळकत असे. ते मॅट्रिक झाले आणि नोकरीच्या शोधात होते. तेव्हा त्यांच्या मित्रांपैकी एकाने त्यांना कराचीला बोलावून घेतले. तिथे त्याने कापसाच्या धंद्यात चांगला जम बसवला होता. वडिलांनी कराचीला जाऊन, तिथला सगळा कारभार खूप हुशारी आणि मेहनतीने सांभाळला. त्या काळात माझे मोठे बंधू मदनमोहन यांचा जन्म बटाला इथे झाला. मग वडील आले व पत्नी आणि मुलाला कराचीला घेऊन गेले. त्यांना कराचीत कंपनीतर्फे एक आलिशान घर आणि हजार रुपये पगार, जो आजच्या हिशोबाने एक लाख रुपये होईल, दिला जात होता. बाऊजींसमवेत संपूर्ण परिवारासाठी तो खरोखरीच एक सोनेरी कालखंड होता, पण पुढे दिवस फिरले, आणि बघता बघता सगळा डाव विस्कटून गेला. कंपनीचा एक विभाग सट्टेबाजीत गुंतलेला होता. जोपर्यंत नफा मिळत होता तोपर्यंत सगळे ठीक होते; पण जशी घसरण सुरू झाली, तशी तोट्यात चाललेली परिस्थिती सांभाळणे कठीण होत गेले. कदाचित पहाडाइतक्या उंचीवरून पोचून तितक्याच खोल दरीत कोसळण्याला उत्थान आणि पतन म्हणत असावेत. बीजी आणि बाऊजींना त्या काळात किती निराशा आणि हतबलतेला तोंड द्यावे लागले असेल, त्याचा अंदाज करणे खरोखरी कठीण आहे.

अगदी असहाय्य अवस्थेत ते बटाल्याला परतले. बाऊजी काम-धंद्याच्या शोधात निघत पण निराश होऊन परतत. आजोबांचा स्वभाव अगदी निःसंग, निभ्रांत, तर आजीचा अतिशय कडक. बाऊजी आणि बीजींना लाजेची टोचणी आतून छळत होती, त्यात भर म्हणून उपेक्षा, अपमान आणि मानहानीही सहन करावी लागत होती. त्याच काळात माझ्या भावाचा, जगमोहनचा जन्म झाला. मुलाचा जन्म आई-वडिलांच्या आयुष्यात विविधरंगी असीम जगाचे दरवाजे उघडतो; पण हेही खरे आहे की बऱ्याच वेळा परिस्थितीतून उद्‌भवणाऱ्या मानसिक ओढाताणी आणि क्लेशही त्याच्याशी जुळत जातात. बीजी, बाऊजी तेव्हा आनंद आणि संतापाच्या संमिश्र अनुभूतीतून जात होते. परिस्थितीमुळे आमच्या आनंदाला, स्वास्थ्याला ग्रहण लागले होते, त्यावर कोणताच इलाज सापडत नव्हता.

त्या कठीण परिस्थितीत बीजींच्या वडिलांनी बाऊजींना आपल्याजवळ चविंडा देवीवाल्या गावात राहायला बोलावून घेतले, ही एक खूप चांगली गोष्ट झाली. या नव्या वातावरणात त्यांना थोडा सुटकेचा श्वास, थोडा आराम मिळाला. बीजींच्या वडिलांचे एक अविवाहित भाऊ तेव्हा बिकानेरच्या एका शाळेत हेडमास्तर म्हणून कार्यरत होते. त्यांनी बाऊजींना त्या शाळेत शिक्षकाची नोकरी देऊन बोलावून घेतले, तेव्हा ते कुटुंबासह तिकडे रवाना झाले. वाईट दिवसांचा फेरा पालटला. ते तिथे गणिताचे शिक्षक म्हणून कामावर रुजू झाले आणि त्यांचा नावलौकिक तिथे पसरू लागला. तिथे माझे मोठे बंधू ब्रिजमोहन यांचा जन्म झाला. रेताड वाळवंटातली वादळे, वाळूच्या टेकड्यांवर उमटत्या-मिटत्या खुणा, पाण्याचे दुर्भिक्ष्य आणि वाळवंटातल्या आयुष्यातल्या अनेक प्रसंगांबद्दल ते नेहमी सांगत असत. बिकानेर सोडल्यानंतर काही काळ त्यांनी डुंगरगडमध्येही शिक्षकाची नोकरी केली. त्या कालखंडातल्या सुख-दुःखाच्या कहाण्या-आत्मकथा ते नंतरही सांगत असत. काही वर्षांपूर्वी कुठल्याशा चर्चासत्राच्या निमित्ताने बिकानेर आणि डुंगरगडला जायची संधी मिळाली तेव्हा त्यांच्याकडून ऐकलेल्या त्या सगळ्या कहाण्या माझ्या स्मृतिपटलावर एका चित्रपटाच्या रिळाप्रमाणे उलगडत गेल्या होत्या.

बिकानेर आणि डुंगरगड का सोडले असेल त्यांनी? कोणता दबाव वा तणाव त्यांना त्रास देत होता, याबाबत माझ्या मनात वा हृदयात कोणतेही प्रत्युत्तर नाही. कदाचित परिस्थिती अशा प्रकारे अचानक बदलून गेली असावी, की ती आटोक्यात आणणे त्यांना शक्य झाले नसावे. ते सरगोध्याला का गेले, याबद्दलही माझ्यापाशी कोणतीच अटकळ नाही. असेही असेल की, बीजींच्या वडिलांमार्फत त्यांना तिथे कोणते तरी काम मिळाले असावे. माझ्या लक्षात एवढे मात्र आहे, की माझ्याहून मोठ्या जोगिन्दरचा जन्म तिथे झाला. जेमतेम दोन वर्षे तिथे राहून ते बटाल्याला परत आले. कराची सोडल्यानंतर त्यांच्या आयुष्यात दुर्दैवाचा जो फेरा सुरू झाला तो कधी संपलाच नाही. तात्पुरत्या, हंगामी नोकऱ्यांमध्ये ते नेहमीच हेलकावत, धक्के खात राहिले; पण तशा कालखंडातदेखील आईचा धीर, वडिलांची जिजीविषा आणि छोट्या-छोट्या गोष्टींतून आनंद घेण्याच्या स्वभावामुळे परिस्थितीशी झगडण्याचे त्यांचे बळ कधी कमी झाले नाही.

बटाला ते लाहोर. बटाल्यात राहणे त्यांना इतके कठीण झाले होते का? बाऊजींचे भाऊ दीनानाथ, जे तेव्हा लाहोरमध्ये वास्तव्याला होते, त्यांनी काही लालूच दाखवून त्यांना बटाल्याच्या घरापासून दूर करण्याचा प्रयत्न केला होता का? लाहोरमध्ये बाऊजींचे दोन बालमित्र - अब्दुल मजीद खान आणि नाथामल राहत होते, त्यामुळे तर त्यांनी तिथे जाण्याचा निर्णय घेतला नसेल? काहीही असो, बाऊजी कितीही विवश झाले असोत, एखाद्या अद्‌भुतासारख्या भासणाऱ्या लाहोरबद्दलचे

आकर्षण त्यांच्याही मनात दडलेले असणार होते. कॉलेजांचे शहर लाहोर, सभ्यता, संस्कृती, कला, सिनेमा आणि शिक्षणाचे केंद्र लाहोर, अनारकली बाजार, रावीच्या पाण्यात आपल्या इतिहासाची उमटती-मिटती, सजलेली प्रतिबिंबे बघणाऱ्या लाहोरला नेहमीच एक चैतन्यमय व्यक्तिमत्त्व लाभलेले असते. म्हणून तर असे म्हटले जायचे की, 'जिस लाहौर नही वेख्या ओ जन्मया ही नई' बाऊजी डोळ्यांमध्ये स्वप्ने घेऊन, बटाल्यासारखे छोटे गाव सोडून अशा एका शहरात आले होते खरे पण इथे ते वास्तवाच्या कठोर भिंतींशी टकरा देत रक्तबंबाळ होत राहिले.

इकडे माझा जन्म झाला, तिकडे आजोबांचे निधन झाले. मी माझ्या आई-वडिलांचे पाचवे मूल होतो, ज्याला ते प्रेमाने 'लल्लू लाल', 'लंठराज', 'लालबुझक्कड'... म्हणत असत. मोठ्या भावडांनी 'ल, ल,ल, ला....' करून लहानपणी माझी खूप थट्टा उडवली; पण माझ्या लेखी त्या एकाहून एक सरस अशा प्रेमभऱ्या पदव्या होत्या. 'ल' च्या त्या उच्चतम (लाल-पालांनी भारतीय राजकारणात आपले मानदंड स्थापित केले, हे सर्वज्ञात आहेच!) पदव्यांपुढे माझ्या परिश्रमपूर्वक अभ्यास करून मिळवलेल्या, विद्यापीठाने प्रदान केलेल्या पीएच.डी.च्या पदवीचे मला काहीच अप्रूप वाटत नाही. 'ल, ल, ल,ला' वाल्या या पदव्या पुढे मी माझ्या मुलांमध्ये, नंतर नातवंडांमध्ये वाटल्या आणि मुलांनीही त्या जणू दुर्मिळ, अमूल्य ठेवा असल्यासारखा मोठ्या आदराने स्वीकारल्या.

मी बऱ्याचदा विचारात पडतो की, माझ्या लिखाणाचे उगमस्थान नेमके कुठे आहे? वडिलांमध्ये लिखाणाची प्रवृत्ती नक्कीच होती; पण ती दबून गेली, परिस्थितीच्या रेट्यापायी ती फुलू, बहरू शकली नाही. आजोबा आणि पणजोबांबद्दल वडील जे काही सांगत असत त्यातून त्यांच्यामध्ये सर्जनशील मानसिकता असण्याच्या कोणत्याही खुणा दिसत नाहीत. मला वाटते की, माझ्या पार्श्वभूमीमध्ये असे काहीतरी असले पाहिजे जे मला लिहिण्यासाठी नेहमी प्रवृत्त करत राहिले पण ते नेमके काय आहे त्याची मला अजून तरी ओळख पटलेली नाही. बऱ्याच वेळा एक उष्ण रेषा वर चढत कोसळताना दिसते, एक बिंब चमकते आणि लुप्त होऊन जाते. याला सामूहिक, जातीय आणि कौटुंबिक नेणिवांच्या अंधाऱ्या समुद्रातून 'एक बूंद सहसा उछली' असे म्हणता येईल. पणजोबांच्या मागे बघताना मात्र एका अंधारलेल्या समुद्राच्या लाटांच्या गर्जना ऐकू येतात; पण नजरेला काही दिसत नाही. असेही असेल की, त्या काळ्यामिट्ट समुद्रात उसळलेल्या काही लाटा माझ्या कळत-नकळत सुप्त मनातल्या अंधारात येऊन कोसळल्या आणि सर्जनात्मक आकार व दृश्यांमध्ये परिवर्तित होत गेल्या असाव्यात. काय होत गेले असेल?

रूढी-परंपरांशी झगडणारा, टक्कर देणारा माझा सनातनी हिंदू परिवार. पूजा अर्चेबद्दल अविचल श्रद्धेने ओतप्रोत भरलेला. थोडा खुला, थोडा बंदिस्त, थोडा पुराणमतवादी, थोडा उदार.

मी तेव्हा असेन तीन वर्षांचा. बीजींना म्हणालो, "पीतांबर नेसलेले, पिवळ्या रथावर स्वार झालेले कृष्णजी माझ्या स्वप्नात आले होते. ते हसत हसत म्हणत होते, "पिवळ्या रंगाचा हलवा खाऊ घाल ना!" बाऊजी, बीजी, भाऊ हसू लागले. बीजी माझे लाड करत म्हणाल्या, "निंदर ठीकच तर म्हणतोय, याच्या जिभेवर सरस्वतीचा वास आहे. पीतांबर नेसून पिवळ्या रथावर स्वार झालेल्या कृष्णासाठी मी लगेच पिवळ्या रंगाचा हलवा बनवते बरं!"

मग हलवा बनवण्यात आला. त्याचा आधी कृष्णजींना नैवेद्य दाखवण्यात आला, नंतर आला सर्वांच्या वाटणीला!

घरातल्या मंदिरातील कृष्णाची जी मूर्ती मी लहानपणापासून बघत आलो होतो, त्या मूर्तीसमोर हात जोडून बसल्यावर माझ्या मनातल्या सर्व इच्छा पूर्ण व्हायच्या. निळसर प्रभावळीने उजळलेली ती हसरी मुकुटधारी मूर्ती माझ्या मनावर इतकी कोरली गेली की, ती आजतागायत माझ्या अंतर्मनात तशीच्या तशीच घर करून बसली आहे. आजही एखाद्या बिकट प्रसंगी वा संकटात त्या मूर्तीची कल्पना वा आठवण माझ्या मनात जिवंत होत जाते, तेव्हा अगदी जिवावर बेतलेल्या परिस्थितीतूनदेखील माझी सुटका होते.

मुंडन संस्कार. सोनेरी केस कापले जात खाली पडू लागले तोवर ठीक होते; पण जेव्हा डोक्याच्या मध्यावर जाडी-जुडी शेंडी अवतरू लागली, तेव्हा मी मोठ्याने गळा काढून रडायला सुरुवात केली, "नाही, नाही!" वडिलांच्या पकडीतून निसटत मी रडत-किंचाळत, पळत सुटलो. तेव्हा वडील बंधूंनी मला चुचकारत, धरून आणून आईच्या कुशीत सोपवले. आईने न्हाव्याला कडक स्वरात सुनावले, "काप ती शेंडी!" वडील रागाने आईकडे बघत होते. न्हाव्याने पडत्या फळाची आज्ञा घेत लगेच शेंडी कापून टाकली. मग आली जानव्याची पाळी. तेव्हा ना, ना, ना....करत मी घरातून परत पळून गेलो. भाऊ मला शोधत राहिले. इकडे वडिलांचे डोळे संतापाने लालबुंद होऊन गेले आणि तिकडे मी गायब! मी संध्याकाळी गुपचूप घरी परतलो आणि आईच्या कुशीत दडी मारून बसलो.

भय आणि प्रेमाचा जो एक अजबसा थर माझ्या मन-हृदयात जन्मापासून घर करून बसला होता, त्याच्याशी आणखी एक नाव जुळत गेले आणि एक अजबशी खळबळ उडून गेली. ते नाव होते- हिटलर. २ डिसेंबर १९३९चा दिवस. बाऊजी बीजींना सांगत होते,"माहिती आहे का, आज हिटलरने रशियावर हल्ला चढवला आहे. दुसरीकडे आणखी मोर्चे उघडून जर त्याला तिथे गुंतवून ठेवला नाही तर

रशिया उद्ध्वस्त झालाच म्हणून समजा!'' मी जवळ उभा ते ऐकत होतो आणि मग सगळी परिस्थिती नीट समजत नसली तरी ते नाव मी नेहमी ऐकत राहिलो आणि माझ्या सुप्त मनात हिटलरच्या रूपाने एक भीती, एक दहशत सामावली गेली. पुढे १९६०-६५ दरम्यान मी चार्ली चॅप्लिनचा 'द ग्रेट डिक्टेटर' हा चित्रपट पाहिला, आणि भीती आणि दहशतीच्या सावल्यांतून हसत हसत बाहेर येत गेलो.

खरंच अजब होता हा थर- कधी त्याची पकड ढिली पडायची, तर कधी ती फासाप्रमाणे जीव गुदमरून टाकायची. कधी अनेक वेगवेगळे थर यात गुंतत जायचे, ते पुढून-मागून, वरून-खालून गुरफटून टाकायचे आणि एक प्रकारचे जाळे माझ्या अंतरंगात हात-पाय पसरू लागायचे. झोपेत चालायच्या माझ्या सवयीपाठी कदाचित हेच कारण जुळलेले असावे. मी तेव्हा पाच किंवा सहा वर्षांचा असेन. उन्हाळ्याचे दिवस होते, रात्र होताच जेव्हा गल्लीत ओळीने खाटा टाकल्या जायच्या, सगळे जण झोपेच्या आधीन व्हायचे, तेव्हा कुणास ठाऊक कसा, मी वडिलांच्या खाटेवरून उठायचो आणि झोपेत चालत कुठेतरी निघून जायचो. वडील 'निंदर, निंदर....' हाका मारत गल्ल्या-बाजारातून माझा शोध घेत फिरत राहायचे आणि मी कुणा परक्याबरोबर, त्याच्या खाटेवर झोपलेला सापडत असे. दुसऱ्या दिवशी सकाळी वडिलांकडून ती कहाणी ऐकल्यावर मी अवाक होऊन त्यांच्याकडे बघतच राही. ''तोंड वाकडं करून असा का उभा आहेस, वेंधळ्या!'' वडील म्हणत आणि माझे भाऊ वेडावून दाखवत, 'वें-ध-ळा, वें-ध-ळा...' असा एकेका शब्दावर जोर देत माझी थट्टा उडवत राहात. मला बघताच ते एखादा विनोद करत किंवा उगीचच हसत सुटत आणि मी आतल्या आत धुसफुसत राही. मी रागावर काबू ठेवू पाही, तेव्हा माझे डोळे वरच्या बाजूला विचित्रपणे ताणले जात. आई मला कुशीत घेऊन गोंजारायची आणि भावडांना दम द्यायची, ''मेल्यांनो, मूर्खांनो, दुष्टांनो, बरं होणार नाही तुमचं, छळता बिचाऱ्या लेकराला!''

रागवलेली आई एकाला पकडायची, तर दुसरा तिच्या तावडीतून निसटून जायचा आणि मी रागवल्याचे खोटेखोटे नाटक करत डोळ्यांच्या कोपऱ्यातून हसत राहायचो. आज आई नाही, वडीलही नाहीत तरी मला भास होतो की दूरवरून कुणाची हाक ऐकू येतेय. ''निंदर, कुठे आहेस तू?'' आणि मी स्वत:लाच शोधायला निघतो - भान हरपलेला, स्वत:पासून दुरावलेला, हरवलेला!

◆

मौनाच्या थरात घुसमटलेली एक किंकाळी

बाऊजींमध्ये जशी गुणवत्ता होती तशी गुणग्राहकताही होती पण परिस्थितीचा रेटा त्यांना अनेकदा पराकोटीचा असहाय्य करून टाके, कधी इतके जखडून टाके, की त्यांनी मनात आखलेल्या विविध योजना अपूर्णच राहून जात. एका शिक्षकाचा स्वाभिमान त्यांच्या नसानसात भिनला होता. आपल्या स्वाभिमानाला जरासा धक्का लागलेला त्यांना सहन होत नसे. आयुष्यातल्या अगदी वाईट कालखंडातदेखील कुणी केलेल्या अन्यायासमोर गुडघे टेकून नोकरीला चिकटून राहणाऱ्यांपैकी ते नव्हते; पण हेही खरे आहे, की पुढील काळात शिक्षकाच्या स्वाभिमानाबरोबर एका कारकुनाची असहाय्यता त्यांच्या वाट्याला येत गेल्यामुळे ते या दोन्हींमध्ये सतत भरडले जात राहिले आणि कुठल्याही उंचीवर पोचण्याऐवजी केवळ दैनंदिन गरजा भागविण्यासाठी राबत, खपत राहिले. असे अर्धे-अपुरे जगण्या-असण्याची खंत त्यांना आयुष्यभर सतावत राहिली असावी.

त्यांच्या चिंता आणि संतापामध्ये एक अजब नाते होते. मी जेव्हा याबद्दल विचार करतो, तेव्हा कवी जयशंकर प्रसादांच्या[१] 'कामायनी' महाकाव्यातल्या 'चिंता' सर्गातल्या या ओळींची आठवण येते.

'ही चिंतेची पहिली रेषा,
विश्ववनाला व्यापलेल्या,सर्पासारखी
ज्वालामुखीच्या स्फोटक, भीषण
पहिल्या कंपाच्या उन्मादासारखी'

चिंतेची पहिलीवहिली सुरुवात वेडेपणाच्या एका थरथरणाऱ्या लहरीतून होते, जिचे परिवर्तन अखेरीस एका भीतीदायक स्फोटात होते, यात शंका नाही. बाऊजींच्या चिंतेचे परिवर्तन स्फोटात व्हायला वेळ लागत नसे. अशा चिंतेतूनच त्यांना काही

---

१. जयशंकर प्रसाद (१८८९ ते १९३७) हिंदी साहित्यातल्या छायावादी युगाचे आधारस्तंभ, कवी, नाटककार, कथा-कादंबरीकार आणि निबंधकार.

करण्याची प्रेरणा मिळे आणि त्या परिस्थितीतून बाहेर पडण्यासाठी ते सतत काही ना काही प्रयत्न करत राहत; पण जेव्हा डोंगराएवढ्या अडचणी त्यांच्या मार्गात उभ्या ठाकत, तेव्हा ते असहाय्य होऊन जात आणि असे विवश होणे त्यांना अजिबात मंजूर नव्हते. समोरचे सगळे पर्याय खुंटलेल्या असहाय्य अवस्थेतून बाहेर पडण्यासाठी ते रागाचा आधार घेत; पण संतापाच्या भरतीमध्ये ते स्वतःच गटांगळ्या खात राहत आणि असहाय्यता त्यांना वाकुल्या दाखवत राही, हे दुःश्चक्र त्यांना सतत तोडून-फोडून टाकत राहिले. जेव्हा त्यांच्या रागाचा पारा पराकोटीला पोचत असे, तेव्हा घरातला प्रत्येक जण त्यांच्या संतापाचे लक्ष्य बनण्यापासून स्वतःला बचावण्याचे मार्ग शोधत राही. माझे दोघे मोठे भाऊ मात्र त्यातून वाचत नसत. त्या दोघांना बाऊजींच्या हातचा मार बऱ्याच वेळा खावा लागला. त्यांच्या संतापाची धग आईलाही बऱ्याचदा सहन करावी लागली. मला असे वाटते की, सुरवाती सुरवातीला कुटुंबातल्या सगळ्याच मंडळींना त्यांच्या रागाच्या झळा अनेकदा सहन कराव्या लागल्या असाव्यात; पण यामुळे बाऊजींची कोंडमाऱ्यातून सुटका होई आणि ते निराशेच्या गर्तेत बुडून जाण्यापासून वाचत. माझा आणि धाकट्या भावाचा जन्म होईपर्यंत त्यांच्या रागाचे प्रमाण कमी होत गेले, आईवरही ते कमी रागावू लागले; पण तिच्या बाबतीतही कधी कधी त्यांचा जुना संतापी स्वभाव उफाळून यायचा. मी बी.ए.च्या वर्गात होतो, तेव्हा एकदा त्यांनी आईवर हात उगारलेला बघून, मी लगेच पुढे येत त्यांचा हात झटकून दिला होता. बाऊजी सुन्न होऊन गेले. त्यांना कुणी असे अडवू शकेल याची त्यांनी स्वप्नातदेखील कल्पना केली नव्हती. मीही खूप रागवलो होता; पण मी एवढेच म्हणालो, "आजपासून हे होता कामा नये." त्या दिवसापासून बाऊजींनी आईवर कधीही हात उगारला नाही.

वडील चिडखोर होते आणि लगेच तावात यायचे; पण ते क्षण ओसरल्यानंतर ते अतिशय नम्र व भावुक होऊन जायचे. ते आले की घरात सगळीकडे शांतता पसरत जायची. 'हुं' किंवा 'चूं' करण्याची कुणाचीच हिंमत होत नसे. असेही असेल की तेव्हा मी ज्ञानरंजन[२] यांच्या 'पिता' या कथेमधल्या 'त्या' सारखे माझ्या वडिलांना एका प्रचंड दरवाजासारखे खडे ठाकलेले बघितले असेल, ज्याच्याशी टकरा देत आम्ही सगळे अगदी क्षुद्र आणि दयनीय होत चाललो होतो. असे अगदी दयनीय करून टाकल्याची जाणीव होती की काय किंवा जन्मघडीच्या वेळची भीती, एके दिवशी मी अचानक मुका होऊन गेलो; वाणीविहीन! मला खूप बोलावे, सांगावे असे वाटे; पण काही बोलू शकत नसे. माझी जीभ टाळूला चिकटून माझ्या वाट्याला असे मुकेपण का आले असावे हा प्रश्न मला सतावत राही. मला वाटायचे की

---

२. ज्ञानरंजन (१९३६-) हिंदी साहित्यातल्या साठोत्तरी पिढीतले आघाडीचे कथाकार.

आकाशात दूरवर दूर उडत असलेल्या एका रंगी-बेरंगी पतंगाचा दोर माझ्या हाती आला आहे. त्या उडत्या रंगांना बघताना माझे डोळे आनंदाने चमकू लागत. मी त्याबद्दल काही बोलू पाही; पण तोंडातून शब्द फुटत नसत. मला वाटे की कुणीतरी माझा गळा दाबत आहे आणि मी तोतरा होत चाललो आहे. बीजी, बाऊजी मला जवळ घेत कुरवाळायचे, माझे लक्ष दुसरीकडे वळवायचा प्रयत्न करायचे; पण माझे अडखळणे सुरू राही आणि अखेरीस त्याचे रूपांतर एका दीनवाण्या किंचाळीत होऊन जाई. बाऊजी डॉक्टरांना बोलवायला जात, उदास झालेली भावंडे पाय ओढत शाळेत जायला निघत. माझ्याहून दोन वर्षांनी मोठा असलेला माझा भाऊ जोगिन्दर शाळेतून परल्यावर माझ्यापाशी येऊन बसे. तो कधी चुपचाप बसून राही तर कधी मला चिडवत, खोड्या काढत, निदान प्रत्युत्तर देण्यासाठी तरी मी काही बोलावे यासाठी प्रवृत्त करण्याचा प्रयत्न करून बघे; पण मी बोलू शकत नाही हे बघितल्यावर तो स्वतःच मुका असल्यासारखा गुमसुम होऊन जाई. ब्रिजदादा भेदरलेल्या नजरेने माझ्याकडे बघत राहायचा आणि माझ्या आसपास खेळत, अवती-भवती घिरट्या घालत राहायचा. बीजी मला हलक्या हाताने थोपटत अंगाई म्हणायच्या. असहाय्य झालेला मी झोपाळलेल्या डोळ्यांनी त्यांच्याकडे बघत राही. त्या आपले अश्रू थोपवण्याचा प्रयत्न करत, म्हणत, "बोल, बोलत का नाहीस? पीतांबर नेसलेले कृष्ण स्वप्नात आले होते ना, रथावर स्वार होऊन?" मी दीनवाणा होऊन त्यांच्याकडे एकटक बघत राही, तसा त्यांचा बांध फुटून त्यांचे रडू बाहेर कोसळत येई, "काय झालं माझ्या लेकाला? कुठे गेली याच्या जिभेवर बसलेली सरस्वती?"

डॉक्टर आले आहेत. ते जीभ आणि गळ्याची तपासणी करतात, म्हणतात, "याचं बालमन कुठल्याशा धक्क्यामुळे जखडलं गेलं आहे. हा स्वतःहून खेळायला लागला तर त्याला खेळू द्या. हा उडणारा पक्षी आहे; त्याची झेप अडवू नका. तो बोंडातून उमललेल्या कापसासारखा नाजूक, कोवळा आणि निष्पाप आहे. त्याच्यावर अजिबात रागावू नका. चावी दिल्यावर धावणारी, उडणारी खेळणी याला आणून द्या, घाबरायचं कारण नाही, हा लवकर बरा होईल. याला हसवा, रडवा!"

बीजी बाऊजींच्या पाठी लागत. "तरी मी तुम्हाला नेहमी सांगत होते की रागावर ताबा ठेवा. तुमच्यामुळे याच्या मनात भीती ठाण मांडून बसली आहे. बोला, आता मी काय करू?"

बाऊजी ते सगळे गपगुमान ऐकून घेत. हे कुणी दुसरेच बाऊजी होते. ते माझ्याकडे बघायचे. मी अगदी बोलणारच असायचो पण 'अ...अ...अ...' करत राहायचो. पुढचे वाक्य बनण्यापूर्वीच तुटून जायचे. मुक्या माणसाने प्रेम व्यक्त करणे अशक्यच; पण मी घशात अडकलेले जड दगड ओढून-घसटून काढायचा प्रयत्न

करत राहायचो. दुसऱ्या दिवशी बाऊजी चावी दिल्यावर जोरात धावणारी, पळणारी खूपशी खेळणी घेऊन आले. ते माझ्यासमोर ती खेळणी चालवून दाखवत. मी खुशीने टाळ्या पिटायला लागलो की ते वेगवेगळ्या खेळण्यांना भर्रकन चाव्या देत ती माझ्या हातात ठेवत. दुरून कुठून तरी संगीताची धून तरंगत येत माझ्या आत सामावत चालली आहे, असे मला वाटू लागायचे. बाऊजींच्या आणि माझ्या हास्यातून एक नवे नाते उमलू लागले होते. त्या खेळण्यांची गती तरंगासारखी माझ्या आत उतरत आहे, असे वाटत राहायचे. खेळण्यांचे आवाज, गती आणि झेप माझ्या मूक झालेल्या आवाजाशी, गती आणि झेपेशी नाते जोडू लागले. माझे ओठ हळुहळू थरथरू लागले. मला वाटले, माझी जखडलेली जीभ मुक्त झाली आहे आणि तिच्यातून शब्द फुटू लागले आहेत. सगळ्यांनी चकित होत बघितले आणि आईच्या आनंदाला तर पारावार उरला नाही; कारण तिच्या लेकाच्या जिभेवरून लुप्त झालेली सरस्वती तिथे पुन्हा वास करू लागली होती.

एक-दीड महिन्यात मी बोलायला-बडबडायला लागलो; पण तोतरेपणाने अडखळायलाही लागलो. या तोतरेपणाने मला नेहमीच कुठल्या तरी आंतरिक दऱ्यांमध्ये ढकलून दिले आहे. दुसऱ्यांचे सोडा, या वैगुण्यामुळे माझ्या नजरेतही मी अनेकदा अगदी नगण्य बनून गेलो आहे. यामुळे माझ्यावर अगदी लाजिरवाणे, तर कधी अपमानितही होण्याचे प्रसंग ओढवले आहेत. एक-दीड महिना नीट बोलू न शकण्याचे दुःख माझ्या मनात आतवर सलत होते, त्यात इतरांच्या थट्टा-मस्करीची भर पडत होती. माझ्या मनात राग दाटून यायचा; पण मी मन मारून गप्प राहायचो. या कोंडीतून सुटण्याचा कोणताच मार्ग सुचायचा नाही, तेव्हा मी आतून तुटत, तिळतिळ झिजत राहायचो. कॉलेजमध्ये आल्यावर यातून सुटण्याचा मार्ग दिसू लागला. मी लिहू लागलो. अंबाल्यातल्या मोठ्या चर्चच्या पाठच्या भिंतींवर, झाडांवर, कागदांवर... यामुळे मला सुटकेचा श्वास घेता येऊ लागला आणि आत्मविश्वास वाढला. योग्य वेळी बोलू न शकल्याने होणारी घुसमट मला पुढील काळातही सहन करावी लागली; पण या क्षतीची पूर्ती मी लिखाणाच्या विविध स्तरांवर करत गेलो. बालपणीची एखादी अभावाची बाब वा मनात बसलेली अढी मला नेहमीच लिखाणाच्या नव्या माध्यमांकडे नेत, नवनवीन प्रयोग करण्यासाठी उद्युक्त करत राहिली आहे.

माझी तब्येत ठीक झाल्यानंतर शाळेत दाखल करण्यापूर्वी घरात पूजापाठ व हवन करण्यात आले. मला लाहोर कॅन्टोनमेंटमधल्या प्राथमिक शाळेत दाखल केले गेले. या शाळेतल्या वर्गात आणि बाहेर विद्यार्थ्यांना बसण्यासाठी तरटे पसरलेली असत. अंकलिपी शिकताना आधी लाकडी पाटी, मग दगडी पाटीला हात घालावा अशी पद्धत होती. लाकडी पाटी रोज गाचीने साफ करून सुकवली जायची आणि

तिच्यावर सरकंड्याच्या बोरूने सुवाच्य अक्षरे लिहिण्याची पद्धत होती.

मी आणि आफताब एकाच वेळी शाळेत दाखल झालो होतो. आम्ही दोघे सर्वांच्या पुढे तरटावर डाव्या कोपऱ्यात शेजारी बसायचो. आम्ही एकमेकांच्या सोबतीने शाळेत जात -येत असायचो आणि घरी परतल्यावर एकत्रच खेळत, उड्या मारत, इथे-तिथे बागडत राहायचो. त्याचे घर आमच्या घराजवळच होते. त्याच्या अब्बांना आम्ही रहीमचाचा म्हणायचो. ते कुठल्याशा सरकारी खात्यात नोकरी करायचे. ते शुद्ध पंजाबी बोलत, त्यांना उर्दू अगदी कामचलाऊ यायची. बाऊजींच्या उर्दूवरील प्रभुत्वामुळे ते त्यांच्यावर खूप खूष असत. ते दोघे नेहमी राजकारणातल्या मुद्द्यांवर चर्चा करत असत. ते आमच्या घरी आले की बाऊजींबरोबर गप्पा मारत, बुद्धिबळ खेळत, आणि हुक्का ओढत बसत. बाऊजींचेही त्यांच्या घरी असेच अगदी मोकळेपणाने येणे-जाणे सुरू असायचे.

सप्टेंबर १९३९ मध्ये दुसऱ्या महायुद्धाला सुरुवात झाली. बाऊजी चिंतातुर होत गेले. ते घरी आलेल्या मित्रांबरोबर आणि कुटुंबियांबरोबरही युद्धाबद्दल बोलत राहत. दोन-चार भांडी एकमेकांवर आदळून जोराचा धडाका व्हावा तशा या भीतीदायक बातम्या माझ्या जाणिवांना स्पर्श करत होत्या. हा धडाका किती घातक व भीतीदायक होता ते समजणे, तेव्हा माझ्या कुवतीबाहेर होते. संपूर्ण जगाला आपल्या कवेत घेणाऱ्या युद्धाच्या त्या भीषण दिवसांत, १९४० च्या फ्रेबुवारी महिन्यात माझ्या धाकट्या भावाचा, वीरेन्द्रचा जन्म झाला. त्याच्या खऱ्या नावाऐवजी आम्ही त्याला अनेक वर्षे 'काका' म्हणून हाक मारत राहिलो. अर्थात, काकाच्या आगमनामुळे मी अतिशय खूष होऊन गेलो होतो.

मी नेहमी काकाच्या जवळ राहायचा प्रयत्न करायचो. त्याच्यासमोर वेडे-वाकडे चेहरे करत त्याला खूष ठेवण्यासाठी काही ना काही युक्त्या शोधून काढायचो. जेव्हा तो रडू लागायचा तेव्हा मी त्याच्यासमोर हसायला लागायचो आणि तो रडता-रडता हसू लागायचा. दुपारच्या वेळी जेव्हा आई त्याला जवळ घेऊन विश्रांती घ्यायला आडवी व्हायची, तेव्हा मी उदास व्हायचो. तिला वाटायचे की मीही तिच्याबरोबर विश्रांती घ्यावी; पण मी तसे करत नसे कारण त्यामुळे मलाही झोपावे लागायचे आणि मला तर झोपायचे नसे. घरातील मंडळी एकदाची झोपली की मला गल्लीत खेळायला किंवा भटकंती करायला पसार होण्याची संधी मिळत असे, मी तिची वाट बघत असे. घरात सामसूम झाल्यावर मी चोरपावलांनी पळ काढी आणि गल्लीच्या एका टोकाशी जिथे मुले गोट्या खेळायला जमत तिथे जाऊन पोचे. एके दिवशी मी एका पैच्या दोन गोट्या खरेदी केल्या आणि खेळायला सुरुवात केली. माझा नेम अगदी अचूक होता. गोट्यांच्या गर्दीतून नेमकी एक गोटी काढून नेणे, हे चक्रव्यूह भेदण्याइतके कठीण काम होते आणि त्या दिवशी मी ते करून

दाखवले. मी दोन गोट्यांपासून सुरुवात करत शंभर गोट्या जमवण्याचा चमत्कार करून दाखवला. माझा नेम बघून सगळे जण चकित झाले. आफताबचे डोळे तर आनंदाने चमकू लागले.

काकाच्या आगमनाच्या खुशीत घरात बरेच दिवस आमच्या नातेवाइकांची ये-जा सुरू राहिली; पण एके दिवशी मोठे काका-काकी इतके काही आरडत-ओरडत आले की घराच्या भिंती थरथर कापू लागल्या. घरात पाऊल टाकल्याबरोबर ते बाऊजींना काहीबाही सुनावू लागले. त्यांचा आवाज इतका मोठा आणि कठोर होत गेला की जणू आगीच्या गोळ्यांचा वर्षावच होत आहे असे वाटू लागले. बटाल्यातल्या वाडवडिलांच्या मालमत्तेचा मामला त्यांनी अशा प्रकारे गुंतागुंतीत अडकवला होता की बाऊजींनी या फालतू तणातणीला कंटाळून 'तुम्हाला काय करायचे ते करा, मला सगळे मंजूर आहे,' असे म्हणून सगळा मामला भावाच्या स्वाधीन करून टाकला. जितका वेळ ते आमच्या घरात होते, त्यात मोठमोठ्या आवाजांच्या अवकाशामध्ये पसरलेल्या स्तब्धतेच्या लांबलचक मध्यंतरामध्ये आम्ही सगळे पराभूत होत राहिलो.

आम्हा सगळ्या मोठ्या भावंडांमध्ये छोट्या भावाच्या झालेल्या आगमनामुळे मला वाटू लागले की आता मी मोठा झालो आहे. खरे तर मी काही महिन्यांपूर्वीच शाळेत जाऊ लागलो होतो. कुणीतरी आपल्यापेक्षा धाकटे आहे आणि मी मोठा या जाणिवेने माझ्या मानसिकतेत बदल घडणे साहजिकच होते. जोगिन्दर माझ्यापेक्षा मोठा होता. मी त्याला कधी हट्ट करताना बघितले नाही. तो जास्त करून गप्पगप्प, सर्वांपासून अलग राहायचा. मला मात्र सर्वांना चिकटायची फार सवय होती म्हणून माझे भाऊ मला 'भोकराची बी' म्हणून चिडवायचे. जोगिन्दर माझ्याकडे बघून 'भोकर' म्हणायचा, मी चिडून जात आईकडे त्याच्या खोट्या तक्रारी करायचो, त्याची कोणतीही चूक नसताना त्याला बोलणी खायला लावायचो. नंतर माझे मलाच वाईट वाटायचे. कुणी आजूबाजूला नाही हे बघून मी त्याच्यापाशी जात कान पकडायचो. तो हसत राहायचा.

त्याच दिवसात अमृतसरहून मामा-मामी आम्हाला भेटायला आल्यामुळे घरात चांगलाच गलबला उडून गेला. अगदी मोठ्या भावापासून छोट्यापर्यंत सगळेच त्यांच्याबरोबर अगदी मिळून-मिसळून गेले. बीजी आपल्या भावाला 'निक्का' (छोटा) म्हणत तेव्हा मी माझ्या धाकट्या भावाला 'निक्का' म्हणून हाक मारी; मग सगळे हसू लागत. मामा आणि मामी घरात सर्वांचे आवडते बनत गेले. कुणास ठाऊक कसा जोगिन्दर आणि मामा-मामींचा एकमेकांवर इतका जीव जडला की ते त्याला त्यांच्याबरोबर काही दिवस अमृतसरला घेऊन जायचा आग्रह करू लागले. बीजी आणि बाऊजींनीही या गोष्टीला संमती दिली. मग काय विचारता, बघता बघता

जोगिन्दरची तयारी करण्यात आली आणि तो मामा-मामींबरोबर अमृतसरला निघून गेला. मामा आणि मामी त्यालाच का घेऊन गेले; मला का नाही, ही गोष्ट मला मात्र आतून टोचण्या देत राहिली.

मला आठवते, या घटनेच्या जवळपास वर्षभरापूर्वी आम्ही आईच्या माहेरी, आजी-आजोबांकडे चविंडादेवीच्या गावी गेलो होतो तेव्हा, जोगिन्दर नाही, मीच सर्वांचा लाडोबा होतो. आणि आजोबांचा तर हर प्रकारे अतिशय लाडका! जेव्हा आम्ही तिथे पोचलो, तेव्हा आजोबा आमचे स्वागत करायला पुढे आले आणि मी "नाना.... नाना..." करत त्यांना बिलगलो. बीजी तर अगदी त्यांच्यासारख्याच दिसत असत, म्हणून आजोबांना बघताच मला वाटले जणू आईच रूप आणि पोशाख बदलून माझ्यासमोर उभी आहे. काही क्षण मी आजोबा आणि बीजींकडे आळीपाळीने बघत, त्यांच्या नाक-डोळ्यांची तुलना करत राहिलो. आजोबा म्हणाले, "बदमाश..." आणि त्यांनी मला एकदम उचलून मिठीत घेतले. आजोबा आणि आजी खूप वेगळे होते. आजी रंगाने सावळी; पण खूप चपळ होती, तर आजोबा उंच आणि गोरे! ते म्हातारे झाले होते; पण आपल्या खुल्या, निष्पाप अन् हसतमुख स्वभावामुळे ते आम्हा मुलांमध्ये मूल बनून मिसळून जात आणि म्हातारपण त्यांच्यापासून दूर पळून जाई. आजीने कितीही मना केले तरी ते आम्हा सर्वांना मोठ्या हौसेने फिरायला घेऊन जात. चविंडादेवीच्या मंदिरात, जत्रा-बाजारात, चावडीवर, शेतात आमचा फेरटका होई. ताज्या गुळाची चव मी इथे पहिल्यांदा चाखली. ती चव माझ्या जिभेला इतकी चटक लावून गेली, की आजही गूळ तयार होताना बघितला की मला तो चाखायचा मोह आवरता येत नाही. मोठा झाल्यावरदेखील गाव म्हटले की माझ्या लेखी ते चविंडाच असायचे. सगळ्या गावांचे एकच नाव- चविंडा...!

हो, तर जोगिन्दर मामा-मामींजवळ राहिला. का राहिला, कसा राहिला ते मला ठाऊक नाही. तो जेव्हा घरी परत आला तेव्हा फक्त एवढेच कळले की तो बरेच दिवस आजारी होता. अमृतसरला गेला होता तो हा जोगिन्दर नव्हता. अर्धमेला झालेला हा जोगिन्दर ओळखू न येण्याइतपत बदलला होता. बीजींना वाटत होते की त्यांच्या लेकाला कुणीतरी काही काळेबेरे केले आहे. शंकेची सुई सतत मामा-मामी, खास करून मामींकडे वळे पण हा सापळा असा काही रचला गेला होता की आम्ही कितीही प्रयत्न केले तरी जोगिन्दरची यातून सुटका होणे अशक्य होते. बीजी बारीक तापाच्या गुंगीमुळे अशक्त होऊन निपचित पडलेल्या जोगिन्दरकडे असहाय्य नजरेने बघत राहत. त्याला बरा करण्यासाठी वेगवेगळे उपचार करण्यात आले; पण काही फरक पडला नाही. एके दिवशी दुपारच्या वेळी मी शाळेतून परत येत होतो तेव्हा वाटेत एक मित्र भेटला, म्हणाला, "तुझा भाऊ वारला." मी धावत-पळत घरी

पोचलो. बघतो तर तिथले सगळे वातावरण शोकाकूल झाले होते. सफेद चादरीत लपेटलेला माझा भाऊ जणू गाढ झोपेत असल्यासारखा भासत होता. काय झालं हे? मरण मरण म्हणतात ते हेच असेल का? मी त्याच्याजवळ गेलो. मी किंचाळणारच होतो, तेवढ्यात माझ्या भावाने माझ्या तोंडावर हात ठेवत मला उचलले आणि तिथून पटकन बाहेर नेले. माझी किंचाळी आतल्या आतच घुसमटून गेली. मला असं वाटतंय निंदर की, ती घुसमटलेली किंचाळी आजतागायत कोणत्या ना कोणत्या रूपात माझा पाठपुरावा करत राहिली आहे.

बाऊजी लाहोर कॅन्टोनमेंटमधल्या ब्राह्मणपुत्री पाठशाळा या मुलींच्या शाळेत शिक्षक होते. ते 'रत्न', 'भूषण' आणि 'प्रभाकर'चे वर्ग घेत. कधीकधी ते शाळेत जाताना मला बरोबर घेऊन जात. त्यांच्या वर्गातल्या मुली कौतुकाने जवळ घेत तेव्हा मला घरमालकांच्या, जरासा स्पर्श केल्याने जी जणू मलिन झाली असती अशा गोऱ्यापान मुलीची आठवण येई. ती नेहमी माझ्या आसपास राहायची, माझ्याशी खेळायची. तिच्या चमकदार डोळ्यांमध्ये खोडकरपणाच्या छटा खेळत असायच्या. कधी राग आल्यावर ती माझे केस ओढायची आणि खुशीत असल्यावर कधीच दूर होणार नाही अशा आवेगाने बिलगायची.

कधीकधी आम्ही बाऊजी, बीजींबरोबर टांग्यात बसून रावी नदीच्या किनाऱ्यावर मौज-मस्ती करायला जायचो. तिथे आम्ही वाळूत घरे बांधायचो, खेळायचो. नजरेसमोर आरपार पाणीच पाणी पसरलेले असे. काठोकाठ तुडुंब भरलेली, उड्या मारत निघालेली ती अवखळ नदी. वर पाहावे तर आकाश आणि खाली नदीचा अंतहीन विस्तार. नदीचे असीम पात्र आकाशाचा आरसा व्हायचे आणि नदी लाजत मुरकत आकाशाच्या कुशीत सामावून जायची. त्या सरकत्या क्षणांमध्ये नदी मूक होत माझ्या अंतरंगात उतरत जाई. मला वाटे, नदी माझी आई आणि आकाश वडील आहेत, ज्यांच्यापासून मी कधीच अलग होणार नाही; पण मला त्या दोघांपासून दूर व्हावेच लागले. वाटले, कुणीतरी धारदार कट्यारीने वार करत मला त्या दोघांपासून अतिशय निर्दयपणे खेचून दूर केले आहे; पण असे दूर फेकून दिले गेल्यानंतरही मी त्या दोघांना कधी विसरू शकलो नाही. भूगोलाची तोड-फोड होत लाहोरला हिंदुस्थानच्या नकाशातून बाहेर काढल्यानंतरही, ती जिती-जागती, खळखळणारी नदी माझ्या संगे अशी काही वाहत राहिली, की ती माझ्यापासून कधी अलग झालीच नाही. अलीकडे काही वर्षांपूर्वी लाहोरला जाण्याची संधी मिळाली तेव्हा मी बघितले, रावी पार सुकून गेली आहे आणि आकाश त्याचे प्रतिबिंब हरपून गेल्यामुळे भकास झाले आहे. वर्षानुवर्षे मनात घर करून बसलेली नदी कशी मरून जाते, हे तेव्हा मी अगदी उत्कटपणे अनुभवले.

पुढे शाळेच्या व्यवस्थापकांशी मतभेद झाल्यामुळे बाऊजींनी शिक्षकी पेशाला

रामराम ठोकला आणि धर्मपुऱ्यात स्त्रियांच्या उपयोगी वस्तूंचे दुकान थाटले. त्या कालखंडात बाऊजी सभा आणि मोर्चांमध्ये मोठ्या जोशात सामील होत असत. असहकार आंदोलन तेव्हा अगदी जोरात होते. स्वदेशीच्या आग्रहापायी विदेशी कपड्यांची होळी पेटवली जाई. ते दिवस काही आगळेच होते. लहान मुले, तरुण, वयोवृद्ध... सर्वांनाच राष्ट्रीय भावनेने भारून टाकले होते. मला पुसटसे आठवते, एकदा मी बाऊजींबरोबर नेहरूंचे भाषण ऐकायला गेलो होतो. बाऊजींच्या खांद्यावर बसून मी भाषण ऐकत होतो. ते संपल्यावर मी तीन वेळा घोषणा दिली, ''जय हिंद, जय हिंद, जय हिंद'' साऱ्या सभेत घोष उमटला, ''जय हिंद, जय हिंद, जय हिंद.'' आमच्या घरात पुढे पंजाबचे मुख्यमंत्रीपद भूषवलेल्या भीमसेन सच्चरांसारख्या काँग्रेसच्या नेत्यांचे येणे-जाणे असे. लाहोर आणि लाहोर कॅन्टोनमेंटमध्ये आयोजित सभांमध्ये बाऊजी मोठमोठ्या नेत्यांबरोबर भाषणे करत. हे कार्यक्रम आयोजित करण्यासाठी कुठे ना कुठे गुप्त बैठका होत. या बैठकांमुळे बाऊजींना एकदा धर्मपुरा चौकात मारहाण करण्यात आली. कुणीतरी त्यांना आईवरून शिवी दिल्यामुळे बाऊजींनी त्याचा गळा पकडला होता, तेव्हा त्यांचे बटाल्यापासूनचे जुने मित्र नाथामल त्यांना गुंडाच्या तावडीतून सोडवून घरी घेऊन आले होते. अब्दुल मजीद खानही आमच्या घरी येत-जात असत, जे कुठल्याही संकटात बाऊजींची साथ देत. असे मित्र मिळाल्यामुळे बाऊजी कोणताही धोका पत्करायला तयार असत. त्यांनी एकदा निश्चय केला की मग ते अजिबात मागे हटत नसत. आज राजकारणात जशी मोठमोठी धेंडे आहेत तशीच लहान-मोठी धेंडे तेव्हाही होती. बाऊजींचा राजकारणात होत असलेला उदय त्यांना सहन होत नव्हता. एकदा त्यातल्या काही लोकांनी बाऊजींच्या विरोधात अशी काही राळ उडवली की ते अगदी चारीमुंड्या चित झाल्यासारखे होऊन गेले. या घटनेमुळे ते राजकारण आणि सत्ताधाऱ्यांच्या बाबतीत कोरडे होत त्यांच्यापासून संपूर्णतः दुरावत गेले. तेव्हा त्यांच्या डोळ्यांत आंतरिक वेदनेची एक तीव्र लहर उमटलेली मी पाहिली. मला वाटते की ती वेदना काही अंशी माझ्याही आत सामावत गेली आणि मी राजकारण तसेच राजकारण्यांपासून दूर होत गेलो. त्यांच्याबद्दल विरोधाचा विचार माझ्या मनात इतकी घट्ट मुळे गाडून बसला की तो माझ्या स्वभावाचा एक भाग बनत गेला, यामुळे माझे किती हित वा अहित होत गेले ही बाब वेगळी! काही असो, या गोष्टीमुळे मी निरर्थक स्पर्धा, क्षुद्र तडजोडी आणि पक्षांच्या दलदलीत पडण्यापासून बचावलो. कुणाचा उद्धटपणा सहन न करण्याची आणि ताठ मानेने उभे राहण्याची माझी वृत्ती वाढत गेली. मला वाटते, तिचा एक धागा बाऊजींच्या स्वभावाशी जुळलेला आहे, तर दुसरा राजकारणाबद्दल माझ्या अरुचि आणि विद्रोहाच्या विचारांशी!

हिंदीचा प्रसार आणि प्रचार करणे, हा तेव्हा स्वातंत्र्याच्या लढाईतला एक

राष्ट्रीय मुद्दा होता. स्वातंत्र्यासाठी लढण्याचा अर्थ इंग्रजांबरोबर इंग्रजीचा विरोध करणे, असाही होता. 'ए बी सी कित्थे गयी, लाट साब दी... मा मर गई, पिट्टन गई सी' हे गाणे त्या वेळी सगळ्या मुलांच्या तोंडी असायचे. बाऊजी 'हिंदी प्रचारिणी सभे'चे अध्यक्ष असल्याने, हिंदीच्या प्रचाराशी जोडले गेले होते. त्यांच्या कवितेची एक ओळ 'हिंदी बनेगी बिंदी, भारत के भाल की' मला आजही आठवते. हिंदी बाबतीत त्यांची निष्ठा आणि कविता लिहिण्याच्या आवडीमुळे आमच्या घरी लोकांची सतत वर्दळ सुरू असे.

बाऊजींसाठी हिंदीच्या प्रचाराचे काम राष्ट्रीय कार्याइतकेच महत्त्वाचे होते. हिंदीचे प्रचारकार्य इंग्रजीला विरोध करण्यासाठी, तसेच हिंदीला राष्ट्रभाषेच्या स्वरूपात सादर करण्याच्या हेतूने केले जात होते; पण त्यामुळे झाले असे की, तिला उर्दूच्या विरोधात दाखवले-दर्शवले जाऊ लागले. खरे तर हिंदी आणि उर्दूदरम्यान विरोधाच्या नव्हे तर सहयोगाच्या अनेक शक्यता अस्तित्वात होत्या; पण हे चक्र असे काही फिरत राहिले की पंजाबमध्ये तेव्हा उर्दू शिकण्याची पद्धत असूनही मी उर्दू शिकण्यापासून वंचित राहिलो. बाऊजी स्वतः ऊर्दूचे केवळ उत्तम जाणकार नव्हते, ते उर्दूत लिहीतही असत. उर्दू लिहिता-वाचता येत नसल्याबद्दल मला नेहमीच वाईट वाटत राहते. त्यामुळे माझ्या लिखाणाच्या सुरुवातीच्या काळात अडचणी येत गेल्या; पण लवकरच या दोन्ही भाषा माझ्या अंगवळणी पडत गेल्या.

स्वातंत्र्याची लढाई जेवढ्या वेगाने आपल्या लक्ष्याकडे वाटचाल करत होती, दंग्यांचे राजकारण तेवढ्याच गतीने तिला मलिन करून टाकत होते. इंग्रजांच्या 'फूट पाडा आणि राज्य करा' या धोरणामुळे हिंदू आणि मुसलमानांमध्ये तीव्र मतभेद आणि तणाव निर्माण झाले होते. त्या कालखंडात बाऊजी राजकारणातल्या उपक्रमांत गुंतून पडल्यामुळे दुकानाचे भारी नुकसान होऊ लागले. या दुकानातून जी काही कमाई व्हायची, ती दोघे मोठे भाऊ खाऊन-पिऊन उडवून टाकत आणि खूप मौज-मस्ती करत, म्हणून लवकरच दुकानाचे दिवाळे निघाले आणि कुटुंबाचा गाडा चालवणे कठीण होऊन बसले. दुकान असे मोडीत निघाल्यामुळे कुटुंबाची आर्थिक परिस्थिती अगदी बिघडून गेली. बाऊजींनी शिकवण्या करायला सुरुवात केली; पण तेवढ्या आधारावर गाडी पूर्ववत रुळावर आणणे कठीण होते.

एके दिवशी बाऊजी घरी आले तेव्हा खूप घाबरले होते. ते म्हणाले,

''आता काय होणार?''

''का, काय झालं?'' बीजींनी विचारले.

''गांधींना हे काय सुचलं, त्यांनी 'भारत छोडो' आंदोलनाची घोषणा केली आहे.'' बाऊजी म्हणाले, ''म्हणजे गोऱ्यांना निर्वाणीचा इशारा; की पळा आता इथून!''

''बरोबर तर आहे. आपल्या घरात घुसून बसलेत. जाऊ देत निघून एकदाचे!''

बीजी म्हणाल्या.

"अहो, निघून जा म्हणणे सोपे आहे; पण त्यासाठी गांधींनी चुकीची वेळ निवडली आहे. युद्धाची कठीण घडी आहे ही. तुम्ही बघाल, आता इंग्रजांच्या दडपशाहीचे चक्र सुरू होईल आणि परिस्थिती हाताबाहेर जाईल."

त्या विचाराने ते दोघे खिन्न होऊन गेले. आम्हाला त्यातले काही समजायचे, काही नाही. वाटायचे, दूर कुठेतरी काही घटना घडत आहे, तिच्याबद्दल काथ्याकूट केला जात आहे; पण बाऊजी, बीजींच्या चेहऱ्यावर ज्या दुःख, उदासी, चिंता आणि तणावाच्या छटा दिसत असत, त्यामुळे आमची मनःस्थितीही त्यांच्यासारखीच होऊन जाई. आम्हाला दोन-चार दिवसातच कळून चुकले की बाऊजींचे म्हणणे बरोबर होते. 'भारत छोडो' आंदोलनाला प्रत्युत्तर देण्यासाठी हुकूमशहांनी नेत्यांना आणि आंदोलनकर्त्यांना झोडपण्या-चिरडण्याचे तंत्र अवलंबले. गांधींबरोबर सगळ्या नेत्यांना तुरुंगात डांबण्यात आले. या कठोरपणामुळे निर्माण झालेला सन्नाटा घराच्या कानाकोपऱ्यात पसरत गेला आणि बाहेरही!

मंदीच्या लाटेमुळे घरची परिस्थिती अगदी खालावून गेली होती. त्यातल्या त्यात एक बरी गोष्ट झाली की, बाऊजींना मिलिटरी इंजिनिअरिंग सर्व्हिसेस (एम.ई.एस.)मध्ये कारकुनाची नोकरी मिळाली. त्यामुळे आर्थिक परिस्थिती थोडी सावरली आणि आम्ही धर्मपुऱ्याहून लाहोर कॅन्टोनमेंटमधल्या डूंगर मोहल्ल्यात राहायला गेलो. दोघे मोठे बंधू मॅट्रिक पास होऊन नोकरीच्या शोधात होते. सगळ्यात मोठ्या मदनमोहनना एका सरकारी खात्यात नोकरी मिळाली, त्यामुळे कुटुंबाला थोडासा दिलासा मिळाला. तेव्हा भाईसाहेबांनी नवी सायकल खरेदी केली आणि मी त्यांच्या सायकलच्या हॅण्डलवर स्वार होऊन बऱ्याच वेळा त्यांच्या कार्यालयामध्ये जाऊन आलो. सगळे सुरळीत चालले होते; पण एके दिवशी भाईसाहेब नेहमीप्रमाणे कामावर म्हणून जे गेले ते तिकडूनच फरारी झाले. आता ते फरारी का झाले? कुठे फरारी झाले? कुणाला काही समजत नव्हते. घरात रोज होणाऱ्या कटकटींना त्रासून जात त्यांनी पळून जायचे ठरवले होते का? की बाऊजींच्या धाकाच्या विरोधात त्यांनी हे पाऊल उचलले होते? काही असो, सगळे घर त्या धक्क्यामुळे संतप्त आणि सुन्न होऊन गेले. लाहोर, अमृतसर, दिल्लीतल्या सगळ्या नातेवाइकांकडे चौकशी करण्यात आली. दिल्लीत बऱ्याच ठिकाणी शोधाशोध करण्यात आली; पण काही पत्ता लागला नाही. शेवटी कुठून तरी भाईसाहेब मुंबईतल्या नौदलाच्या प्रमुख कार्यालयात दिसल्याचा धागा-दोरा हाती लागला.

बाऊजी तापट जरूर होते; पण आतून मृदू आणि भावुक, धीट तितकेच दिलदारही होते. ते सरळ मुंबईला जाऊन पोहचले. त्याच दिवसांत, म्हणजे १९४६ मध्ये नौदलाने इंग्रजी सत्तेविरुद्ध पुकारलेल्या बंडाला सत्ताधाऱ्यांनी अतिशय कठोरपणे

दडपले होते म्हणून नौदलाच्या मुख्य कार्यालयातले पहारे कडक करण्यात आले होते. सुरक्षेचे अनेक वेढे पार केल्यावरच आत प्रवेश मिळू शकत होता. या प्रसंगी बाऊजींचे उर्दू, हिंदी आणि इंग्लिशवरचे प्रभुत्व खूप कामी आले. त्याचा वापर करून त्यांनी नौदलाच्या कार्यालयात प्रवेश मिळवला आणि खटपट करून भाईसाहेबांना शोधून काढले. त्यांची भेट झाली तेव्हा बाऊजींनी त्यांना खूप समजावले, मनधरण्या केल्या; पण मदनभाईसाहेब परत यायला अजिबात तयार झाले नाहीत.

भाईसाहेब जिथे कुठे आहेत, तिथे ठीकठाक आहेत, ही आमच्यासाठी एक मोठी दिलासा देणारी बाब होती. हो, पण त्यांच्या घरातल्या अनुपस्थितीमुळे निर्माण झालेली पोकळी पुढचे खूप दिवस जाणवत राहिली. दहा-बारा वर्षांनी मोठ्या असलेल्या भावाबरोबर अनेक प्रकारच्या नात्यांचे बंध बनत, बिघडत असतात, त्यातले कडू-गोड अनुभव कधी माझ्या वाट्याला आले नाहीत. बीजी, बाऊजींनाही ही बाब अनेक प्रकारे जाणवली. मदन घरातून पळायला प्रवृत्त का झाला? तो परत का आला नाही? ही गोष्ट त्यांच्या मनाला वर्षानुवर्षे आतून टोचणी लावत राहिली. बीजींनी आपली उदासी लपवण्याचा कितीही प्रयत्न केला तरी त्या ती लपवू शकत नव्हत्या. जोगिन्दरला कायमचा गमावल्याचे दुःख त्यांच्या मनात घर करून बसले होते, मदनभाईसाहेबांच्या निघून जाण्याने त्यात नव्याने भर पडली होती. बाऊजी बीजींना जितके समजावू पाहायचे, तितकी त्यांची उदासी वाढत जायची. उदासीच्या धाग्यांना पकडीत घेणे बऱ्याचदा अशक्य होऊन बसते आणि जरी ते चुकून-माकून पकडीत आले तरी त्यांना ताणणे, जोडणे, तर्काच्या कसोटीवर उमजून घेणे नेहमीच शक्य होत नाही. बाऊजीही यात असफल होत आणि रागावून मोठ्याने बोलू लागत. यामुळे बीजींची उदासी अधिक गहिरी होत जाई आणि आम्ही सगळेच तिच्यात बुडून जात असू.

त्या कालखंडात आम्ही लाहोर आणि लाहोर कॅन्टोनमेंटच्या आजूबाजूच्या वस्त्यांमध्ये आणि पुढे कॅन्टोनमेन्टमध्ये राहू लागलो. या वस्त्यांमध्ये शहरासारखी गर्दी आणि लखलखाट नव्हता, तशा नक्षीदार हवेल्या आणि भव्य किल्लेही नव्हते; पण छावणी जवळ असल्यामुळे वातावरणात एक मोकळेपणा होता. निसर्गातले खुलेपण आणि विविध ठिकाणांमधला खुलेपणा आणि विस्तार - कदाचित यामुळेच नातेसंबंध आणि विचारांमध्येही एक मोकळेपणा दिसून येत असे. काहीही असो, लाहोर शहराचे एक आगळेच आकर्षण होते, जे आम्हाला सतत लोभावत असे आणि आम्ही तिकडे जाण्यासाठी संधी शोधत असू. बाऊजींचे मोठे बंधू दीनानाथ म्हणजे आमच्या मोठ्या काकांच्या घरी आमचे अधून-मधून जाणे व्हायचे. तेही अधून-मधून आमच्या घरी यायचे; पण दोन्ही कुटुंबांतल्या संबंधातला थंडपणा सतत खटकत राहायचा. आजोबांच्या निधनानंतर

जे काही दिवस आम्ही बटाल्याला एकत्र राहिलो होतो, त्या वेळेच्या अनेक घटनांमुळे दोन्ही कुटुंबात इतके ताण-तणाव निर्माण झाले, की त्यातून आमच्या मनांमध्ये कायमची फूट पडत गेली. बाऊजींच्या आईने मोठ्या मुलाची बाजू घेतलेली बघताच बाऊजी सगळ्या प्रकरणापासून इतके अलिप्त होऊन गेले, की वाडवडिलांच्या संपत्तीकडे त्यांनी कधी ढुंकून पाहिले नाही. कदाचित याच आंतरिक तणावामुळे दोन्ही कुटुंबे जरी रीती-परंपरा निभवण्यासाठी अधून-मधून एकत्र येत राहिली तरी त्यांच्यामध्ये कधी स्नेहभाव वा आपलेपणा निर्माण झाला नाही. आर्थिक परिस्थिती कितीही कठीण असली तरी मी बीजी, बाऊजींना कधी कुठल्या लोभापायी कुणाला फसवताना वा तडजोडी करताना पाहिले नाही. पुढे अनेक वर्षांनंतर काका जेव्हा बटाल्याच्या घराच्या कागदपत्रांवर सह्या घेण्यासाठी अंबाल्याला आले, तेव्हा बाऊजींनी जराही आढेवेढे न घेता त्या करून दिल्या होत्या.

मोठ्या काकांचे घर लाहोरी दरवाजा जवळच्या कुठल्याशा गल्लीत होते. आम्ही टांग्यात बसून, अगदी चिंचोळे सज्जे असलेली घरे आणि मोठ-मोठ्या हवेल्यांच्या उंच कमानी पार करत त्यांच्या घरी जाऊन पोचत असू. मग आम्ही मुले त्यांच्या घराच्या जिन्यांवरून वर-खाली धावपळ करत राहायचो, आजूबाजूच्या चिंचोळ्या गल्ल्यांतून चकरा मारत राहायचो आणि माना वर करकरून हवेल्यांच्या उंचीबद्दल अंदाज बांधत राहायचो. तिथल्या अनेक मजले असलेल्या झरोकेदार घरांच्या आकृत्या आणि रंग आजही मला आठवत राहतात. आणि त्या धुक्यातून आल्यासारख्या एकमेकांत मिसळत, विरघळत अमूर्त रूपे घेत अनेकदा माझ्यासमोर येऊन उभ्या ठाकतात.

मी जेव्हा जेव्हा दिल्ली, अमृतसरच्या प्रवेशद्वारातून जात-येत असतो, तेव्हा माझ्या सुप्त मनाच्या तळातून लाहोरचे लाहोरी दरवाजा, दिल्ली दरवाजा आणि काश्मिरी दरवाजा अलगद प्रकट होऊ लागतात. मी कुठल्या दरवाजातून निघत कुठल्या दरवाजातून प्रवेश करत होतो ते मला नीटसे आठवत नाही. आठवतात ती दुकानांच्या आत घुसलेली दुकाने, गोलाकार वळणांच्या चिंचोळ्या गल्ल्या, चालणारे, धावणारे, पळणारे म्हातारे, तरुण, बालके, मुले-मुली आणि अनारकली बाजार. त्या काळी त्या बाजाराची काही आगळीच शान होती. आज अनारकली बाजार निःसंशय इतर चार बाजारांसारखाच वाटतो; पण त्या काळी त्याच्यासारखे तरल, अद्‌भुतरम्यतेने भरलेले गूढ व्यक्तिमत्त्व इतर कुठल्या बाजाराला लाभले होते?

मला वसंतपंचमीचा दिवस आठवतो. त्या दिवशीचे रंगीबेरंगी पतंगांनी भरलेले आकाश विसरू म्हटले तरी विसरता येत नाही. घराच्या गच्चीवर

भावांबरोबर चक्रीवर मांजा गुंडाळणे, कधी रोखत तर कधी ढील देत पतंगाने पतंग काटणे, 'बो...' च्या आरोळ्यांबरोबर आजही वसंतपंचमीचा दिवस माझ्या मनःचक्षूंसमोर जसाच्या तसा अवतरत जातो. पतंगांच्या पाठी धावणारा, मांजा लुटणारा निंदर आजही माझ्या साथीला आहे. वसंतपंचमी दर वर्षी येते; पण त्या दिवसातल्या वसंतपंचमीची मजा मला पुन्हा कधीच अनुभवायला मिळाली नाही.

१९४३ मध्ये बाऊजींची बदली अंबाल्याला झाली. मला अंबाला छावणीमधल्या बी.डी. हायस्कूलच्या प्राथमिक विभागात दाखल करण्यात आले. शाळेतून येता-जाता मी रस्त्यावरच्या दगड-धोंड्यांना लाथा मारत, असे उडवत जाई की जणू ते दगड नसून गोट्या असाव्यात. एकदा असेच करत घरी परतत असताना मला पैशांची एक पोटली मिळाली. मी खूष होत ती घेऊन घरी आलो. तेव्हा आम्ही कच्च्या बाजाराच्या बाहेरच्या बाजूला नव्यानेच बांधलेल्या घराच्या पहिल्या मजल्यावर राहत होतो. खाली एक मुसलमान जोडपे राहत होते. ते मुख्य दरवाजाने ये-जा करत असत. आमचे त्यांच्या घरी येणे-जाणे होई. घराच्या जिन्यावर उजवीकडे लाकडाचा एक तात्पुरतासा दरवाजा होता. त्याची कडी नेहमी लावलेली असे. दाराच्या खालून आत शिरण्याइतपत मोकळी जागा होती. पहिल्या मजल्यावर एक जाळीची चौकट बसवली होती तिथून मी खाली डोकावून बघायचो. माझी नजर खालच्या खोलीत आतवर फिरत त्यांनी कुठे काय ठेवले आहे, ते काय करत आहेत ते टिपत राही. एकदा ती मंडळी घरात नसताना मी जिन्यावरच्या लाकडी दरवाजातून त्यांच्या खोलीत शिरलो आणि तिथून पंचवीस रुपये चोरून आलेल्या वाटेने बाहेर पडलो. मी त्यातले पाच रुपये खाण्या-पिण्यात उडवले आणि उरलेले पैसे एका कागदात गुंडाळून घेऊन घरी परतलो. घरच्या मंडळींनी विचारपूस केली तेव्हा रस्त्यावर दगडांशी खेळता-खेळता कागदात गुंडाळलेले पैसे हाती लागल्याचे ठोकून दिले. यापूर्वीही भर रस्त्यावर चालता चालता पैशांची पोटली पायात येत खरोखरीच माझ्या हाती लागली असल्याने, घरच्या मंडळींना ते खरे वाटले. माझी चोरी पकडली गेली नाही म्हणून ठीक, पण; ही गोष्ट मला आतून कुरतडत, मला माझ्याच नजरेत क्षुद्र बनवत राहिली. मी त्या चोरीबद्दल स्वतःला कधी माफ करू शकलो नाही.

या घटनेनंतर लवकरच आम्ही कच्च्या बाजारात एका दुसऱ्या ठिकाणी-कडुलिंबाच्या झाडासमोरच्या घराच्या पहिल्या मजल्यावर राहायला लागलो. आमच्या घरात त्या काळचे राजकारण आणि देशाची परिस्थिती, सुभाषचंद्र बोस, गांधी, नेहरू, पटेल आणि जिन्नांचे राजकारणी डावपेच आणि इंग्रजांच्या देशाची फाळणी घडवून आणण्याच्या मनसुब्यांबद्दल चर्चा झडत. आम्हाला कधी या गोष्टी पडद्याआडच्या

तर कधी पडदा उघडल्यानंतरच्या, तरल रहस्यात दडलेल्या भासत आणि मी एका बाजूला गुपचूप बसून त्या ऐकत राही. नंतरही ती खोली, ते घर जैनेंद्र[३] यांच्या 'सुनीता' कादंबरीत जसे घर आहे काहीसे तसेच त्याच्या विविध रूपांसह माझ्या नजरेसमोर अवतरत राहिले. घरातून बाहेर डोकवण्यासाठी झाडाच्या बाजूला एक गच्ची होती. तिथून मी तास न् तास झाडे, झाडावरच्या घरट्यांकडे बघत बसे, पक्ष्यांची लगबग बघत बघत, पाटी-दप्तर घेऊन तिथेच अभ्यास करत राही.

कच्च्या बाजारापासून सदर बाजार खूप दूर नव्हता. मनात यायची खोटी की मी धावत, उड्या मारत तिथे जाऊन थडकत असे. खास करून जेव्हा तिथे रामलीलेसाठी रंगमंच उभारणे सुरू होई तेव्हा मी शाळेतून निघून सदर बाजारातून फिरत रमत-गमत घरी परत येई. मी संध्याकाळी बाऊजींच्या बरोबर तिकडे जात असे. रामलीलेच्या आयोजकांमध्ये शर्माजी नावाचे एक गृहस्थ होते, ते बाऊजींना खूप मानत असत. तिथे गेल्यावर मी तिथल्या त्या अनेक प्रकारच्या देखाव्यांनी सजवलेल्या नक्षीदार पडद्यांच्या दुनियेत हरवून जायचो. एके दिवशी बाऊजींबरोबर तिथे गेलो असताना, शर्माजींनी राम, सीता, हनुमान आणि रावणाच्या भूमिका सादर करणाऱ्या मुलांशी ओळख करून दिली. रंगमंचावर भूमिका सादर करताना तीच मुले इतकी वेगळी भासू लागायची की त्यांची ओळख पटणे मुश्किल होऊन जायचे. पहिल्या दिवसापासून शेवटच्या दिवसापर्यंत रामलीलेचे प्रयोग बघणे हे माझ्यासाठी रंगमंचावरील अनोख्या अनुभवात प्रत्यक्ष सामील होण्यासारखे होते. प्रयोगात रंगीबेरंगी पडद्यांनी निर्माण केलेल्या देखाव्यांच्या जादूनगरीने, प्रकाश-व्यवस्था, संगीत आणि संवादाच्या सादरीकरणाने रंगचेतनेच्या अनेक स्तरांना माझ्या सुप्त मनात उतरवत नेले असेल, असे मला आज जाणवत राहते.

रामलीला सुरू होण्यापूर्वी भजने आणि गाण्यांचा कार्यक्रम होई. त्यात 'दर्शन दो भगवान नाथ मोरी अखियां प्यासी रे' हे गीत जवळजवळ रोजच गायले जायचे. त्यातला 'द्वार दया का जब तू खोले, पंचम सुर में गूंगा बोले....' या ओळी कानी आल्यावर मला माझे मुकेपणाचे दिवस आठवू लागत, ज्यामुळे माझे तोतरेपण अजूनही कायम होते. मुकेपण आल्यामुळे एक अजब भ्रमिष्टपणा, तसेच आश्चर्यचकिततेचा भाव बरीच वर्षे माझ्या चेहऱ्याला चिकटून राहिला. मनात इच्छा असूनही तोतरेपणापासून माझी सुटका होत नव्हती. लोक माझी त्यावरून टिंगल उडवत त्यामुळे मी चिडून जाई आणि कुणाशी तरी मारामारी करून बसे. नंतर मात्र आपल्या हातून असे घडल्याबद्दल मला पश्चाताप होत राही. बोलायला सुरुवात केली तर अडखळेन, या भीतीपोटी मी गप्प राहायला लागलो; कारण तोतरा माणूस मुकेपणाच्या सीमांशी

---

३. पद्मभूषण जैनेंद्रकुमार (१९०५-१९८८) हिंदीतले कथा-कादंबरीकार,निबंधकार.

वारंवार टकरा देत राहतो, मग मौनात दफन होऊ लागतो. काळ जसा पुढे सरकत गेला, तसे हे मौन स्वीकारणे माझ्या अंगवळणी पडत, मला आतून घट्ट करत गेले. ही ताकदच मला पुढील काळात कविता आणि नाटकाकडे घेऊन गेली आणि मी त्यातून मौन आणि अभिव्यक्तीमधल्या रिकाम्या जागा भरण्याचा प्रयत्न करू लागलो.

तोतरेपणाच्या दुःखदायक अनुभवातून मी अनेकदा मौनाच्या अवकाशात निघून जायचो आणि मौनाकडे पाठ फिरवून बोलकेपणाच्या सीमांच्या अंतांना स्पर्श करण्याचा प्रयत्न करत राहायचो. मौन आणि बोलकेपणाच्या मध्ये अडकलेल्या एका तोतऱ्याचा त्रासदायक अनुभव मला जितका आतून तोडत राहिला, तितकी माझी त्याच्याशी झुंजण्याची भावना तीव्र होत गेली. दहावीपर्यंत म्हणजे मी पंधरा-सोळा वर्षांचा होईपर्यंत हा तोतरा माझ्यावर वर्चस्व गाजवत राहिला आणि त्याने मला लाजिरवाणा करून टाकण्यात कोणतीही कसर बाकी ठेवली नाही. माझ्या लक्षात आले की, मी त्या तोतऱ्याचा गळा तर मुरगळू शकत नाही; पण त्याच्याशी ताळमेळ राखून आपल्या इच्छाशक्तीने त्यावर ताबा ठेवू शकतो आणि मी तसेच केले. तोतऱ्याचे अस्फुट स्वर आणि मौनाच्या आवाजांमधून मी मार्ग काढायचा प्रयत्न केला. मी त्याच्याशी लढत राहिलो आणि बऱ्याच अंशी त्याला पराभूत केले. ही गोष्ट वेगळी की त्याचे धागे-दोरे आजही माझ्या आत कुठेतरी अंशरूपाने दबून बसले आहेत. मी जरासा गाफील राहिलो, न राहिलो तर ते डोके वर काढू लागतात. यावर मात करण्यासाठी मी आपले उच्चार, वाक्यविस्तार आणि संभाषणाचा असा एक आलेख तयार केला, की त्यामुळे बोलताना अनेक पातळ्यांवरील तोतरेपणावर नियंत्रण ठेवणे शक्य होत गेले.

मी संभाषण टाळण्याऐवजी बोलण्याची माझी अशी एक खास शैली विकसित करण्याचा प्रयत्न केला. बोलताना जे अडथळे निर्माण होत किंवा ज्या ठिकाणी शब्द अचानक वेड्या-वाकड्या निरर्थक ध्वनींमध्ये बदलत, तुटू लागत तेव्हा त्या जागा मी मनात अधोरेखित करत लक्षात ठेवू लागलो. जेव्हा मी घाईने बोलण्याचा प्रयत्न करायचो तेव्हा माझी वाक्ये तुटू लागायची, त्या अवकाशातून तोतरेपणा जणू एका किंचाळीसारखा उमटत यायचा आणि आपल्या-परक्यांना माझी थट्टा उडवायला कारण मिळायचे. माझे म्हणणे इतरांपर्यंत पोचण्याआधीच विखरून जात हरवायचे आणि मी माझ्या नजरेतच थिटा पडत जायचो. यावर मात करण्यासाठी मी सर्वांत आधी माझ्या भरभर बोलण्यावर अंकुश लावला. कमी आणि हळू बोलायचे असे मनाशी ठरवले. हेही ठरवले की राग येऊ द्यायचा नाही; कारण राग आला की त्या तोतऱ्याला चांगली संधी मिळते आणि तो माझे बोलणे पिळवटून-तोडून टाकतो किंवा ते जखडून टाकतो. अशा प्रकारे त्या

तोतऱ्यापासून मुक्ती मिळवण्यासाठी मला माझ्या रागावर ताबा मिळवणे गरजेचे आहे, हे लक्षात आले. भावव्याकूळ अवस्थेत आणि भावनांच्या उधाणात देखील त्या तोतऱ्याला चांगली संधी मिळायची आणि तो माझी वाक्यरचना छिन्न-भिन्न करून टाकायचा. खऱ्या अर्थी भावप्रवण असूनही मी माझी भावुकता व्यक्त होऊ न देण्याचा प्रयत्न करत राही. तणाव आणि आवेगात असूनही मी भावनांना थोपवत त्यांच्यावर नियंत्रण ठेवत असे. पुढील काळात कवितेच्या संपूर्ण संरचनेच्या संदर्भात मी विचारांवर जो भर दिला, तो या पार्श्वभूमीवर समजून घेणे सोपे जाईल.

मला आठवते, जेव्हा मी कॉलेजमध्ये व्याख्याता म्हणून रुजू झालो, तेव्हा माझा संबंध अंध आणि बहिऱ्यांबरोबरच नाही, तर मुक्या विद्यार्थ्यांबरोबरही आला. त्यांच्याशी माझे काही खास नाते आहे असे मला आतून वाटत राही. न समजताही त्यांचे बोलणे मला उमजत जायचे. माझ्या अंतर्मनातून उमटणारे अनेक तरंग त्यांच्या मनातल्या तरंगांशी जुळत जायचे. त्यांच्या मनोवस्थेबद्दल मी विचार करत राही. त्या काळात एक कथा माझ्या वाचनात आली आणि तिने मला अनेक अर्थांनी हलवून टाकले. ती कथा मला अंध, बहिऱ्या व मुक्यांच्या दुनियेत घेऊन गेली. त्या कहाणीत राजदरबारातल्या संगीतोत्सवाचे एक दृश्य होते. त्यातला राजा आंधळा, श्रोते बहिरे आणि वादक मुके होते. राजाला दिसत नाही; पण तो संगीत ऐकत आहे, श्रोत्यांना ऐकू येत नाही पण त्यांच्या नजरा सर्व टिपत आहेत आणि वादक मुके आहेत; पण राजा आणि श्रोत्यांच्या चेहऱ्यांवरचे तल्लीनतेचे भाव बघून त्यांची बोटे संवादिनी, मृदंग आणि सारंगीच्या तारांवर जणू नर्तन करत आहेत आणि त्या अद्भुत क्षणी दरबारातले वातावरण संगीताने भारून गेले आहे. विपरीत परिस्थितीतही कला आपले काम करत होत्या. माझे स्वतःचे अनुभव आणि या कथेतली पात्रे माझ्या नजरेसमोर जिवंत होत गेली आणि मला जाणवले की बहिऱ्या व्यक्तीभोवती अनेक ध्वनी मूर्त-अमूर्त स्वरूपात रिंगण घालत असतात. एका दृष्टिक्षेपात तो त्या ध्वनींची कल्पना करू शकतो किंवा त्यांच्याद्वारे अद्भुत विश्व निर्माण करू शकतो. काही दिवसांच्या मुकेपणाने रंगांचा जो थर माझ्या सुप्त-असुप्त मनात पसरून टाकला होता, त्यामुळे मी आपोआप या विचाराकडे येत गेलो की आंधळा बंद डोळ्यांनीही अनंत सौंदर्यप्रतिमा बघू शकतो. आणि जेव्हा व्यक्ती बघू शकते पण ऐकू शकत नाही, बघू-ऐकू शकते; पण बोलू शकत नाही तेव्हा? या तिघांच्या कल्पनाशक्तींमध्ये फरक असणारच; पण तो असला तरी ते तिघेही कल्पना तर करू शकतात!

अलिकडे मी जेव्हा लिहिण्यात गुंतलेलो असतो तेव्हा मला काही बोलावेसे वाटत नाही, की काही ऐकावेसे वाटत नाही. लिहिण्यात मन एकाग्र झाले की मला

इतर सगळे दिसेनासे होते. एका प्रकारचे मुके-बहिरेपणच माझ्या अस्तित्वाचा ताबा घेऊन टाकते. हो, वर्तमानाच्या संदर्भात आपण किती बहिरे, आंधळे वा मुके आहोत यावर वेगळा विचार करता येईल. आजकाल दूरचित्रवाणी आणि इतर वाहिन्यांवरचे कार्यक्रम बघता-ऐकताना आणि चौफेर पसरलेल्या अर्थहीन वातावरणात जगताना कितीतरी वेळा असे वाटते की मी हे का बघायचे आणि ऐकायचे? यापेक्षा आंधळा आणि बहिरा का होऊन जाऊ नये? मला जे बघायला-ऐकायला मिळते आहे ते केवळ उथळ नाही, तर धोकादायकही आहे आणि त्याबद्दल बोलायचे झाले तर वाणीचा अडसर आडवा येणार आहे. ती बडबड पुष्कळ करते; पण सत्य सांगायला घाबरते. 'गिरा अनयन नयन बिनु बाणी' – वाणीला दृष्टी आणि दृष्टीला वाणीची साथ मिळाली की ती कल्पनादृष्टी सौंदर्याचे किती खजिने खोलत असेल ते एक महाकवी तुलसीदासच जाणोत, इथे तर वाणीने दृष्टीला कैद केलेले आहे, आणि दृष्टीमुळे वाणी घुसमटून गेली आहे. जिथे जगण्याचा अर्थ हातातून निसटत चालला आहे आणि उथळपणाने चरमसीमा गाठली आहे अशा परिस्थितीत सौंदर्याची पर्वा कुणाला पडली आहे? परिस्थिती इतकी वाईट असताना कुणी काय सांगावे, काय बोलावे?

◆

स्वातंत्र्य आणि अग्निकांड

१९४५च्या अखेरीस बाऊजींची अंबाल्याहून पुन्हा बदली झाली आणि ते लाहोरला आले. या वेळी आम्ही धर्मपुऱ्याजवळच्या किला चौबच्चा साहब या गुरुद्वारात राहायला आलो. त्या दिवसांत किल्ल्याच्या चार भिंतींच्या आत भय, संशय आणि तणावाने भारलेल्या वातावरणात आम्ही राहत होतो. मी रोज घरापाठचा कालवा आणि नजीकच्या मुगलपुरा स्थानकाकडे फेरफटका मारायला जात असे. रेल्वेच्या रूळांबरोबर चालत मी येणाऱ्या-जाणाऱ्या गाड्यांकडे बघत राही आणि मग पायवाटेवरून घरी परत येई. कालव्याच्या पलीकडे मुसलमानांची वस्ती तर अलिकडे हिंदूंची! कुठल्या बाजूला कधी कोणता अनर्थ घडेल या विचाराने मनाचा सतत थरकाप होत असे. सांप्रदायिक हिंसाचार, मारकाट आणि जाळपोळीच्या धटना अवती-भोवती उघडपणे घडत होत्या. अनेकदा पहाटेच्या वेळी कालव्यात मृतदेह तरंगताना दिसत. रात्री-अपरात्री 'हरहर महादेव' आणि 'अल्लाह हो अकबर'च्या आरोळ्यांनी कालव्यावर थरार-कंपने उमटत आणि आकाशाला तडे जात.

या काळातील एक आठवण मनात जागी होते- जगमोहन भाईसाहेबांना तेव्हा नुकतीच लष्करी दारूगोळा निर्माण खात्यात नोकरी लागली होती. ते रोज मुगलपुरा स्थानकावरून कार्यालयात जाण्यासाठी गाडी पकडत. पण एके दिवशी भाईसाहेब ज्या गाडीने कार्यालयाला निघाले होते, ती गाडी दंगेखोरांनी वाटेत अडवून आतल्या प्रवाशांची निर्दयपणे कत्तल केली. ही बातमी घरी पोहोचताच बीजींच्या काळजाने ठाव सोडला आणि त्या धाय मोकलून रडू लागल्या. बाऊजीही घाबरले होते. कितीजण मारले गेले, जखमी झाले ते समजले नव्हते. बाऊजींनी आपल्या काही विद्यार्थ्यांना, ज्यात काही मुसलमानही होते, जगमोहनचा शोध घ्यायला पाठवले. ते स्वतःदेखील त्याचा शोध घेत अनेक ठिकाणी जाऊन आले; पण काही समजायला मार्ग नव्हता. कसे समजणार, कारण चहूकडे धावपळीचे, गोंधळाचे वातावरण पसरले होते. भय एखाद्या वटवाघळासारखे आमच्या अवती-भोवती घिरट्या घालताना मला दिसत होते. माझा श्वास भीतीने कोंडू लागला. हे वटवाघूळ माझ्या कातडीला चिकटून बसले तर?

संध्याकाळ गडद होत गेली, तसे घरातले मृत्युशोकाचे सावट दाट होत गेले. बाऊजी चौबच्च्या साहबच्या मुख्य प्रवेशद्वाराबाहेर दूरवर नजर रोखून उभे होते. कोणास ठाऊक कसा; पण काहीतरी चमत्कार होईल का, या विचारात ते बुडले होते आणि खरोखरच चमत्कार घडला. बघितले तर काय, संध्याकाळच्या धुरकट अंधारातून मार्ग काढत भाईसाहेब चालत येत होते, भेदरलेले पण जिवंत! दुःखात सुखाची गोष्ट होती की त्या दिवशी झालेल्या कत्तलीतून वाचून ते जिवानिशी सुखरूप घरी परत आले होते. आपला जीव कसा वाचला ती कहाणी ते सांगू लागले. दंगा सुरू होत असल्याचा अंदाज येताच ते गाडीमधल्या स्वच्छतागृहात लपले. दंगलखोर निघून गेल्याची खात्री झाल्यानंतर भेदरलेल्या अवस्थेत बाहेर पडत, प्रेतांमधून वाट काढत, शेतातून लपत-छपत, जीव वाचवून त्यांनी घराची वाट पकडली होती. ज्यांच्यासमोर प्रेतांच्या फौजेने गुडघे टेकले होते ते भाईसाहेब आम्हाला वीरनायकासारखे भासू लागले. कुटुंबाला आश्वस्त करणारे हे काही शांतीचे क्षण होते. भीतीच्या सावल्या चुटकीसरशी उडून गेल्या होत्या. वटवाघळाच्या अभद्र घिरट्या कुठेही दृष्टीस पडत नव्हत्या. मी तेव्हा पहिल्यांदाच बाऊजींसाठी हुक्का तयार केला, चिलीम भरली आणि कंदिलाची चिमणी साफ करून प्रकाशाची ज्योत पेटवली होती.

आमच्या घरात दोन खोल्या होत्या, एक कच्ची, एक पक्की! चूल पेटवली की स्वयंपाकघरात जेवणाचा वास दरवळू लागे. ती चूल आम्हा भावंडांना कथा-कादंबरीतले जादुई पात्रच वाटायची आणि आम्ही तिच्या अवती-भोवती घिरट्या घालत राहायचो. मक्याचा आटा घालून खरपूस परतलेल्या सरसोंच्या भाजीने भरलेल्या हंड्या चुलीवर रटरटत असत. मक्याची भाकरी आणि लोण्याबरोबर, हंडीत शिजवलेल्या भाजीची काही आगळीच चव लागे. ती चूल आम्हाला साद घाले, लालचावे आणि आमची भूक शांत करे. चुलीकडे बघता बघता आमच्या कल्पनांना पंख फुटून आम्ही अनंतात झेप घेऊ लागायचो. बीजी चुलीला शेण-मातीने सारवून नीट-नेटकी करत. आणि बाऊजी तिच्यासाठी वखारीतून सरपण घेऊन येत. त्या काळात चुलीविना स्वयंपाकघराचीच नव्हे, घराची कल्पना करणेही अशक्य होते.

कच्च्या विटांच्या खोलीत शेण-मातीने सारवण केले जाई. त्यातून उमलत येणारा तो खास सुगंध आजही माझ्या मनात खोलवर घर करून बसला आहे. घराशेजारीच तंदूर म्हणजे सार्वजनिक चूल होती, जी सकाळपासून रात्रीपर्यंत धगधगत असे. तिथे मोहल्ल्यातल्या सगळ्या मुली, बायकांची गर्दी जमलेली असे. प्रत्येकजण आपापले सरपण घेऊन येई आणि तंदुरी रोट्यांचा वास आसमंतात पसरू लागे. तंदुरी रोट्या बनवण्यात बीजींचा हात कुणीच धरू शकत नव्हते.

त्या काळात गाव-शहरातल्या प्रत्येक घरात चरखा असायचा. कामातून जरा

उसंत मिळाली की बीजी लोकगीताची एखादी धून स्वतःशीच गुणगुणत चरख्यावर सूत कातायला घेत, तेव्हा मी त्यांना बिलगून बसे. तो चरखा मला जादूचा पेटाराच भासायचा, ज्यावर कातलेल्या कापसातून लोकगीतांमधली अगणित व्यक्तिमत्वे जणू जिवंत होऊन बाहेर पडताना दिसत. त्या चरख्याचा 'धुर्र धुर्र...' नाद आजही माझ्या कानांमध्ये घुमत राहतो. आज जेव्हा गुलज़ार यांच्या 'माचिस' मधले 'चप्पा चप्पा चरखा चले' हे गाणे कानांवर येते, तेव्हा बालपणीचे ते दिवस माझ्या आठवणीत जागे होत जातात.

१९४६ मध्ये मी प्राथमिक शाळेला रामराम ठोकून कॅन्टोनमेंट हायस्कूलमध्ये पाचव्या इयत्तेत दाखल झालो. मी आणि आफताब गळ्यात दप्तर अडकवून रेल्वे फाटक पार करून शाळेला जात असू. माझ्या शाळेपासून काही अंतरावर मोठा लोखंडी दरवाजा असलेले इस्लामिया हायस्कूल होते. एकदा त्या शाळेसमोर काही दुर्घटना घडली आणि वातावरण अचानक तापत गेले. त्या दिवसात लहानसहान घटना पापणी लवण्याच्या आत मोठ्या दंग्याचे रुप घेत असत. या घटनेनेही तसेच वळण घेतले होते. त्यामुळे आम्हा शाळकरी मुलांमध्ये हिंदू आणि मुसलमान अशी सरळसरळ फूट पडली. सगळी मुले भेदरलेल्या नजरेने एकमेकांकडे बघू लागली आणि त्यांच्या एकमेकांशी बोलण्यातही अजबसा फरक पडत गेला. मला आणि आफताबला मनात खोलवर रेंगाळणारा भयाचा थरार सतत जाणवत राहिला. एखाद-दोन दिवसांत त्या दंग्याचा परिणाम ओसरत गेला आणि आम्हा मुलांच्या चेहऱ्यांवर पूर्वीसारखा भोळेपणा आणि खोडकरपणा परतून आला.

आमचे यूसुफ मास्तर म्हणजे एक विलक्षण व्यक्तिमत्त्व होते. खरे तर ते आम्हाला हिशोब शिकवायचे; पण त्या व्यतिरिक्त ते इतर विषयांबद्दल इतके काही सांगत राहायचे, की आम्ही चकित होऊन जायचो. त्यांना वृक्ष, नद्या आणि ऋतूंबद्दल विलक्षण ज्ञान होते. इतिहास आणि भूगोलाबद्दल तर ते असे काही बोलत की वाटायचे जणू इतिहासाची पाने त्यांच्यासमोर खुली होत आहेत. ''सगळे गोऱ्यांचे कारस्थान आहे'' ते म्हणत. ''गांधी तडफडणाऱ्या घायाळ पक्ष्याप्रमाणे आहेत, जो कोसळला तरी पुन्हा झेप घेतल्याशिवाय राहू शकत नाही, ते आपल्याच राखेतून पुनर्जन्म घेणाऱ्या फिनिक्स पक्ष्याप्रमाणे आहेत,'' असे ते सांगत आणि गांधींपेक्षा आपण मोठे आहोत हे दर्शविण्याच्या हव्यासापोटी जिन्ना स्वत:चे लचके तोडत, रक्तबंबाळ होत आहेत आणि इतरांची तशीच अवस्था करत आहेत, असे त्यांचे म्हणणे होते.

मार्च १९४७ मध्ये लॉर्ड माऊंटबॅटन यांची हिंदुस्थानच्या व्हाईसरॉय पदावर नियुक्ती झाली आणि त्यांनी काही दिवसातच आपली प्यादी हलवायला सुरुवात

केली. सगळ्या मोठ्या नेत्यांमध्ये फूट पाडण्यासाठी त्यांनी वेगवेगळ्या क्लृप्त्या वापरल्या. नेहरूंना कधी कूटनीतीने तर कधी चुचकारून, पटेलांना कडक धमकावून, गांधींना असहाय्य व निरुपाय करून त्यांनी हिंदुस्थानच्या फाळणीचा घाट घातला. त्याचबरोबर "असं करा, तसं करा, नाही तर..." असे सांगत त्यांनी नागरी युद्धाचा बागुलबुवाही उभा केला. या सगळ्या गोष्टी यूसुफमास्तर आम्हाला बेरीज, वजाबाकी, भागाकाराचे प्रश्न सोडवायला शिकवताना समजावत असायचे. एकदा 'नागरी युद्ध...' म्हणताना त्यांना जोराचे हसू फुटले. "ते माऊंटबॅटनच्या छुप्या इराद्यांचे भीतिदायक भूत आहे." असे म्हणत ते काही क्षण एकदम गप्प झाले. "व्हाइसरॉयच्या डोक्यावर हे भूत ठाण मांडून बसले आहे. तो आपले तुकडे केल्याशिवाय राहणार नाही. तुम्हाला माहीत नाही; आपले नेतेच आपल्याला धोका देत आहेत", "तुटला, फाटला पाकिस्तान" यूसुफ सांगत राहायचे. तिकडे जिन्नाही असेच म्हणत होते. बेरीज-भागाकाराची कोडी सोडवण्यात गुंतलेले मास्तर एके दिवशी अगदी दीनवाणे होत म्हणाले, "गांधींच्या दोन्ही सेनापतींनी- पटेल आणि नेहरूंनी शरणागती पत्करली आहे." आम्हाला त्यांच्या सगळ्या गोष्टी समजायच्या नाहीत; पण मास्तर त्या इतक्या नाट्यमय पद्धतीने रंगवून सांगायचे, की आम्ही ऐकत राहायचो. मी घरी आल्यावर ते सगळे बाऊजींना सांगायचो तर तेही म्हणायचे, "हे, खरं आहे. गांधींचाही निरुपाय झाला आहे. देश दोन तुकडे व्हायच्या टोकावर आलेला आहे."

एके दिवशी आम्ही बघितले की यूसुफ बेरजेच्या जागी भागाकार आणि भागाकाराऐवजी बेरीज, वजाबाकी शिकवू लागले आहेत. एखाद्या गोष्टीचे दोन हिस्से होताना बघून ते गोंधळून, बावचळून जायचे. एकदा तर त्यांनी स्वतःच्या अंगावर कात्रीने उलट-सुलट वार करून शेकडो जखमा करून घेतल्या. कधी स्तंभित झालेले यूसुफ मास्तर समोरच्या झाडांकडे एकटक बघत राहायचे, मग धावत जाऊन त्यांना मिठी मारायचे. त्यांच्या नजरेला ती झाडे कापली जाताना वा तुटून पडताना दिसत नव्हती तर मुळापासून जळताना दिसत होती. त्यांना किती तरी वेळा कालव्यात बुडता-बुडता वाचवण्यात आले होते. लोकांनी त्यांना वेडा ठरवून टाकले होते. यूसुफ मास्तरांची ती दुर्दशा मी कधीही विसरू शकणार नाही. ते रडता-रडता हसायला लागायचे, कधी हसता हसता त्यांची बोबडी वळायची, तोतरे, अडखळणारे शब्द बोलताबोलता गप्प होत ते मौनात दफन होत जायचे आणि असे दफन होता होता टाळ्या पिटू लागायचे. फाळणीच्या शोकांतिकेनंतर बऱ्याच वर्षांनी मी एक दीर्घ कविता लिहिली, 'एक अग्निकांड जगहें बदलता'. या कवितेत मी यूसुफ मास्तरांच्या त्या कालखंडातल्या दुरवस्थेचे अनेक पैलू विविध प्रकारे व्यक्त करण्याचा प्रयत्न केला; पण ते संपूर्णतः व्यक्त करणे मला कधीच जमले नाही. आसमंतात पसरणाऱ्या किंकाळ्या, आक्रोश आणि हुंदक्यांच्या आवर्तात तडफडणारी त्यांची

आंतरिक वेदना मला कितपत समजली होती ते सांगणे कठीण आहे.

स्वातंत्र्याचा अर्थ समजणे तेव्हा माझ्या कुवतीबाहेर होते आणि तसेही पाहिले तर होते कुठे स्वातंत्र्य? फाळणीने त्याचे दोन तुकडे केले होते. निंदरही यूसुफसारखा भयभीत होऊन गेला होता. नाही, यूसुफ मास्तरचे भय कधी भीती, कधी दहशतीबरोबर खेळ खेळत राहायचे,तर कधी मृत्यूबरोबर! तो आजही कुठल्या ना कुठल्या रूपात मला घेरून टाकतो, मी त्याच्यापासून मुक्त होऊ शकत नाही. त्याच्यापासून मुक्त होण्याची तडफडच मला लेखनाच्या नव्या दृष्टिकोनांकडे आणि प्रयोगांकडे घेऊन जात राहिली. मला वाटते की अभिव्यक्तीच्या विविध रूपांद्वारा कितीही प्रयोग करून पाहिले तरी यूसुफ अखेरच्या श्वासापर्यंत माझा सांगाती राहील.

१४ ऑगस्ट १९४७ पर्यंत लाहोरचे भवितव्य अनिश्चित होते. कुठे जाणार होते लाहोर? हिंदुस्थान की पाकिस्तान? सांस्कृतिक, भाषिक आणि भौगोलिक निकष दूर सारत लोकसंख्येच्या एका अगदी लहानशा रेषेचा आधार घेत लाहोरच्या भवितव्याबद्दल निर्णय घेतला जात होता. सर्वांचे श्वास रोखले गेले होते. सीमेबद्दल निर्णय घेणाऱ्या रॅडक्लिफसमोर जित्या-जागत्या माणसांच्या सुखी-संपन्न वस्त्या नाही तर काही नकाशे आणि भौगोलिक दस्तावेज सादर करण्यात आले होते आणि तो त्याच्या धन्यांच्या हुकमानुसार त्यांची चिरफाड करत घाईघाईने ते काम पुरे करण्याच्या पाठी लागला होता. लाहोरबद्दलचा निर्णय १२ ऑगस्टला घेतला गेला होता; पण १४ ऑगस्टपर्यंत तो दाबून ठेवण्यात आला. ती घोषणा १४ ऑगस्टला केली गेली आणि त्या दिवशी पाकिस्तानचा जन्मोत्सव साजरा करण्यात आला. एकीकडे आनंदोत्सव सुरू होता, तर दुसरीकडे विध्वंस! लोकांच्या डोक्यावर जणू पहाड कोसळला होता; पण करणार तरी काय? धार्मिक उन्माद शिगेला पोहोचला होता. सगळीकडे लूटमार, जाळपोळ आणि सुरामारी सुरू झाली. एके दिवशी एका रस्त्यावर उसळलेल्या हिंसाचाराच्या धावपळ, मारामारीत चाचपडत, वाट शोधणारा यूसुफ मास्तर मला दिसला होता. तेवढ्यात मी पाहिले, कुणीतरी धावत जाऊन त्याच्या पोटात सुरा भोसकला होता. मी खूप भेदरलो होतो. पुढे कितीतरी दिवस तो सुरा माझ्या नजरेसमोर चमकत, फिरत राहायचा आणि मी बडबडायला लागायचो. माझी जीभ पुन्हा अडकून मूक होईल अशी भीती बाऊजी आणि बीजींना वाटू लागली आणि खबरदारी म्हणून माझे शाळेत जाणे बंद करण्यात आले. बाऊजी माझी समजूत घालत, ''मला यूसुफ भेटला होता, तो चांगला धडधाकट आहे.'' आफताब रोज घरी येई. आम्ही अभ्यास करायचो, खेळायचो, तो मला शाळेतल्या गोष्टी सांगायचा. एके दिवशी त्याने सांगितले की यूसुफ मास्तरांच्या पत्नी व

मुलांची कत्तल करण्यात आली आहे आणि तो आता कारण असो वा नसो, कुठल्याही गोष्टीवर खूप हसत सुटतो.

परिस्थिती बिकट झाली होती. प्रेतांनी भरलेली एक गाडी लाहोरहून जायची, तर दुसरी अमृतसरहून भरून यायची. दोन्ही बाजूंना निर्दोष लोक मारले जात होते. धार्मिक उन्मादाने भारलेल्या या कालखंडात चहुबाजूंनी दाटून आलेल्या एक प्रकारच्या असुरक्षितता आणि भित्रेपणाचे हे सगळे परिणाम होते; शौर्य आणि साहसाचे नव्हे. चहुबाजूंना पसरलेले भय कुणाला बळ पुरवत नव्हते, उलट बळाची टर उडवताना दिसत होते. प्रत्येक क्षण दहशतीला जन्म देत होता आणि दिवस जणू सुऱ्याच्या धारदार टोकावर जगण्यात पार पडत होते. चौबच्चा साहबच्या चार भिंतींच्या आत राहणाऱ्या हिंदू, शीख व मुसलमानांनी एक साथ जिण्या-मरण्याच्या शपथा घेतल्या होत्या; तरीसुद्धा रात्री सर्वांच्या मानेवर भीतीची तलवार सतत टांगलेली असायची, कुणास ठाऊक कधी काय घडेल? बाहेरच्या लोकांना हे माहीत होते म्हणून ते ही एकी तोडण्याचे प्रयत्न करत आणि चकमकी उडतच राहात.

बाऊजींची हिंदुस्थानातल्या एखाद्या ठिकाणी नेमणूक करणारा बदलीचा आदेश अजून आला नव्हता, म्हणून ते कार्यालयात रोज ये-जा करत होते. पण त्यांच्या लाहोरच्या कार्यालयामध्ये हिंदुस्थानातून मोठ्या संख्येने आलेले मुसलमान येऊन थडकले होते आणि ते बाऊजींकडे याला कुठल्याही क्षणी एखाद्या किड्या-कोळ्यासारखे चिरडून टाकू अशा अविर्भावात बघत असायचे. कार्यालयाला जाण्या-येण्याच्या रस्त्यावरही पावलोपावली धोका होता. अखेरीस १८ तारखेला त्यांना बदलीचा आदेश मिळाला आणि ते १९ तारखेला जड मनाने लाहोर सोडायच्या तयारीला लागले. आपण कुठे जायचे, भविष्यात काय लिहून ठेवले आहे ते आम्हाला माहीत नव्हते. सीमेपलीकडे असलेल्या अमृतसरमध्ये राहू असा काहीसा अंदाज मनाशी बाळगला होता. कोणते सामान बरोबर घ्यावे, कोणते पाठी ठेवावे हे ठरवणे मुश्किल होते. असो, लाहोरला येणे-जाणे सुरूच राहील, बाकीचे सामान नंतर घेऊन जाता येईल, अशी आशा वाटत होती म्हणून अगदी गरजेपुरते थोडेसे सामान बांधून घेण्यात आले. निरोप घेण्याची घडी येऊन ठेपली तेव्हा सगळ्यांच्या डोळ्यांत अश्रू दाटून आले होते. घराच्या दाराला मोठे कुलूप लावण्यात आले. हातगाडीवर सामान ठेवून बाऊजी आणि बीजींबरोबर आम्ही मुगलसराई या लाहोरच्या पुढच्या स्थानकाकडे निघालो. बरोबर बाऊजींचे मुसलमान विद्यार्थी होते. आम्हाला वाटेत बऱ्याच ठिकाणी अडवण्यात आले; पण मुसलमान विद्यार्थ्यांच्या संरक्षणात असल्याने आम्ही स्थानकावर सुखरूप पोचलो. मी आजूबाजूला पाहिले तर थोडे दूर एका झाडामागे आफताब उभा होता. मी निघून चाललो होतो, तो ते बघत राहिला होता. त्याचे ते डबडबलेले डोळे अनेक वर्षे माझा पाठलाग करत राहिले.

स्थानकावर खूप गर्दी झाली होती. प्रत्येक जण तणावात होता, तणाव आणि घाईत! गाडी येताच सगळे गाडीवर तुटून पडले. गाडीच्या टपावरही पुरुष, स्त्रिया व मुलांची गर्दी होती. आम्ही कसेबसे एका डब्यात शिरलो आणि गाडी निघाली. आकाशात ढगांची दाटी झाली होती. पाऊस पडू लागला - कधी तेज तर कधी हळुवार! तो पाऊस मी कधीही विसरू शकलो नाही. आजही कधी पावसातून येत असताना त्या दिवशी पावसाने घेरलेल्या, जीव वाचवून चालत-सरकत निघालेल्या, रक्ताने थबथबलेल्या, भेदरलेल्या-विस्कटलेल्या प्रतिमा मला आठवू लागतात. त्या प्रतिम तुटत, खोल कोसळत जात - कुठे आगीचे लोळ उठताना दिसत, तर कधी गोळी झाडल्याचा आवाज येई. आणि या सगळ्यामध्ये सापडले होते, दोन्हीकडच्या स्थानकांवरून जीव मुठीत घेऊन धावत सुटलेले भयग्रस्त लोक!

इतक्या मोठ्या लोकसंख्येचे एका भूप्रदेशावरून दुसऱ्यात, एका देशातून दुसऱ्यात होत असलेले स्थलांतर ही जगाच्या इतिहासातली एक अभूतपूर्व घटना होती. त्यावर असेही होते की, या अदला-बदलीसाठी कोणतीही उचित व्यवस्था करण्यात आली नव्हती. बेघर होत आपल्या भूमीतून उखडले गेलेल्या, अचानक हल्ला होण्याच्या भीतीने भेदरलेल्या हजारो लोकांचे तांडेच्या तांडे हमरस्ते टाळत, जळणाऱ्या वस्त्या पार करत, जंगल-पहाडातल्या पायवाटा आणि रस्ते तुडवत इकडून तिकडे आणि तिकडून इकडे निघाले होते. आणि हे काय? गाडी का थांबली की थांबवण्यात आली? सगळे जण भेदरलेल्या नजरेने एकमेकांकडे पाहू लागले. सर्वांच्या चेहऱ्यावर एकच प्रश्न उमटलेला होता - दंगलखोरांच्या गटाने हल्ला केला तर? गाडी हलली तेव्हा सर्वांनी सुटकेचा निःश्वास सोडला. काही मिनिटांत गाडी हिंदुस्थानच्या सीमेत शिरली. मरगळलेल्या चेहऱ्यांवर समाधानाची चमक दिसू लागली. "चला, आता काही भीती नाही!" खरे तर स्वतंत्र हिंदुस्थानात त्यांचे आपले असे म्हणायला कुणीच नव्हते. त्यांना माहिती होते की आता ते निर्वासित आहेत, शरणार्थी!

आम्हाला अमृतसरच्या खालसा कॉलेजमधल्या निर्वासितांच्या छावणीत नेण्यात आले. पाकिस्तानमधल्या शहरातल्या प्रत्येक मोहल्ल्या-वस्त्यांतली सर्वस्व हरपलेली, निराधार, अनाथ कुटुंबे माथा टेकण्यासाठी निवाऱ्याच्या शोधात तिथे येत इथे-तिथे पसरली होती. दहशतीचे हे सूक्ष्म रूप आणि बाहेर पसरलेले तिचे राक्षसी स्वरूप मी तेव्हा पाहिले. एक माणूस स्टुलावर उभा राहून मोठ्याने किंचाळत होता, "कुठे आहे स्वातंत्र्य? कुठे आहे स्वातंत्र्य?" आणि तो धाडकन खाली कोसळला. त्यांच्या भोवती लोकांची बरीच गर्दी जमा झाली.

आम्ही तीन दिवस छावणीत काढले आणि चौथ्या दिवशी मामांकडे राहायला गेलो. लाहोरसारखे अमृतसरमध्येही आगीचे लोळ उमटत होते. गल्ल्या-बाजारातली

मुसलमानांच्या घरांची कुलूपे तोडली जाताना, जाळपोळ आणि लुटालुटीच्या घटना बघताना, लाहोरमधल्या आमच्या घराचे कुलूपही असेच तोडले गेले असेल, अशाच जाळपोळ आणि लुटालुटीच्या घटना तिथेही घडत असतील, हे लगेच लक्षात आले. तिथल्या लोकांनी जशी लुटालूट केली होती तशी इथलेही करत होते. इथून तिथे गेलेल्या आणि तिथून इथे आलेल्या लोकांना अशा लुटीत सामील होण्यात काहीच वावगे वाटले नाही. इतरांचे सोडा, आम्हीदेखील काय केले? एका घरातून नवारीचा एक मोठा पलंग उचलून आणला, ज्यावर आम्ही चौघे भाऊ बरेच दिवस झोपत असू. तेव्हा नाही पण नंतर या सगळ्यामुळे मला पराकोटीच्या औदासिन्याने ग्रासून टाकले आणि लोभ आणि औदासिन्याचे अजब नाते लक्षात आले.

माणसाच्या नशिबात काय लिहून ठेवले आहे ते समजणे किती कठीण आहे! शरीर आणि मनावर हजारो जखमा झेलत आम्ही विध्वंसाची जी अजब दृश्ये लाहोरमध्ये पाहिली होती, तीच दृश्ये आम्ही इथेही बघत होतो; पण आमच्या अंतर्मनात अपराधाची कोणतीही भावना उमटत नव्हती, उलट आम्ही आगी लावायला मदत करत होतो. किती विचित्र परिस्थिती होती की ज्या घरांमध्ये पूर्वी पडदापद्धत होती, ती घरे बिनापडदा होऊन चार दिशांना खुली, उघडी पडली होती. उद्ध्वस्त घरांचे जे सांगाडे शिल्लक राहिले होते, त्या सांगाड्यांचे भंगार बनत चालले होते. घराघरातले सामानसुमान कुणीही येऊन लुटून न्यावे, इतके उघड्यावर पडले होते. लुटारू आणि गुंड जंगली श्वापदांसारखे शहरात झुंडीने थैमान घालत होते. माणसांच्या वेशातले लांडगे जसे इथे फिरत होते, तसेच तिथेही!

लाहोरपासून दुरावण्याच्या वेदनेचा एक लोखंडी गोळा तेव्हापासून माझ्या आत अडकून बसला आहे. हा गोळा मला चैन पडू देत नाही. त्याच्याशी जोडलेली मौनाची एक कडी आहे जिला मी इथून तिथे सरकवायचा प्रयत्न करत राहतो; पण तिला उखडून फेकून देऊ शकत नाही. ती माझ्या व्यक्तिमत्त्वाचा एक हिस्सा बनून गेली आहे. तिला फेकणे म्हणजे स्वतःलाच फेकणे. मी तिच्याशी रमत राहतो, तिला शब्दांद्वारा ध्वनित करत राहतो. मौनाच्या त्या कडीतून आजही शब्द तरंगत येत राहतात. मौनाचे अंतर्ध्वनी आजही माझ्या शब्दांमध्ये हळुवार विरघळत जातात आणि त्यांचे आंतरिक परस्परसंबंध समजण्याचा प्रयत्न करत मी लिहित राहतो.

घरांना बिलगलेली घरे, छतांना चिकटलेली छते. एका घरातून दुसऱ्या घरात जाणारे जिने जसे लाहोरमध्ये होते, तसे अमृतसरमध्येही होते. हो, लाहोरचा एक प्रसंग मला आठवतो आहे. जगमोहन भाईसाहेबांची बात काही औरच होती. त्यांचा रंग गोरा, चेहरामोहरा, नाक-डोळे सगळेच आकर्षक होते. तारुण्यात पाय ठेवताच ते विलक्षण देखणे दिसू लागले. मुलींचे तर सोडा, मुलेही त्यांच्या पाठी लागलेली

असत. चौबच्चा साहबच्या किल्ल्यात राहायला येण्यापूर्वी काही दिवस आम्ही चौबच्चाच्या बाहेरच्या भागात राहत होतो. आम्ही रात्रीच्या वेळी घराच्या गच्चीवर खाटा टाकून झोपायचो. एके दिवशी बीजी बिछाने उचलत होत्या, बघतात तर काय गादीवर बरेच दगड विखरून पडले होते आणि काही खाटेखालीही पडलेले दिसत होते. भाईसाहेबांना विचारले तेव्हा ते अगदी त्रासून गेल्याचे नाटक करत, "मला काय माहिती?" असे म्हणत खाली निघून गेले. पण पुढे ही रोजचीच गोष्ट होऊन बसली. बऱ्याच लोकांनी "हे भूत-प्रेताचे चक्कर आहे, मुलाची दृष्ट काढा" असा सल्ला दिला. बाऊजींना संशय आल्यावाचून राहिला नाही. शेजाऱ्यांची मुलगी पलीकडच्या गच्चीवर झोपत असे, ती भाईसाहेबांना आकृष्ट करण्यासाठी असले उद्योग करायची आणि भाईसाहेबांनाही त्यात मजा वाटत होती. असो, कसेबसे समजावून, चुचकारून ते प्रकरण मिटवण्यात आले.

भाईसाहेब कुंदनलाल सहगल यांचे मोठे चाहते होते. अगदी त्यांच्यासारख्या आवाजात आणि ढंगात ते त्यांची गाणी गायचे. बासरी वाजवण्यातही ते खूप तयार होते. त्यांचे बासरीवादन ऐकून लोक अगदी खूष होऊन जायचे. अभिनेत्यासारखी छबी तर होतीच, थोडाबहुत अभिनयही करायचे. त्यांनी लाहोरच्या स्टुडिओत खूप चकरा मारल्या; पण त्यांना तिथे काम मिळाले नाही. पुढे फाळणी झाल्यामुळे त्यांचे अभिनेता बनण्याचे स्वप्न चक्काचूर होऊन गेले. लाहोरच्या मानाने अमृतसर केवळ आकारमानाने लहान नव्हते, तर अभिरुची आणि प्रकृतीच्या दृष्टीनेही एक मर्यादित शहर होते. लाहोर ही एक सांस्कृतिक, साहित्यिक, शैक्षणिक आणि फिल्मी नगरी होती तर अमृतसर हे आध्यात्मिक वैशिष्ट्यांचे घर, गुरूंच्या वास्तव्याने पावन झालेले धार्मिक स्थळ आणि व्यापाराचे केंद्र होते. लाहोर हा एक बेफाम अश्व होता तर अमृतसर टांग्याला जोडलेला घोडा! इथे आल्यामुळे भाईसाहेबांच्या इच्छा-आकांक्षा गुदमरून गेल्या. हो, पण इथल्या राजपुरा गल्लीत त्यांचे एक प्रेमप्रकरण खूप रंगत गेले. चिठ्ठ्या-पत्रांची देवाण-घेवाण जोरात सुरू झाली. पूर्वी जशी कबूतरे प्रेमपत्रे आणत- पोचवत तसे मी आणि छोटा भाऊ वीरेन्द्र भाईसाहेबांची प्रेमपत्रे आणण्यात-नेण्यात त्यांच्या कामी येत राहिलो.

मी त्या काळात अमृतसरच्या गल्ल्यांमधून खूप फिरलो. गल्ल्यांतून निघणाऱ्या गल्ल्या, गल्ल्यांच्या मागून निघत बाजारात नेऊन पोचवणाऱ्या गल्ल्या. मी राजपुरा गल्लीहून पासिया चौकाकडे येऊन जाणाऱ्या गल्ल्यांमधून चालत निघायचो, तो सरळ दरबार साहिबला जाऊन पोचायचो. मग त्याला संपूर्ण प्रदक्षिणा घालत मागच्या बाजूच्या बाजारापर्यंत फिरत जायचो. दुसऱ्या दिवशी दुसऱ्या एखाद्या गल्लीतून चालत निघायचो तो दुर्गयाना मंदिरापाशी येऊन थडकायचो. तिथली शोभा आणि वर्दळ बघत राहायचो; पण कुठून तरी रितेपण आणि उदासीची एक लहर

माझ्या मनात अलगद उतरत यायची ती यायचीच.

आम्ही मामाजींच्या घरी काही दिवस राहिल्यानंतर एका चिंचोळ्या गल्लीतल्या घराच्या वरच्या मजल्यावर राहायला आलो. आता कमाईचा कोणता ना कोणता मार्ग शोधला पाहिजे, असे जगमोहन दादांना वाटू लागले म्हणून त्यांनी एका चित्रपटगृहामध्ये लहान-मोठ्या चीजा विकण्यासाठी एक दुकान थाटले. आम्ही तिघे भाऊ त्यांना सामील झालो. मला आठवते की मी मध्यांतरात पापडांनी भरलेली टोपली हाती घेऊन प्रेक्षागृहात पापड विकायचो आणि मोठे भाऊ इतर वस्तूंची विक्री करायचे. बघायला गेले तर हे कामच होते; पण आमच्यासाठी तो एक मजेशीर खेळ होता. एके दिवशी चित्रपटगृहामधली गिऱ्हाइके पापडांवर इतकी तुटून पडली की माझी टोपली पार रिकामी झाली. तेवढ्यात मध्यांतर संपले, दिवे विझले आणि मी एका रिकाम्या खुर्चीवर बसून राहिलो, तो मस्तपैकी सिनेमा बघूनच बाहेर आलो.

सप्टेंबरचे शेवटचे दिवस होते. थंडीने जोर धरला होता आणि आमच्याकडे पांघरायला वा अंथरायला एकही गरम कपडा नव्हता. जसजसे दिवस पुढे सरकत होते, तसतशी बाऊजी आणि बीजीची चिंता वाढत चालली होती. काय करावे? जी थोडीशी बचावलेली पुंजी गाठीशी बांधून आणली होती, ती रोजच्या गरजा भागवण्यात कधीच खर्च होऊन गेली होती. आता पुढे काय? बाऊजींनी त्यांचे मित्र नाथामलबरोबर सल्ला-मसलत केली, ते स्वतःही याच काळजीत पडलेले होते. दोघांना वाटले की लाहोरला गेले पाहिजे पण लाहोरला जाण्यात मोठा धोका होता. दोन्ही बाजूंची मारकाट, कत्तल आणि लुटालूट अजून संपली कुठे होती? एके रात्री बीजींना स्वप्न पडले. त्यांनी बघितले की हनुमानजी बाऊजींना घेऊन उड्डाण करत निघाले आहेत आणि प्रत्येक संकटात त्यांचे रक्षण करत आहेत. ते त्यांनी बाऊजींना सांगितले. ते ऐकून त्यांना धीर आला आणि येऊ घातलेल्या थंडीच्या काळजीने ग्रासलेले बाऊजी हनुमानजींचे स्मरण करत एके रात्री नाथामलबरोबर लाहोरला जायला निघाले. रस्त्यात मुसळधार पावसाने त्यांना झोडपून काढले. चिंब भिजून कापणारे, घाबरलेले बाऊजी कसेबसे लाहोरला पोचले. लाहोरला पोचेपर्यंत त्यांनी कोणती भयानक दृष्ये बघितली किंवा परतीच्या वाटेत त्यांच्यावर कोणते प्रसंग ओढवले ते मला माहीत नाही. हो, पण इतके माहीत आहे की बाऊजी तिसऱ्या दिवशी सगळ्या सामानासुमानासकट अमृतसरला परत आले होते. जसे पहिल्या वेळी झाले होते तसे या वेळीही त्यांच्या अनेक मुसलमान विद्यार्थ्यांनी त्यांना संकटातून वाचवले होते. आम्ही सर्वांनी सुटकेचा श्वास घेतला. खास करून बीजींनी, कारण हनुमानजींनी बाऊजींना आपल्या निगराणीत सुरक्षित ठेवून घरी परत आणून पोहचवले होते.

एके दिवशी बाऊजींनी वर्तमानपत्रात वाचले की पाकिस्तानने काश्मीरवर हल्ला केला आहे. पाकिस्तानच्या फूस आणि मदतीमुळे अफगाण-पाक सरहद्दीवरील

जमातींच्या टोळ्या काश्मीरमध्ये मुसंडी मारत घुसल्या होत्या आणि तिथल्या पंडित ,तसेच शीखांना हाकलून देण्यात येत होते. सरकारने तत्काळ कारवाई केली; पण तेव्हापासून हिंदुस्थान-पाकिस्तान दरम्यानची ही समस्या भीषण रूप धारण करत, सतत रक्त ठिबकणारी जखम बनून गेली आहे.

बाऊजी पालमपूर कार्यालयाच्या सतत संपर्कात होते. त्यांना तिथून ऑफिसमध्ये लवकर रुजू व्हावे, असे बरेच निरोप आले खरे; पण अमृतसरमधली परिस्थिती अजून निवळली नव्हती. अमृतसरहून पालमपूरला जाणाऱ्या रस्त्यावर पावलो-पावली धोका होता. कधी कोणती घटना घडेल, सांगता येत नव्हते. बाऊजींनी गॅरिसन इंजिनिअरला इथल्या परिस्थितीची कल्पना देण्यासाठी तपशीलवार पत्र पाठवले, आम्हाला इथून पालमपूरला सुरक्षित घेऊन जाण्यासाठी व्यवस्था करण्याची विनंती केली. पालमपूरचा गॅरिसन ऑफिसर इंग्रज होता. त्याला परिस्थितीचा लगेच अंदाज आला आणि तो स्वतःच ट्रक घेऊन अमृतसरला आला. अमृतसरहून निघतेवेळी बाऊजींनी त्या इंग्रज अधिकाऱ्याला बटाला इथे राहत असलेल्या आपल्या आईला एक तासभरासाठी भेटण्याची परवानगी देण्याची विनंती केली. इंग्रज अधिकाऱ्याने होकार दिला. मग आम्ही बटाल्यातल्या धीरा मोहल्ल्यात राहत असलेल्या आजीला एक तासभर भेटून पुढे पालमपूरकडे निघालो.

पालमपूर! पहाड बघण्याचा हा माझा पहिला अनुभव होता. या कालखंडात पहाड माझ्या जाणिवेचा हिस्सा बनून गेले, जे पुढे माझ्या कवितेतही उतरत आले. अगदी जसेच्या तसे नाही, तर बदललेल्या रूपात ते अवतरत आले. उंचच्या उंच पर्वत, तेव्हा ते माझ्या बालकल्पनेमध्ये प्रचंड भासायचे; प्रत्यक्षात ते किती उंच होते ते कुणाला ठाऊक होते? पहाडांच्या उंचीइतकी दऱ्यांची गहराईही मनाचा ठाव घेत असे. दऱ्या-खोऱ्यांमध्ये ढग खाली उतरल्याने, त्या भरून गेल्यासारख्या दिसत, तर पहाडांवर ढग चढल्यासारखे भासत. निळे पहाड, हिरवे पहाड, बर्फाने आच्छादलेले पहाड, फाळणीनंतर जीव शांत करणारे पहाड. कडुलिंब आणि बोरांच्या झाडांच्या दुनियेतून मी देवदारांनी आच्छादलेल्या पर्वतांमध्ये आलो होतो. पहाडांवर घरे आणि घरांवर झुकलेले पहाड मी इथे पहिल्यांदा बघितले.

बाऊजींचे कार्यालय खूप उंचावर होते. तिथे जाण्यासाठी चढ-उतार असलेले तीन-चार वळणदार रस्ते पार करावे लागत. तिथे मुख्य असा एकच बाजार होता. त्याच्या मागच्या उताराकडे जाणाऱ्या गल्लीत आम्ही राहू लागलो. मला ख्रिश्चन हायस्कूलमध्ये पाचवीच्या वर्गात दाखल केले गेले. रिमझिम पावसातून रमतगमत शाळेत जाण्याची गंमत काही औरच होती. मी शाळेहून बाजार, बाजारातून घरी यायचो आणि पहाड, नदी-नाल्यांचा फेरफटका मारायला परत बाहेर पडायचो; पण दऱ्या-

खोऱ्यांत वाकून बघायला घाबरायचो आणि पहाडांची उंची माझ्या डोळ्यांत सामावायची नाही. मला उंचीचे भय वाटायचे, ते भय अजूनही कायम आहे.

तेव्हाच एके दिवशी मला अगदी सणसणून ताप भरला. शाळेत जाणे बंद झाले. शहरातल्या नावाजलेल्या डॉक्टरांना दाखवण्यात आले. अनेक प्रकारचे उपचार केले गेले; पण तापाला उतार पडला नाही. ताप उतरत नव्हता, त्यामागचे कारण कुणालाच समजत नव्हते. बाऊजी आणि बीजींचे चेहरे काळजीने काळवंडून गेले. अखेरीस डॉक्टरांच्या सल्ल्यानुसार मला मिशन हॉस्पिटलमध्ये दाखल करण्यात आले. मोठे ब्रिजदादा आणि धाकटा वीरेन्द्र मला हॉस्पिटलमध्ये भेटायला येत. ते गप्पा-गोष्टी करत माझे मन रमवायचा प्रयत्न करत. ते मला सांगायचे की माझ्या तापाला उतार पडावा म्हणून बीजींनी अनेक मंत्र-तंत्र केले, नवस आणि प्रार्थना केल्या होत्या. ते समजवायचे की तू लवकरच बरा होशील पण इथे तर मी सुकून अगदी काटा होऊन गेलो होतो. मला इंजेक्शन देण्यासाठी येणाऱ्या डॉक्टरांना माझी नस सापडायला वेळ लागत असे अशी अवस्था झाली होती. चोवीस तास डॉक्टरांच्या निगराणीत असूनही मला वाटायचे की आता आपण यातून वाचणार नाही. काळज्यांनी असे चहुबाजूंनी घेरलेले असले तरी बीजी आणि बाऊजींनी मात्र आशा सोडली नव्हती.

डॉक्टरांनी अनेक तपासण्या आणि चाचण्या केल्या, एक्स-रे काढले गेले; पण माझ्या आजारामागचे कोडे उलगडू शकले नाही. बीजी आणि भाऊ दिवसा हॉस्पिटलमध्ये येत; तर रात्रीची शुश्रूषा करायला बाऊजी माझ्याबरोबर राहायचे. त्यांच्याबरोबर त्यांचा छोटासा हुक्का असायचा आणि ते त्याची नळी तोंडात ठेवून हुक्का ओढता ओढता मला पऱ्या, देवता आणि राक्षसांच्या रहस्यमय आणि कोडी-गुपितांनी भरलेल्या कहाण्या सांगायचे. त्यांची कहाणी सांगण्याची पद्धत खूप मनोरंजक होती. त्यांच्या कहाण्यांमधल्या एका घटनेतून दुसरी, दुसरीतून तिसरी, चौथी अशा घटना निघत राहत, त्या सर्व घटनांचा समूह मला घेरून टाकत जाई आणि मी त्यात हरवून जात कधी बाऊजींचा तेजाने चमकणारा चेहरा बघत राही, तर कधी त्यांच्या हुक्क्याची नळी मला जादूच्या कांडीसारखी वाटू लागे. त्यांच्या कहाण्यांमधली पात्रे अजबशी असत, ती अनेक वेगवेगळ्या पात्रांमध्ये बदलत जात किंवा पुनर्जन्म घेत. मला वाटायचे की जणू त्यांच्या हुक्क्याच्या नळीतून कहाण्या बाहेर पडत आहेत आणि त्यांच्यातली पात्रे माझ्या सभोवती फिरत आहेत. बऱ्याचदा वाटायचे की ती केवळ पात्रे नाहीत, जिती-जागती माणसे आहेत. यूसुफ तर अनेक वेळा त्या कहाण्यांमध्ये येत-जात राहिला होता. कधी रावीच्या दिशेने धावत सुटलेला कधी वेगाने जिने चढत-उतरत असलेला, धावणारा, धापा टाकणारा! कधी त्याच्या पत्नी आणि मुलांची कत्तल केली गेली तेव्हा ऊर दुभंगून आक्रोश करणारा युसूफ दृष्टीला पडायचा, तर कधी वाटायचे की लुटालूट सुरू आहे आणि मी मौल्यवान सामान डोक्यावर

घेऊन पळत सुटलो आहे. आणि दुसऱ्याच क्षणी असे वाटायचे की सगळी दृश्ये माझ्या गळ्यापाशी जळत्या चक्रासारखी गरगरत मला घुसमटून टाकत आहेत.

एके दिवशी बाऊजी आले आणि चुपचाप हुक्का ओढत राहिले. मी त्यांना "गोष्ट सांगा" असे म्हटले तरीही ते गप्पच राहिले. त्यांच्या चेहऱ्यावर बेचैनीचे जाळे पसरलेले दिसत होते. बाऊजींना आज झालंय तरी काय, मी विचारात पडत गेलो. शेवटी मी विचारले, "बाऊजी, काय झालंय?" तेव्हा त्यांच्या डोळ्यात अश्रू दाटून आले आणि ते भरलेल्या आवाजात म्हणाले, "महात्मा गांधी गेले. कुणीतरी त्यांच्यावर गोळ्या झाडल्या. एक युग संपलं, निंदर." आणि ते हुंदके देऊन रडू लागले. मी रात्रभर अडखळत, बडबडत, झोपेतून अचानक किंचाळत उठत राहिलो. एकदा तर मी दचकून उठत बाऊजींना लोखंडाच्या बेड्या घातल्यासारखे घट्ट पकडून ठेवले. सकाळी झोपेतून जागा झालो; पण माझ्या अंगातले सगळे त्राण गळून गेले होते. थोड्या वेळाने बीजी आल्या, त्या मला कुरवाळत-रमवत राहिल्या. "निंदर, रात्री तुला काय झालं होतं?" मी कधी चकित झाल्यासारखा तर कधी शरमल्यासारखा त्यांच्या चेहऱ्याकडे बघत राहिलो.

जवळजवळ सहा महिने हॉस्पिटलमध्ये काढल्यानंतर मला घरी जायची परवानगी देण्यात आली. मी बरा झालो होतो तरी खूप अशक्तपणा जाणवत होता. आम्ही कार्यालयाजवळच्या सरकारी आवासात राहायला गेलो. तिथली दोन-चार सरकारी घरे सोडली तर आजूबाजूला वस्तीची कोणतीही खूण नव्हती.

देवदाराच्या वृक्षांवरून, पहाडांवरून सुनेपण झरत यायचे, जे माझ्या मनातल्या रितेपणात भर घालत राहायचे. खूप हिंडावे-फिरावेसे वाटायचे; पण चालण्यामुळे पायांचे दुखणे वाढत जायचे. तपासण्या करण्यासाठी मिशन हॉस्पिटलच्या फेऱ्या सुरू होत्या. बीजी आणि मोठे ब्रिजमोहनदादा मला घेऊन तिथे जात; पण चढ चढणे मला जमण्यासारखे नव्हते म्हणून ब्रिजदादा मला पाठकुळीवर घेऊन चढ पार करत असत. माझ्या मन-बुद्धीवर ताण पडता कामा नये अशी ताकीद डॉक्टरांनी दिली होती. शाळा पूर्वीच सुटली होती, आता शिक्षणही सुटले. मी खूप उदास होऊन गेलो. कधी कधी वाटायचे की मी कधी निरोगी होऊच शकणार नाही आणि लिहिता-वाचता न आल्यामुळे एखाद्या वेंधळ्या-बावळ्यासारखा या जगात नुसताच इथे-तिथे भरकटत राहीन पण पहाडांनी मला खूप सांभाळले, आधार दिला. आयुष्याच्या त्या टप्प्यात जर पहाडांनी मला उभारी दिली नसती तर दीर्घकाळच्या आजारपणातून निर्माण झालेल्या रितेपणाने माझ्या कल्पनाशक्तीला शोषून टाकले असते.

◆

तुम अगर भूल भी जाओ...

१९४९च्या अखेरीस बाऊजींची बदली पालमपूरहून अंबाला कॅन्टोनमेंटमध्ये झाली. रेल्वे स्थानकापासून दोन फर्लांगावर असलेल्या ग्रॅन्ड हॉटेलमध्ये आम्हाला राहायला जागा मिळाली. मी तिथून पायी पायी रेल्वे स्थानकावर जायचो आणि रुळांबरोबर चालत राहायचो. वाटायचे की कदाचित हे रूळ मी जिथून उखडून जात इथे येऊन पडलो आहे, त्या शहरात परत घेऊन जातील. हे विचार मी आजारी पडल्यामुळे माझ्या मनात यायचे की ते आफताबशी जुळलेल्या माझ्या आठवणींचा परिणाम होते, माहीत नाही. मी रोज अशा विचारात बुडून जायचो आणि आफताबचे डबडबलेले डोळे माझा पाठपुरावा करत राहायचे. मला रोज खेळताना आफताबची आठवण यायची. कोणत्या परिस्थितीत असेल तो? लाहोरमध्ये असेल की कुठल्यातरी दुसऱ्या शहरात, मी विचार करत राहायचो.

आम्ही ग्रॅन्ड हॉटेलमध्ये सहाच महिने राहिलो असू, बाऊजींना कार्यालयाकडून मजुमदार लाईन्समधल्या बराक नंबर तीसमध्ये घर मिळाले. असे सांगितले जायचे की कधी काळी या बराकींचा वापर फौजेतल्या घोड्यांच्या पागा म्हणून करण्यात येत होता. नंतर त्यांची थोडी-बहुत डागडुजी करून त्या राहण्यासाठी ठीकठाक करण्यात आल्या होत्या; पण त्यांचा जुना ढाचा अजून तसाच होता. बराकीच्या मधोमध अर्ध्या भिंतीचा विभाजक घालून त्याच्या दोन्ही बाजूंना राहण्याची सोय करून देण्यात आली होती. एका मोठ्या दालनात अर्धी भिंत घालून आणि पक्क्या फरशा बसवून दोन खोल्यांचा भास निर्माण करण्यात आला होता. वरचे कौलारू छप्पर मात्र तसेच ठेवण्यात आले होते. पावसाळ्यात त्यातून घरात पाणी गळत राही आणि त्यापासून बचावण्यासाठी आम्ही आपल्या खाटा कधी इथे तर कधी तिथे सरकवत राहायचो. तिथल्या भिंतींवरून पापुद्रे गळत राहायचे, त्यातून कितीतरी वेगवेगळे चेहरे उमटून मिटत जायचे आणि मी त्यात माझा चेहरा शोधत राहायचो. आकाशात दाटलेल्या ढगांमधूनही माझ्या कल्पनेचे वारू स्वैर दौडत सुटायचे आणि मी तिथे मला हव्या तशा आकृत्या चितारत राहायचो.

मी आठ-नऊ वर्षांचा असताना पहिल्यांदा इथे आलो होतो तेव्हा बघितलेले अंबाला जसे होते तसे ते आता राहिले नव्हते. असेही असेल की या वेळी माझ्यात वा माझ्या दृष्टीत काही बदल घडले असावेत किंवा शहराचा भूगोलच बदलून गेला असावा. या वेळी आम्ही कच्च्या बाजारात नाही, तर शहराच्या बाहेर वायुदल आणि सैन्यदलाच्या तळांच्या अगदी जवळ राहायला आलो होतो. काही असो, मी आजारपणामुळे तीन-चार वर्षे काहीच करू शकलो नव्हतो, म्हणजे एका अर्थी मी तसा रिकामटेकडाच होतो. काही करावेसे वाटे, रितेपणाची पोकळी भरून काढावीशी वाटे; पण त्यासाठी काय करावे ते समजत नव्हते. पराकोटीच्या अशक्तपणाने मला ग्रासून टाकले होते; पण मला तर वेगाने धावावे, पळावेसे वाटत असायचे. माझे शरीर वेदनेने तुटत राहायचे; पण अंतर्मनात विचारांची घुसळण सुरू असायची आणि मनात स्फूर्ती व शक्तीचा समुद्र उसळत राहायचा. तन, मन आणि अंतर्मनामध्ये स्पर्धा सुरू असायची. ना लिहिणे-वाचणे, ना कोणता उद्योग. बाऊजी अधूनमधून इकडून-तिकडून पुस्तके घेऊन येत, ती मी वाचून काढत असे. याच काळात मला जाणवू लागले की केवळ माझ्या शरीर व मनातच नाही, आसमंतातही बरेच काही बदलून गेले आहे. एक अमूर्तशी उत्कंठा मला घेरून राही. काही सांगावे, करावे आणि बघावे असे तीव्रतेने वाटत होते; पण जड शिळेखाली दबून गेल्यासारखे वाटत राही. कुटुंबातल्या भावनिक नातेसंबंधांमध्ये काही उणेपणा आहे असे मला जाणवत नव्हते, तरीदेखील कुठेतरी काहीतरी न्यून असले पाहिजे की ज्यामुळे मला अनेकदा अजबशी घुसमट जाणवत राहायची. एक प्रकारचा ताण आणि दबाव जाणवत राहायचा जो मला मोकळेपणाने वावरू द्यायचा नाही आणि माझ्या सगळ्या वागण्या-बोलण्यावर दडपण येत राहायचे. आम्ही घरासमोर एक बाग फुलवली होती, तिथे मी वाफे तयार करायचो, आणि पाणी शिंपण्याचे कामही करत राहायचो. मी इथे-तिथे फिरत असायचो; पण जास्त करून स्वतःतच गुंतून राहायचो. बालपण केव्हा सरून गेले ते मला समजलेच नाही; तारुण्याचा एक मोठा हिस्सा अभावांच्या राक्षसाने गिळून टाकला आणि बेफिकीर जगण्याचा आनंद मी कधी लुटू शकलो नाही. दबक्या पावलांनी आलेले तारुण्य तसेच निघून गेले, हळुवार रुणझुणाट आणि तृष्णेचे चमकते कण हाती येता-येता ओघळून-हरवून जात राहिले.

घरापासून एक-दीड फर्लांगावर वायुदलाचा विमानतळ होता. रस्त्यावरून धावपट्टी नजरेत यायची आणि तिथून उड्डाणे घेणारी वा उतरणारी विमाने दृष्टीला पडायची. लढाऊ विमानांचा ताफा बराकींवरून झूं... करत झेपावत जायचा आणि काही मिनिटांतच शेकडो मैलांचा प्रवास करत ती विमाने आभाळात कोलांट्या घेऊ लागायची. खूप मजेदार दृश्य असायचे ते. ती विमाने जेव्हा घरावरून झेपावत

जायची, तेव्हा बराक हादरून उठायची. तो थरार मलाही जाणवत असायचा पण जेव्हा त्याला नसानसात सामावून घ्यायचा प्रयत्न करायचो, तेव्हा माझ्या आत कुठेतरी खेदाची एक रेषा खेचली जायची की मी आयुष्यात काहीच करू शकलो नव्हतो, बुद्धू तो बुद्धूच राहिलो होतो.

सदर बाजारात माझे नेहमी येणे-जाणे होत असे. मी कधी बीजी आणि बाऊजींबरोबर, तर कधी असाच पायी फिरत तिकडे जात असे. एके दिवशी असेच फिरत असताना माझी नजर एका जाहिरातीवर पडली - 'निगार' चित्रपटगृहात 'जय हनुमान' सिनेमा. चौथा आठवडा. काही करून सिनेमा बघण्याच्या कल्पनेने मी एकदम उत्साहित होऊन गेलो पण तिकिटासाठी पैशाची जोड कशी, कुठून करावी हा प्रश्न होता. मी पडलेल्या चेहऱ्याने घरी आलो. वीरेन्द्रने माझा उतरलेला चेहरा बघून विचारले, "भाऊ, काय झालं रे?" मी त्याला सांगितले. तेवढ्यात बीजी तेथे येत म्हणाल्या, "वखारीतून एक मण कोळसा घेऊन ये. लक्षात ठेव, कोळसे आणलेस तर शेगडी पेटेल आणि शेगडी पेटली तरच जेवण बनवता येईल. मी संध्याकाळपर्यंत येते बरं!" माझ्या हातात पैसे ठेवून त्या निघून गेल्या. माझी वीरेन्द्रशी नजरानजर झाला. नजरेनजरेतच बेत ठरला. आम्ही वीस शेर कोळसा घरात आणून ठेवला, उरलेले पैसे घेऊन 'निगार'वर पोहोचलो आणि सिनेमाची मजा लुटली. हनुमानजींनी छाती फाडून दाखवली तेव्हा तिथे राजा रामाचे दर्शन होताच सगळ्या चित्रपटगृहात टाळ्यांचा एकच कडकडाट उसळला. असे म्हणतात की, 'कोळशाच्या दलालीत तोंड काळं'; पण इथे परिस्थिती अशी होती की सिनेमा संपला तेव्हा आमच्या चेहऱ्यांवर खुशीची चमक झळकताना दिसत होती. घरी पोचेपर्यंत मात्र आम्ही ही चमक अगदी लपवून टाकली. वीरेन्द्रबरोबर हा माझा अशा प्रकारचा पहिला आणि शेवटचा अनुबंध होता. आम्ही आमची पहिली आणि कदाचित शेवटची चोरी हनुमानजींच्या नावे केली. खरे तर आम्ही चोरी केली आहे असे आम्हाला मुळीच वाटत नव्हते. आम्हाला वाटत होते की आम्ही पैशाची बचत करून चित्रपट बघितला होता. काही असो, चोरी ही चोरीच असते हे आम्हाला नंतर जाणवले आणि आम्ही चोरी केल्याची कबुली सर्वांसमोर दिली तेव्हा "बघा, चोरी केली तीही हनुमानजींसाठी" म्हणून सर्वांना हसू फुटले.

माझ्या शरीरात बदल होत होते, त्यातून एक प्रकारचा झिणझिणाट जाणवत राहायचा. माझा आवाजही बदलत होता. आमच्या बराकीच्या बरोबर समोर असलेल्या बराकींमधल्या दोन-तीन बंगाली मुलांशी माझी चांगली गट्टी जमली होती. ते माझ्या वयाचे होते आणि त्यांना संगीत आणि नाटकाची आवड होती. लहानपणी मीदेखील कठपुतळ्यांचे नाच आणि रामलीला आवडीने बघत असे. म्हणून जेव्हा या नव्या बंगाली मित्रांनी कुठलेसे नाटक करण्याची टूम काढली, तेव्हा मी त्यासाठी लगेच

तयार झालो. मला नाटकाचे नाव आता आठवत नाही पण ते पिता-पुत्राच्या संबंधांवर आधारित होते हे मात्र आठवते. आता नाटकाच्या तालमी कुठे कराव्यात आणि प्रयोग कुठे लावावा हे प्रश्न उभे राहिले. लक्षांत आले की दोन्ही बराकींच्या मध्ये असलेल्या एका मोडकळीला आलेल्या पडवीमध्ये नाटकाचा प्रयोग करता येईल. काही दिवस तालमी केल्यानंतर नाटकाचा प्रयोग करण्यात आला. बराकींमध्ये तसेच आसपास राहणारे बरेच लोक ते नाटक बघायला आले. तो प्रयोग म्हणजे रामलीला आणि पारशी नाटकांचे मिश्रण असलेला उथळ, गंमतशीर प्रकार होता पण आमच्या लेखी तो एक मोठा पराक्रमच होता. काहीही असो, आज मला वाटते की कदाचित त्या वेळचे ते नाट्यसंस्कारच मला तीस वर्षांनंतर नाट्यलेखनाकडे घेऊन गेले असावेत.

एके दिवशी बराकींमधल्या एक नंबरच्या घरात राहणारी नंदिता नावाची एक मुलगी आमच्या घरी आली. तिने केसांवर पिवळा स्कार्फ बांधला होता. तिचे वडीलही मिलिटरी इंजिनिअरिंग सर्व्हिसेसमध्ये नोकरी करत होते. त्यांनी तिच्याकरवी बाऊजींना निरोप पाठवला होता. ती बाऊजींना निरोप देत होती तेव्हा मी तिच्याकडे बघत राहिलो. तिला बघून माझ्या मनात त्या गोऱ्या-चिक्न्या नन्होची आठवण जागी होत गेली. मी तिला अशी हाक मारली की तिला राग यायचा. सहा-सात वर्षांपूर्वी ती आमच्या शेजारी राहत असे, माझे तिच्याबरोबर नोकझोक, रुसवे - फुगवे, मनधरण्या करणे सुरू झाले होते. माझ्या तोंडून शब्द फुटला, "नन्हो!"

"ए, मी नन्हो दिसते का? नंदिता आहे माझं नाव." तिने रागाने, प्रौढीने उत्तर दिले, "माहिती आहे मी आठवीत आहे ते?" मी लहानपणी बघितलेल्या त्या गोल-मटोल मुलीऐवजी एक उंच, बारीक मुलगी माझ्यासमोर उभी होती. मला वाटले की, जर मी शाळेत व्यवस्थित शिकत राहिलो असतो तर मीसुद्धा आता नववी-दहावीत असतो. आणि मी तरी पूर्वीचा डब्बू कुठे राहिलो होतो, बांबूसारखा चांगला उंचनिंच झालो होतो.

नंदिता जवळपास रोज घरी जाऊ-येऊ लागली. मी तिला शिकवण्याचे निमित्त करून तिच्याबरोबर अभ्यास करत बसू लागलो. ती तास न् तास माझ्याबरोबर बसून राहायची. एके दिवशी मी तिच्या हाताचा मुका घेतला, तेव्हा ती हसत सुटली, मला बिलगली आणि नजरेला नजर भिडवून माझ्या डोळ्यांत डोकावत राहिली. मी तिच्या डोळ्यांचे मुके घेतले आणि तिने माझ्या! आणि ती माझे केस विस्कटून टाकत हसत हसत तिथून पळून गेली. हवेत जणू सुगंध पसरला आहे असे मला वाटत राहिले. शरीरात एक अजबशी प्रणयभावना आणि डोळ्यांत धुंदी उतरलेली जाणवू लागली.

त्या काळात हाती आलेली हरिवंशराय बच्चन यांची 'मधुशाला' मी वाचून

काढली आणि त्यातल्या कवितांना आपल्या मनाने चाली लावून गाऊ लागलो. दोन-तीनदा नंदिताच्या घरीही जाऊन आलो. मी तिच्याकडे खूप तीव्रतेने आकर्षित झालो; पण त्याचबरोबर मला आता व्यवस्थित शिक्षण घेतले पाहिजे, मॅट्रिकची परीक्षा दिली पाहिजे असे प्रकर्षाने वाटू लागले. पाचवीतून निघत सरळ मॅट्रिकची परीक्षा देणे, तीही वर्ष-सहा महिन्यांत हे जेव्हा बाऊजींनी ऐकले तेव्हा तेही विचारात पडले.

"मी खूप मेहनत करेन" मी म्हणालो, "जर मी शाळेत जात राहिलो असतो तर ज्या वर्षी मॅट्रिक झालो असतो, त्याच वर्षी मला मॅट्रिक व्हायचे आहे."

बाऊजींनी मला शाबासकी दिली आणि म्हणाले, "चल तर, तयारीला लाग. मी तुझ्याकडून वर्षभरात मॅट्रिक करवून घेतो." मला लगेच भारतीय हायस्कूल या खाजगी शाळेत दाखल करण्यात आले. ज्यात बाऊजी अतिशय निपुण होते त्या गणित आणि हिंदीबरोबर इतर विषयांची तयारी करण्यात आम्ही दोघे गुंतून गेलो. बाऊजी कामावरून परतताच मला शिकवण्यासाठी बसत. मी त्यांच्यासाठी हुक्का तयार करायचो आणि ते मला गणित व इतर विषय शिकवण्यात गर्क व्हायचे. गणितातली समीकरणे, प्रमेये त्यांच्या बोटांवर अशी काही थिरकायची, जशी एके काळी यूसुफच्या बोटांवर थिरकत असत. मला बाऊजी आणि यूसुफ मास्तरांमध्ये खूप साम्य आहे असे वाटायला लागले. कुठे असतील यूसुफ मास्तर? त्यांची आठवण काढत मी खूप मनापासून अभ्यास करायला लागलो. जेव्हा नंदिताबरोबर भेट व्हायची तेव्हा मी मॅट्रिकची परीक्षा देतोय हे तिला मोठ्या तोऱ्यात सांगायचो. त्यावर ती मला चिडवायची, म्हणायची, "पहिल्यांदा मला शिकव. मला आठवी पास करून दाखव; तर मानीन तुला." मी पाचवीसुद्धा पास झालेलो नाही आणि दहावीची अग्निपरीक्षा द्यायला निघालो आहे, हे तिला मी कसे सांगणार होतो? मी म्हणालो, "नन्हो, काय समजतेस, एका चुटकीसरशी शिकवेन तुला." 'नन्हो' म्हटल्यावर तिच्या चेहऱ्यावर रुसवा उमटून आला. "काय नन्हो-नन्हो म्हणतोस सारखा? नावाने बोलवता येत नाही?" मी तिला प्रेमाने 'नंदिता' म्हणून हाक मारल्यावर तिच्या कपाळावरच्या आठ्या कमी झाल्या. मी तिला काय शिकवणार होतो, ती मुळातच खूप हुशार होती. तिच्याबरोबर अभ्यास करताना, म्हणजे तिला शिकवताना माझाही आठवीचा अभ्यास होत गेला. ती नववीत गेली आणि मला आता दहावीची परीक्षा द्यायची होती. एके दिवशी ती आली आणि म्हणाली, "मी जाणार आहे." मी विचारले, "कुठे?" "कुठेही, तुला काय करायचंय?" मी हसू लागलो. तिने माझ्याकडे रागाने बघितले आणि माझे केस विस्कटत म्हणाली, "निंदरच्या लेका, माझ्या वडिलांची बदली जालंधरला झाली आहे. आता मी कधीच भेटणार नाही."

ती निघून गेली आणि तिला जाताना मी बघत राहिलो. चुपचाप. उदास.

"तू पास झाला आहेस."

बाऊजी वर्तमानपत्र वाचत मला सांगत होते. माझा विश्वास बसत नव्हता. बाऊजींचा आनंद गगनात मावत नव्हता. त्यांचे म्हणणे खरे ठरले होते, त्यांनी पाच वर्षांचा अभ्यासक्रम माझ्याकडून पाच महिन्यांत करवून घेतला होता. मी खूष होत वर्तमानपत्र वाचू लागलो. बीजी जवळ आल्या. त्या हसत हसत माझ्या डोक्यावरून हात फिरवू लागल्या. मी पास झालो होतो. मी मॅट्रिक झालो होतो, दुसऱ्या वर्गात! मला पहिल्यांदाच असे वाटले की मी मोठा झालो आहे आणि मला केव्हाही, कुठेही खेळण्यासाठी, उड्या मारण्यासाठी, मुक्त संचार करण्यासाठी एक असीम जग आता माझ्यासमोर पसरत गेले आहे. घरात कडा प्रसाद बनवला गेला. बाऊजी खूप वेळ हुक्का ओढत गप्पा मारत बसले. त्या दिवशी मी घरातून निघून हिंडत-फिरत मॉल रोडवर गेलो आणि फेरफटका मारून आलो.

माझा आनंद कोणाबरोबर वाटून घेऊ? माझी पावले नंदिताच्या घराकडे वळली. त्या घरात प्रवेश करणारच होतो, तेवढ्यात आठवले की ती तर कधीच निघून गेली आहे. किती खूष झाली असती नन्हो! तिचा चेहरा माझ्या दृष्टीसमोर चमकून गेला. चमकदार डोळे, छोटे टोकदार नाक, सुंदर ओठ आणि गोरी सौंदर्यपूर्ण काया. नन्होबद्दल माझ्या मनात असलेल्या आकर्षणाबद्दल बीजींना थोडा अंदाज होता. एके दिवशी त्या कीर्तनाहून लवकर घरी परतल्या होत्या, तेव्हा त्यांनी मला नन्होबरोबर बिलगलेल्या अवस्थेत पाहिले होते. नन्होने एकदम सावरून घेतले आणि मी ही-ही-ही करत बीजींजवळ गेलो. मला नीटसे आठवत नाही, मी नन्होबरोबर कोणता खेळ खेळत राहायचो. वरवर पाहता तो खेळ, खेळ वाटायचा, पण त्यात प्रेम दडलेले असायचे; म्हणजे हातात हात, बोटांत बोटे गुंफलेली असायची आणि स्पर्शाची ती पहिलीवहिली रुणझुणती जाणीव... तीही असायची.

एके दिवशी आईने सांगितले, "नंदिता तिच्या कुटुंबियांबरोबर एका लग्नासाठी इथं येणार आहे. आपल्यालाही आमंत्रण आलं आहे. तू येणार का?"

"का नाही?" मी म्हणालो.

लग्नात नंदिताशी भेट झाली. ती पूर्वीपेक्षा आणखीनच सुंदर, खुललेली, फुललेली भासत होती. मला बघताच म्हणाली, "निंदरच्या लेका!" मी म्हणालो, "नन्होच्या लेकी!" आम्ही खळखळून हसत सुटलो. मला जणू टोमणा देत ती म्हणाली, "जनाब, मला अर्ध्या वाटेतच सोडून स्वतः मॅट्रिक झालात ना?"

"त्या दिवशी मी तुझा शोध घेत राहिलो." मी म्हणालो.

"मीसुद्धा..." तिची नजर गहिरी होत गेली. मग तिच्या बोलण्याचा ढंग

बदलला. "मोठा झालास मॅट्रिक पास, मला नववी पास करायला हवीस, करवशील ना?"

"करवेन, करवेन, करवेन!" मीही थट्टेच्या मनःस्थितीत आलो होतो.

"जा... जा..." तिने बिनधास्तपणे म्हटले.

"जा, जा तर जा, जा..." माझ्या बिनधास्त बोलण्यात थट्टेची छटा उमटत आली. तेवढ्यात तिचे आई-वडील तिथे आले. तिने क्षणभर माझ्याकडे बघितले आणि ती निघाली, मीही निघालो.

कोणती ना कोणती समस्या सतत सामोरी येत राहायची. वाटायचे की काही तरी करावे; पण काय करावे ते समजत नव्हते. दोन्ही मोठे भाऊ सरकारी नोकरीत होते. घरापासून दूर ते आपापल्या जगात इतके रमले होते की जणू इतर कुणाशी त्यांना काही देणे-घेणेच नव्हते. घरात कमवणारा एक आणि खाणारे आई-वडिलांबरोबर आम्ही तीन भाऊ- ब्रिजमोहन, मी आणि वीरेन्द्र. वडील आधी शिक्षकी पेशात खपत, मरत राहिले आणि पुढे वर्षानुवर्षे कारकुनीत राबत राहिले. अशा सतत झाकोळलेल्या आयुष्यात आम्ही सगळे मोठे होत, शिकत पुढे जात राहिलो. हुक्क्याच्या गुडगुड आवाजात वडिलांचे विचार करत राहणे, सुटकेचा श्वास घेण्याचा प्रयत्न करता करता निराशेत बुडून जाणे आणि आईचे कधी न संपणारे गुडघ्यांचे दुखणे. मी उदास होत कधी एखादे पुस्तक उचलायचो तर कधी दुसरे. आज स्वामी रामतीर्थ आणि विवेकानंद यांची पुस्तके हाती लागली. त्यातल्या एकेका शब्दातून शक्ती जाणवू लागली. वाटले, माझ्या आतून माझे प्रतिबिंब जणू मला आपल्या बाहूंमध्ये उचलून घेत आहे, मी पर्वतावर पहिले पाऊल टाकले आहे आणि हळूहळू दमदार पावले टाकत शिखरावर पोहोचलो आहे. मी तिथून बघत होतो; आपलेच रूप पूर्वीपेक्षा कितीतरी पटींनी निखरलेले, खुललेले, त्वचेपासून चेतनेच्या गहिराईपर्यंत आणि 'स्व' पासून आकाशापर्यंत. किती आगळा अनुभव होता तो. पुस्तक वाचल्यानंतरचा अनुभव पुस्तकापेक्षा किती वेगळा - मी कधी आंतरिक दऱ्यांमध्ये कोसळत जात होतो, तिथे तोड-फोड करत होतो, तर कधी बाहेरच्या आव्हानांचा सामना करण्याची आकांक्षा मनात उचंबळू लागली होती. कबीर ज्या शब्दांची साधना करण्याबद्दल सांगत होते, 'साधो! सबद साधना कीजै' ते हेच शब्द होते का?

माझ्या मनात जास्तीत जास्त शिकण्याची इच्छा तीव्र होत चालली होती, पण कुटुंबाच्या खालावलेल्या परिस्थितीमुळे पुढे शिकणे कसे शक्य होईल, हा प्रश्नही टोचणी लावत राही. मी ते एके दिवशी बीजींना सांगितले. बीजींनी ही गोष्ट बाऊजींच्या कानावर घातली. बाऊजींनी मना केले. "अहो, याला पुढे शिकवा."

बीजींनी हट्ट धरला.

"याला काय चक्रवाकाचे पंख लागले आहेत?" बाऊजींनी चढलेल्या स्वरात विचारले.

"हो, लागले आहेत बरं! माझं ऐका, या मुलाला पुढे शिकू द्या." बीजींनी उत्तर दिले.

बाऊजींनी त्यांना टाळण्यासाठी म्हटले, "बरं, बघतो!"

मग त्यांनी त्यांचे वरिष्ठ, मेजर आर. एन. कपूर यांच्या कानावर ही गोष्ट घातली आणि एके दिवशी मला त्यांच्या बंगल्यावर घेऊन गेले. त्यांनी मला शाबासकी दिली तेव्हा मी संकोचून गेलो. कपूर साहेबांची कॉलेजच्या प्राचार्यांबरोबर ओळख होती, त्यांनी प्राचार्यांकडे शब्द टाकला आणि अर्धी फी माफ होत मला जी. एम. एन. कॉलेजमधल्या इंटरमिडिएटच्या वर्गात प्रवेश देण्यात आला. कॉलेज कसले, गवताचे छप्पर असलेल्या वर्गांचा एक मोठा समूह होता. त्यात एकीकडे विज्ञान विभाग आणि ग्रंथालय, डावीकडे कौलांनी आच्छादलेले पत्र्याचे छप्पर असलेले वर्ग होते. १९५०च्या आसपास भीष्म सहानी[४] इथे व्याख्याते म्हणून कार्यरत झाले होते. कपूर, सेठी आणि एन. सी. कंवर इंग्लिशचे प्राध्यापक आणि हिंदीचे पंडितजी प्यारेलाल आझाद, ते ग्रंथपालही होते. उर्दूचे जियासाहेब, अर्थशास्त्राचे मदनलाल 'मधू', इतिहासाचे बलदेवराज आणि या सर्वांचे नेतृत्त्व करत होते प्राचार्य जसवंत राय, जे फाळणीनंतर इथे आले होते. साधे, सरळ आणि आकर्षक व्यक्तिमत्त्व असलेल्या प्राचार्यांनी संपूर्ण कॉलेजला तोल आणि शिस्तीच्या तालात बांधून ठेवले होते.

मोठे चर्च आणि मिलिटरी हॉस्पिटल यांच्यामधल्या रस्त्यावरून मी कॉलेजला जात असे, आणि परतताना हॉस्पिटल आणि क्लब यांच्यामधल्या मॉल रोडवरून येत असे. या रस्त्यावर सैन्यातल्या अधिकाऱ्यांची मोठमोठी घरे आहेत. प्रत्येक घरासमोर हिरवळ पसरली आहे. त्या घरांच्या मधून गेलेल्या गल्ल्यांसारख्या रस्त्यांवरून फिरत फिरत मी घरी परतायचो. हा संपूर्ण भाग आणि जिथे आम्ही राहत होतो तो भाग साहजिकच एकांतात आहे. एक प्रकारचे रितेपण इथे पसरलेले आहे. अनेकदा वाटते, रितेपण आणि सुन्न शांततेला चिरून इथे रस्ते बांधले गेले आहेत. कदाचित सगळ्या कॅन्टोनमेंटचे परिसर असेच असतील.

घरापासून एक फर्लांग अंतरावर एक भव्य चर्च होते. मी दुपारच्या वेळी अभ्यास करायला तिथे जायचो. चर्चच्या पाठीमागच्या उंच भिंतींच्या सावलीच्या गारव्यात मी अभ्यास करत बसायचो. भिंती आणि झाडांवर मजेत काही ना काही

---

४. पद्मभूषण भीष्म सहानी (१९१५-२००३) हिंदीतले ज्येष्ठ लेखक, नाटककार आणि अभिनेते.

लिहीत किंवा आडव्या-तिडव्या रेघा ओढत राहायचो. अनेकदा त्या रेषांमधून आकृत्या उमटताना दिसायच्या. अनेकदा वाटायचे की तिथे कविता निर्माण झाली आहे. मी तिथल्या झाडांच्या दाट गर्दीतून फिरत राहायचो, ना कोणी मित्र, ना कोणी सहाध्यायी, इथे कुणीच नसायचे. इथे नन्होही नसायची. एकटेपणाचा काळ पुस्तकांच्या संगतीत व्यतीत करत राहायचो, तरी एकटेपणाचा एक थर माझ्या अंतरंगात काही अशा प्रकारे घर करून बसला आहे, की तो हलण्याचे नाव घेत नाही. हो, निंदर आहे, जो मला आतल्या आत कुरतडत-कोचत राहतो. तो कुणाला घाबरत नाही. त्याला माहीत आहे की त्याचे कुणी काही बिघडवू शकत नाही.

खोल निराशा, उदासी आणि मानसिक तणावाच्या मनोवस्थेत मी चर्चचा आसरा घेतो आणि जरी मी चर्चच्या मुख्य दालनात कधी प्रवेश केला नसला तरी इथे आल्यावर मला शांती, धीर आणि विश्रांती मिळते. मला वाटते की चर्चच्या मागचा तो भाग जिवंत माणसांच्या स्पंदनांसारखा माझ्या अंतरंगात उतरत पुढे माझ्या सृजनाच्या पार्श्वभूमीत सामील होऊन गेला असावा. मला १९७१च्या डिसेंबरमधले ते दिवस आठवतात. मिलिटरी हॉस्पिटल आणि चर्चवर पाकिस्तानी सैन्याने केलेल्या बॉम्बवर्षावात चर्चचा वरचा भाग कोसळून ते उद्ध्वस्त झाले होते, ही बातमी ऐकून मी पराकोटीचा दुखावून जात अगदी सैरभैर होऊन गेलो होतो. मी झाडांच्या खोडांवर, चर्चच्या भिंतींवर लिहिलेली ती अक्षरे यातून वाचणे कसे शक्य होते? त्या भयावह कालखंडात ते लिखाण वाचू शकले की नाही ते समजणे कठीण होते.

बराकीच्या मधोमध घातलेल्या अर्ध्या भिंतीमुळे डाव्या-उजव्या बाजूच्या दोन भागांत घरांची विभागणी झाली होती. तिकडचे आवाज इकडे अगदी स्पष्ट ऐकू येत आणि अजब प्रकारचे नाट्यमय वातावरण तयार होई. आमच्या घराच्या बरोबर पाठीमागच्या घरातून एका मुलीने गोड आवाजात गायलेले गाणे नेहमी ऐकू यायचे-

“तुम अगर भूल भी जाओ
तो ये हक है तुमको
मेरी बात और है
मैने तो मोहब्बत की है”

‘तुम अगर भूल भी जाओ’च्या ओळी त्या बराकींमधून इथे-तिथे पसरत वातावरणात गुंजत राहायच्या. त्या मुलीच्या आवाजात एक आर्तता जाणवायची. मी आवाजावरून तिच्या चेहऱ्याचा अंदाज बांधायचो आणि तिचे गाणे बंद झाले की त्या ओळी गुणगुणत बसायचो. थोडा वेळ गप्प राहिल्यानंतर ती पुन्हा तेच गाणे गायला सुरवात करायची. असा क्रम सारखा चालू राहायचा. तिचा आवाज ऐकून मला वाटायचे की तीसुद्धा त्या गाण्यासारखी नाजूक आणि सुंदर असली पाहिजे.

एके दिवशी मी बराकीच्या मागच्या बाजूला, जिथून गाण्याचा आवाज यायचा त्या घराच्या समोर गेलो. बघितले, तर ती सावळ्या रंगाची सुंदर मुलगी होती. पुढे दोन-चार दिवस तिचा आवाज कानी पडला नाही तेव्हा मी बीजींकडे चौकशी केली. बीजी माझ्याकडे ओझरती नजर टाकत म्हणाल्या, "अरे, तू गा ते गाणं! मीही ऐकेन तू कसा गातोस ते!" आणि त्या हसत हसत पुढे म्हणाल्या, "अरे बुद्धू, ती सुट्टीसाठी तिच्या काकांकडे आली होती, गेली भुर्रकन उडून!"

'तुम अगर भूल भी जाओ' हे गाणे पुढची अनेक वर्षे मी गुणगुणत राहिलो आणि आजही रेडिओवर ते ऐकू आले की माझ्या मनात त्या मुलीची आठवण जागी होते.

ब्रिजमोहनदादांना पंजाब पोलिस दलाच्या बिनतारी दळणवळण खात्यामध्ये नोकरी मिळून त्यांची पहिली नेमणूक अटारी सीमेवर झाली. तिथून ते घरी येत-जात असायचे. एकदा ते मला त्यांच्याबरोबर तिकडे घेऊन गेले. जगमोहनदादा तेव्हा अमृतसरला डाक आणि तार विभागात नोकरी करत होते. त्यांना भेटून आम्ही अटारीला पोहोचलो. एकदा ब्रिजदादा मला बरोबर घेऊन अटारी सीमा दाखवायला घेऊन गेले. सीमेवर पोहोचण्याचा अर्थ माझ्या लेखी बालपणात डोकावणे, ज्या शाळेत जिथे मी शिकत होतो तिथे परतणे, असा होता. तिथे पोहोचल्यावर मला यूसुफ मास्तरांची खूप आठवण आली. ते कुठे असतील या विचारात मी बुडून गेलो. लाहोरचे ते घर, ती गल्ली जिथे मी तास न् तास खेळायचो, तिथे मी 'कैंची' सिगरेटच्या डब्या गोळा करायचो आणि गोट्या खेळण्यात माझा हात धरू शकणारे कुणी नव्हते, ते सगळे मला आठवत गेले.

अटारीहून ब्रिजदादांची बदली पाकिस्तानच्या सीमेला अगदी लागून असलेल्या डेरा बाबा नानक इथे झाली. मला इथे रावी पुन्हा भेटली आणि लाहोरला बघितलेल्या रावीची मुरकणारी-नाचणारी रूपे मला आठवत गेली. ही नदी इथून पाकिस्तानात प्रवेश करते. एक अजब गोष्ट अशी जाणवत होती, की इथे माझ्या दृष्टीसमोर प्रत्यक्ष लहरणारी रावी होती; पण माझ्या अंतरंगात जिला मी लाहोरमध्ये मागे सोडून आलो होतो, ती रावीच अजून लहरत होती. काही दिवसांनी बाऊजी आणि बीजीही तिथे आले. इथून जवळ असलेल्या ठठरका नावाच्या गावाहून काही मंडळी ब्रिजदादांसाठी लग्नाचा प्रस्ताव घेऊन आली, तेव्हा त्यांना आधी मोठ्या भावाचे- जगमोहनचे- लग्न करण्यात येईल असे सांगण्यात आले. या दरम्यान जगमोहनदादा तिथे आले तेव्हा त्यांनाही हा प्रस्ताव सुचवला गेला, पण खरी गोष्ट अशी होती की जिच्याशी त्यांचा लाहोरला असताना साखरपुडा करण्यात आला होता, त्या मुलीची आठवण बीजी आणि जगमोहनदादांच्या मनात अजूनही रुतून बसली होती. पुढे फाळणीमुळे ते चित्र छिन्न-भिन्न होऊन गेले होते. बीजींनी त्या मुलीला चरखा कातताना बघितले

होते, ती गोरीपान मुलगी त्यांना मनापासून आवडली होती, त्या अजूनही तिची आठवण काढत असत. असो, नव्या नातेसंबंधांची हौस तर होतीच म्हणून बाऊजी, बीजी आणि जगमोहनदादा ठठरक्याला जाऊन मुलगी बघून आले. तो एक अगदी साधारणसा ब्राह्मण परिवार होता. लग्न झाले, तेव्हा वधूला बघून दादा आश्चर्य-चकित होऊन गेले. त्यांना वाटले की, त्यांना दाखवण्यात आलेली मुलगी कुणी वेगळीच होती. ते खूप संतापले. त्यांना खूप प्रयत्नांनंतर समजावण्यात यश आले; पण ते त्यांच्यावर अन्याय झाल्याच्या भावनेने वर्षानुवर्षे आतल्या आत घुसमटत राहिले. तसे बघायला गेले तर खरोखरच त्या दोघांमध्ये कोणताही मेळ नव्हता. दादा देखणे आणि उंच होते आणि त्यांची पत्नी ना सुंदर होती, ना शिकलेली,भर म्हणून ती बुटकीही होती. असो, त्यांचे संबंध कसेबसे निभत गेले; पण सुरवातीच्या काही वर्षांमध्ये दादा काहीसे कुढत राहिले, मानसिक स्तरावर एक प्रकारचा कमीपणा त्यांना जाणवत राहिला आणि तो लपवण्यासाठी ते अनेक प्रकारे प्रयत्न करत राहिले. जेव्हा अमृतसरहून त्यांची नेमणूक नागपूरला कामटी इथे झाली, तेव्हा ते एकटेच तिथे निघून गेले. नंतर कोलकात्याला बदली झाली तेव्हा ते आपल्या कुटुंबाला बरोबर घेऊन तिकडे गेले. दोन-तीन वर्षांनी ते अंबाल्याला आले तेव्हा चिलियाँवाला लाईन्समध्ये राहू लागले. होळीचे दिवस होते. आम्ही सगळे भाऊ तिथे एकत्र जमलो तेव्हा बाऊजी आणि बीजीदेखील त्यांना भेटायला तिकडे आले. माहीत नाही कोणत्या गोष्टीवरून मदन आणि जगमोहनमध्ये जोराची ठिणगी पडली आणि अचानक एका प्रचंड भांडणाने पेट घेतला. आम्ही सगळे अगदी उदास व विमनस्क होऊन घरी परतलो. दुसऱ्या दिवशी जगमोहनदादा आले आणि घडलेल्या घटनेबद्दल खेद व्यक्त करू लागले. त्यांच्या लग्नाची घटना त्यांना आतल्या आत खूप सलत राहिली. त्यामुळे ते नेहमी काही ना काही असे करत राहायचे, जे इतरांना खूपच अजब वाटायचे.

एकदा ते घरी आले ते दारूची बाटली खोलून दारातच ठिय्या मारून बसले. बाऊजी म्हणाले की हा काय असभ्यपणा आहे, प्यायचे आहे तर आत बसून पी. त्यावर ते आणखीनच भडकून गेले पण जागेवरून अजिबात हलले नाहीत. ते पेगमागून पेग रिचवत, तोंडाला येईल ते काहीबाही बोलत राहिले. मी काही सांगायला गेलो तर मला लाथाडून देत म्हणाले, "जा जा, आधी नीट बोलायला शीक, बी.ए. करतोयस म्हणून मला समजावतोस?" मनात आले की ती समोरची बाटली फरशीवर आपटून फोडून टाकावी; पण मी रागारागाने त्यांच्याकडे बघत राहिलो. शेवटी बीजी उठल्या. त्यांनी ती बाटली उचलून फरशीवर आपटली आणि जगमोहनदादा लाजिरवाण्या चेहऱ्याने त्यांच्याकडे बघत राहिले.

इकडे माझे इंटरमीडिएट पूर्ण होताच मी त्याच कॉलेजमध्ये बी.ए. ला प्रवेश

घेतला. बी.ए. ऑनर्स हिंदी. छिछरौलीहून आलेल्या सत्यव्रतने संस्कृत ऑनर्ससाठी प्रवेश घेतला होता. तो फार साधा-सुधा मुलगा होता. त्याच्याबरोबर माझी चांगली मैत्री जमली. एकदा छिछरौलीला त्याच्या घरीही जाणे झाले. कृष्ण गुप्ता नजीकच्या मछौडा गावचा रहिवासी होता. तो मला अनेकदा त्याच्या गावी घेऊन गेला. चविंडानंतर मला इथले ग्रामीण जीवन जवळून बघण्याची संधी मिळाली. एकदा मार्कंडा नदीवर सहलीसाठीसुद्धा जाऊन आलो. बरोबर बरीच मुले-मुली आणि महाराज कृष्ण जैनही होते. अपंग असूनही अपूर्व धैर्यशाली, घेतलेल्या निर्णयावर ठाम राहणारी ही व्यक्ती होती. पुढे त्यांनी कथालेखनाचे प्रशिक्षण देण्यासाठी 'कहानी महाविद्यालया'ची स्थापना केली.

संयुक्त कुटुंबात राहण्या-जगण्यामुळे इवले-इवलेसे आनंद मिळत होते, तसेच लहान-मोठी दुःखेही वाट्याला येत होती. स्वाभिमानाच्या शर्तीवर हे एक प्रकारचे सहजीवन होते. कुटुंबाची जी काही मर्यादित साधन-संपत्ती होती ती आमच्यापैकी कोणा एकासाठी नव्हती, तर सर्वांसाठी होती. हो, दोन्ही मोठे मुलगे घरापासून इतके दुरावले की त्यांनी कधी मागे वळून पाहिले नाही, याचे बीजी, बाऊजींना वाईट वाटत राहायचे. कुटुंबाची गुजराण कशी होते, आई-वडील आणि भाऊ कोणत्या परिस्थितीत आहेत, याच्याशी त्यांचा जणू कोणताही संबंध नव्हता. ''यांच्या लग्नांसाठी कर्जे काढली; आता ती फेडणार कोण? या अभाग्यांनी आपलं जगणं अशक्य करून टाकलं आहे.'' बाऊजी चिडून बोलत. ते त्यांना 'बेपर्वा', 'बेशरम' आणि 'बायकांचे गुलाम' म्हणत, पण त्यामुळे कुणाला काही फरक पडणार नाही हे त्यांना समजून चुकले होते. ते आईला म्हणत, ''तू त्यांना डोक्यावर चढवून ठेवलं आहेस. यांची बाजू घेऊन माझ्याशी भांडतेस, आता निपट सगळं.''

आई सगळे चुपचाप ऐकून घ्यायची आणि हसत हसत उत्तर द्यायची, ''अहो, का जीव जळवता आपला? त्यांचं नशीब ते त्यांचं, आपलं नशीब ते आपलं.''

आमच्या घरात दोन खोल्या होत्या. एक स्वयंपाकघराला लागून सामानाने भरलेली, तर दुसरी बैठकीच्या खोलीसारखी वाटावी अशी एक खोली होती. माझी अभ्यास करण्याची आणि झोपण्याची खोली हीच असायची. मी पलंगाला लागून असलेल्या कोपऱ्यात वह्या-पुस्तके लावून ठेवत असे. अभ्यास करताना ती सगळ्या पलंगभर पसरली जात पण कुणी त्यांना स्पर्श करण्याचे धारिष्ट्य करत नसे. लोक येत-जात राहत, गोंगाट होत राही. बाहेर गोंगाट, आत गोंगाट. मला गोंगाटात काम करण्याची सवय होत गेली. माझ्यासाठी कोणत्याही वेगळ्या सोयी-सुविधा असण्याचा प्रश्नच उद्‌भवत नव्हता. एकदा कुणास ठाऊक कसा; कुठून तरी एक निळ्या कापडाचा तागा मागवण्यात आला होता. त्यातून माझ्यासाठी निळ्या रंगाचे सदरे शिवून घेण्यात आले. कदाचित यामुळे निळा रंग माझ्या

जाणीव-नेणिवेचा हिस्सा बनत गेला. निळा कृष्ण, निळे आकाश, निळा सदरा आणि निळा घोडा. पुढे मी एक कविता लिहिली- 'नीली पोशाक,' मग 'खरगोश-चित्र और नीला घोडा' नावाची दीर्घ कविता लिहिली. मला असे वाटते की, या कवितांमधला कोणता ना कोणता सूर माझ्या लहानपणी मला अतिशय प्रिय असलेल्या त्या निळ्या रंगातून उमटून आला असावा. मी पालमपूरमध्ये होतो तेव्हा पर्वतशिखरांवर होणारी ढगांची दाटी बघताना, पर्वत गडद निळ्या रंगात बदलत असल्याचा भास व्हायचा. वाटायचे,

'पर्वत निळ्या सदऱ्यासारखा
माझ्या शरीराशी बिलगला आहे.'
आजही कधी अंबाल्याला जातो तेव्हा मला वाटते,
'सन्नाट्याला चिरून बांधलेले रस्ते आणि वृक्ष
निळा पोशाख घातलेल्या मुलाच्या अंतरंगात
उतरत चालले आहेत.'

कुटुंबात वरकरणी जरी सगळे ठीकठाक चालले आहे असे वाटले तरी आर्थिक ओढाताण होतच होती. कोणीही लादलेली नसली तरी स्वतःच घालून घेतलेली मूक बंधने होती. मी कधी मोकळेपणाने खेळू शकलो नाही, माझा स्वभाव कधी त्या दिशेने बदलू शकलो नाही, आणि कोणत्या ना कोणत्या अडथळ्यांशी टकरा देताना मूळ उद्दिष्टांपासून भटकून दूर जाण्याचा क्रम सुरूच राहिला. माझ्या शिक्षणाचा बोजा कुटुंबावर पडून नये, स्वतःचा खर्च स्वतःला चालवता यावा म्हणून मी त्या काळात शिकवण्या घेऊ लागलो होतो. मी एकीकडे स्वतःच बी.ए.च्या वर्गात शिकत होतो आणि दुसरीकडे खाजगी कॉलेजात बी.ए.चे इंग्लिश आणि हिंदीचे तास घेत होतो. कॉलेजमधल्या साहित्यिक व सांस्कृतिक उपक्रमांत माझा सक्रीय सहभाग असे. वादविवाद स्पर्धा आणि कवितावाचनात मी खूप उत्साहाने भाग घेऊ लागलो होतो. अर्थशास्त्राचे प्रोफेसर मदनलाल 'मधू' उत्तम गीतकार होते. ते आपल्या कवितांचे अतिशय सुंदर गायन करून सगळे वातावरण भारून टाकत. मी त्यांच्या गीतांना, कवी जयशंकर प्रसाद यांच्या 'आंसू' आणि 'कामायनी' या कवितांना चाली लावून लयबद्ध गात असे. त्या काळात मी स्वतःही कविता लिहू लागलो आमच्या आणि इतर कॉलेजांमधल्या आयोजित केलेल्या काव्यवाचनाच्या कार्यक्रमात सहभागी होऊ लागलो. नातेसंबंध आणि सामाजिक-आर्थिक विषमता हे दोन विषय त्या वेळी माझ्या कवितांच्या केंद्रस्थानी असायचे. कॉलेजच्या नियतकालिकात माझे लेख आणि कविता प्रकाशित होऊ लागल्या. मी 'रश्मी' नावाचे हस्तलिखित मासिक काढण्याचा प्रयोगही करून पाहिला. त्या काळात मी साहित्यिक नियतकालिकांच्या संपर्कात येत गेलो. 'नई कविता'चा पहिला अंक १९५६-५७ मध्ये माझ्या हाती

आला आणि तेव्हापासून नव्या दमाच्या कवितेचा शोध, ती समजून घेण्याच्या प्रक्रियेला सुरवात झाली. मी कॉलेजमध्ये प्रसिद्ध होत गेलो. मुलींशी जवळीक व्हायची न व्हायची तेवढ्यात मी त्यांच्यापासून दूर जायचो. मुलींच्या बाबतीत मला नेहमीच एक प्रकारचा भिडस्तपणा वाटत राही.

मी कॉलेजमध्ये इंग्लिशमध्ये पहिला आलो आणि हिंदी ऑनर्समध्ये विद्यापीठात प्रथम वर्ग मिळवून पहिल्या क्रमांकाने उतीर्ण झालो. कॉलेजचा विद्यार्थी पहिल्यांदाच विद्यापीठात पहिला आला होता. प्रेसवाले आले, फोटो काढले गेले, वर्तमानपत्रांमध्ये बातम्या छापून आल्या. प्राचार्य जसवंत रायनी खास बोलावून घेत आशीर्वाद दिला. बाऊजी आणि बीजींच्या आनंदाला पारावार उरला नाही.

माझे सगळे मोठे भाऊ आपापल्या ठिकाणी स्थिरावले आहेत. मी आणि वीरेन्द्र अजून शिकत आहोत. वीरेन्द्रने मॅट्रिक पास होऊन इंटरमीडिएटमध्ये प्रवेश घेतला आहे. तो खूप चपळ आणि बुद्धिमान आहे. त्यांच्या मित्रमंडळाचा परीघ सतत वाढत आहे. तो आपले म्हणणे अगदी बेधडकपणे मांडू लागला आहे, पण त्या दिवसांत मी हेही बघितले की तो आपले म्हणणे जितक्या बेधडकपणे सांगू शकत होता तितक्याच हुशारीने लपवूही शकत होता. मुखवटा घातल्याचे दर्शवू न देता तो मुखवटा घालून वावरू शकत होता. एके दिवशी कॉलेजमधून आल्याबरोबर त्याने माझ्या आणि बीजींच्या समोर एक फोटो ठेवला. आम्ही दोघे तो फोटो बघतच राहिलो.

बीजींना तापलेल्या आवाजात म्हटले, "तुझी ही हिंमत?" आम्ही बघितले, तो एका मुलीच्या गळ्यात हात घालून उभा होता आणि दोघे हसत होते. माझ्या नजरेत उमटलेली संशयाची सावली बघून त्याला हसू फूटत गेले.

"भ्राजी, आपणही फसलात ना?"

मी फोटोकडे लक्षपूर्वक बघितले.

"अरे, हा तर मुलीच्या पोशाखात याचा जिवलग मित्र आहे!"

आणि हसू लागलो.

बीजींनी फोटो पुन्हा पाहिला आणि त्याही हसू लागल्या.

मी एस.डी. कॉलेजमध्ये हिंदी विषय घेऊन एम.ए.ला प्रवेश घेतला. माझ्या वर्गात वीस मुली आणि तीन मुलगे होते. योगेन्द्र कुमार लल्ला एम.ए. करण्यासाठी मेरठहून इथे आला होता. तो चित्रकार होता. रूप नारायण शर्मा खूप उंच आणि सुदृढ होता. त्याचे वडील तिथल्या एका गावात पोलिस अधिकारी म्हणून कार्यरत होते. हिंदी शिकायच्या भुताने त्याला का झपाटले असावे, ते एक गूढ होते. तो कविता करत असे. लल्ला विनोदी कविता रंगमंचीय कवींच्या आविर्भावात सादर करायचा. माझी वाचण्या-लिहिण्याची आवड इथेही कायम राहिली. प्रसाद, महादेवी,

'अज्ञेय' इत्यादी कवींची पुस्तके मी खूप मनापासून वाचून काढली. त्यात अज्ञेय[५] यांनी संपादन केलेले 'तारसप्तक'ही होते. काही ना काही लिहिणेही सुरू होते आणि याबरोबर कवी, समीक्षक म्हणून स्वतःची ओळख प्रस्थापित करण्याची इच्छा मनात आकार घेत चालली होती. पूर्वीपासून जाणवणारा वेंधळेपणाचा हलकासा स्पर्श, एखाद्या भिजलेल्या तलम कपड्याच्या थरांसारखा माझ्या अस्तित्वाला आजही व्यापून राहिला आहे. याच्याशीच जुळलेला निंदर मला वेळोवेळी उत्साहित करत नवनव्या गोष्टी करायला उद्युक्त करत राहिला आहे. त्याला ओलांडून पुढे जाणे माझ्यासाठी नेहमीच कठीण राहिले आहे. तो कधी कुठून येऊन माझ्यासमोर उभा राहील, हे सांगता येत नाही.

◆

५. सच्चिदानंद हीरानंद वात्स्यायन 'अज्ञेय' (१९११-१९८७) ज्ञानपीठ पुरस्काराने सन्मानित ज्येष्ठ हिंदी साहित्यिक.

एक शहर, एक सुगंध

एम.ए. केल्यानंतर आता पुढे काय, कुठे नोकरी मिळवावी हे प्रश्न उभे राहिले. अंबाल्यात नोकरीच्या खूपशा संधी उपलब्ध नव्हत्या, तरी मला फारुखा खालसा स्कूलमध्ये हिंदी शिकवण्याची नोकरी मिळाली. मी तिथे फार दिवस टिकू शकलो नाही; कारण त्यांनी मला रोज पगडी घालून शाळेत यावे अशी जी अट घातली होती ती मान्य नव्हती, म्हणून मी ती नोकरी सोडून दिली. माझ्या मित्रमंडळींपैकी एक जण साठौरा इथल्या सैनी हायस्कूलमध्ये हेडमास्तर म्हणून रुजू झाला होता. त्याने मला तिकडे बोलावून घेतले. मी तिथे तीन-चार महिने राहिलो खरा; पण तिथे मला चुकल्या- चुकल्यासारखे वाटत राहिले. तिथले शिक्षक अगदी सामान्य कुवतीचे, त्यांना कोणत्याही आवडी-निवडी, इच्छा-आकांक्षा नव्हत्या, कोणतीही गुणवत्ता त्यांच्या ठायी नव्हती; म्हणून मी अंबाल्याला परत आलो. बऱ्याच कॉलेजांमध्ये मुलाखती दिल्या; पण प्रत्येक वेळी माझ्या पदरी निराशाच येत गेली. पण अखेरीस एक दिवस असा आला की एकदम दोन नियुक्ती पत्रे घरी येऊन थडकली. पहिले होते लुधियानाच्या जी.जी.एन. खालसा कॉलेजमध्ये अर्ध-वेळ व्याख्याता पदावरील हंगामी नेमणुकीचे, तर दुसरे होते डाक आणि तार संचालनालयाचे. ती पत्रे बघून साहजिकच माझी मनःस्थिती द्विधा झाली. बाऊजींचा तर्क असा होता की व्याख्यात्याच्या तात्पुरत्या नोकरीऐवजी डाक आणि तार विभागाची नोकरी सरकारी, कायमस्वरूपी व भविष्यकाळात वरच्या पदावर पोहोचण्याची संधी देणारी असल्यामुळे मी तिचा स्वीकार करावा पण मला ते पटले नाही. व्याख्यात्याची नोकरी हंगामी स्वरूपाची असल्यामुळे तिथे धोका तर होताच; तरीही ती माझा स्वभाव, आवड आणि लेखन प्रवृत्तीला अनुकूल असल्याने मी तिला झुकते माप दिले आणि कॉलेजमध्ये रुजू झालो.

घरापासून दूर राहण्याचा, तसेच कॉलेजमध्ये शिकवण्याचा हा माझा पहिलाच अनुभव होता. मी शिकवण्यासाठी भरपूर पूर्वतयारी करत असे. हा मार्ग माझा मीच निवडला होता. या मार्गावर माझा कोणी पाठीराखा नव्हता. स्वतःला सिद्ध करणे, हे माझ्यापुढे एक आव्हान होते. मी खूप जपून खर्च करायचो. पगाराच्या एकशेवीस

रुपयांतले पन्नास रुपये घरी पाठवायचो. खाण्या-पिण्याच्या चीजांबरोबर पुस्तके आणि मासिकांची खरेदी व्हायची. मी लाकडी पुलाजवळ एक खोली भाड्याने घेतली होती. पूल पार करत छोट्या बाजारातून चालत मी मोठ्या बाजारात पोहचत असे. एके दिवशी बाजारात प्रवेश करण्यापूर्वी कोपऱ्यावर 'लाहोर बुक शॉप' नावाचे दुकान पाहून, एक तर नावातल्या लाहोरमुळे व दुसरे ते दुकान पुस्तकांचे असल्याने माझी पावले आपसूकच तिथे थबकली. दुकानात शिरताच एका उंच, पहिलवानासारखी तब्येत असलेल्या व्यक्तीशी भेट झाली. त्याच्याकडे मी काही नव्या कवितासंग्रहांबद्दल चौकशी केली तेव्हा कोणतीतरी अजब गोष्ट मागितल्यासारखा तो चकित होत माझ्याकडे बघत राहिला. मी सुमित्रानंदन पंत[६] यांच्या 'पल्लव' आणि 'अज्ञेय' यांनी संपादन केलेल्या 'तारसप्तक' या काव्यसंग्रहांच्या नावांवर जोर देत त्यांची मागणी करताच त्याने मोठ्या गुर्मीने विचारले,

"तुम्हाला कशासाठी हवेत हे संग्रह?"

"वाचण्यासाठी हवे आहेत आणि कशासाठी? ते तुमच्याकडे आहेत की नाही तेवढं सांगा तुम्ही!" माझ्याही आवाजात तेढ येत गेली. ती जाणवून त्याचा आवाज नरम होत गेला.

"वाचण्यासाठी हवे असतील तर मागवून देतो. खरं तर इथे कवितासंग्रह खरेदी करायला क्वचितच कुणी येत असतं. बरं, आपलं नाव, काय करता आपण?"

"मी नरेन्द्र मोहन. इथल्या खालसा कॉलेजमध्ये हिंदी शिकवतो."

"ओहो! हिंदीचे मास्तर आहात तर!" त्याने जोरात हसत अशा रोखाने म्हटले की मास्तर असणे हा जणू एक अपराधच होता. त्याने 'मास्तर' म्हणणे मला आवडले नाही; कारण पंजाबमध्ये व्याख्यात्याला प्राध्यापक म्हणून संबोधले जात होते. माझ्या लेखी त्या पदाचा मान फार मोठा होता. मी अनेक अडचणींवर मात करून कॉलेजमध्ये नोकरी मिळवली होती म्हणून स्वतःला प्राध्यापक म्हणवून घेण्यात मला धन्यता वाटत होती. छोट्या शहरात अशा पदाची एक आगळीच प्रतिष्ठा असते. पण असे म्हणणे म्हणजे एका अर्थी खोटेपणावर पांघरूण घालण्यासारखे होते, कारण विद्यापीठात एखाद-दुसराच प्राध्यापक असतो, हे पुढे लक्षात येत गेले. असो, त्या वेळी विकलने मला 'मास्तर' म्हणून संबोधणे माझ्या मनाला खूप लागले. मी त्याच्याकडे एक तिखट दृष्टिक्षेप टाकत जणू म्हटले, "अरे, तुला कशी कळणार व्याख्यात्याची पात्रता?" त्याने माझ्या दृष्टिक्षेपाकडे दुर्लक्ष करत हळूच म्हटले, "मला कुमार म्हणतात. कुमार विकल.[७] अधून-मधून कविता लिहीत असतो."

---

६. सुमित्रानंदन पंत (१९००-१९७७) ज्ञानपीठ पुरस्कार विजेते ज्येष्ठ हिंदी कवी

७. कुमार विकल (१९३५-१९९७) कृष्णा सोबतींप्रमाणे 'पंजाबियत' केंद्रस्थानी असणारे काव्य लिहिणारे हिंदी कवी.

ते नाव माझ्यासाठी अनोळखी नव्हते. अंबाल्याहून चंदीगडला जायचो तेव्हा माझ्या मित्रांमध्ये या नावाची चर्चा होत असायची; पण ती चर्चा कवीची कमी, त्याच्याबद्दलच्या खऱ्या-खोट्या किश्शांची आणि विनोदांची जास्त असायची. मी त्याच्याशी चटकन हात मिळवत म्हटले, "अरे, तर तू आहेस कुमार विकल! माझ्या मनात तुझी प्रतिमा किडकिडीत, भोळ्याभाळ्या आणि सगळीकडून नाडल्या गेलेल्या एका माणसाची होती."

"तू माझ्या प्रतिमेची स्वतःच्या प्रतिमेबरोबर अदलाबदली केलीस वाटतं!" तो मोठ्याने हसत म्हणाला. कुमार विकलशी झालेल्या माझ्या या पहिल्या मुलाखतीने मला तेव्हा फार उत्साहित केले नाही. मला वाटले, की हा माणूस स्वतःला जरा जास्तच मोठा समजतोय. हा स्वतःला जेवढा दर्शवतोय, तेवढा मोठा तो नक्कीच नाही. पुढे जालंधर, चंदीगड आणि दिल्लीत वेळोवेळी झालेल्या भेटीतून कुमार आणि त्याची कविता मला जास्त समजू लागली.

या शहरातले वातावरण असे होते, की त्याने मला फारसे प्रोत्साहित केले नाही. हे एक अजब शहर होते. इथे कॉलेजांची संख्या मोठी; पण साहित्यिक, सांस्कृतिक वातावरण जवळपास नसल्यातच जमा होते. जसे आज आहे तसे तेव्हाही हे शहर प्रामुख्याने व्यापाराचे केंद्र होते. याच्या व्यक्तिमत्त्वात एक प्रकारचा व्यावहारिकपणा सामावलेला होता. इथे वरवरच्या गोष्टींची कमी नव्हती; पण खूप काळ रमवून, बांधून ठेवेल असे कलाकेंद्र वा रंगभूमीसारखे आकर्षण इथे नव्हते. आंतरिक आवेग आणि ऊर्जेचा अभाव इथे सतत जाणवत राहायचा, तरीही हे शहर कुमार विकलच्या छबीसह माझ्या अंतरंगात उतरत गेले.

मी आठवड्याच्या अखेरीस एखादवेळी अंबाल्याला जायचो तेव्हा जी.एम.एन. कॉलेजसमोरून एखादी फेरी जरूर मारायचो. कधी कॉलेजमध्ये जाऊन आपल्या प्राध्यापकांना भेटायचो. एखाद्या वेळी चर्चच्या मागेही भटकायला जायचो. तिथे भूतकाळातल्या अनेक दुपारी आणि संध्याकाळी माझ्याभोवती फेर धरत मला घेरून टाकायच्या. ती आता तिथे नाही, हे मला ठाऊक होते, तरी तीस नंबरच्या बराकीमधले पहिले घर मला नंदिताची आठवण करून देत असे. एकोणतीस आणि तीस नंबरच्या बराकींच्या मधून एक रस्ता वायुदलाच्या क्लबकडे जात असे. बराक नंबर एकोणतीसजवळच जुना धोबीघाट होता आणि त्यापुढे निवृत्त झालेल्या सैनिकांच्या बराकी होत्या. मजुमदार लाइन्सच्या पलीकडे लाहोर रोडवरच्या सरकारी निवासस्थानात पंडित लक्ष्मनदासांचा परिवार राहत होता. तेदेखील आमच्यासारखेच फाळणीच्या आपत्तीदरम्यान इकडे निघून आले होते. ते मूळचे रावळपिंडीचे होते. लछमनदास मिलिटरी इंजिनिअरिंग सर्व्हिसेसमधल्या वीजनिर्मिती विभागात कामाला होते. गॅरिसन ऑफिसर जे.एन.डडेजांशी त्यांचे कौटुंबिक संबंध होते. बीजी व

बाऊजींची त्या कुटुंबातल्या सर्वांशी चांगली ओळख होती. लछमनदासना तीन मुली होत्या. त्या तिघींच्या वयात खूप अंतर होते. मोठी कौसल्या आणि मधल्या कृष्णकांतामध्ये बारा-तेरा वर्षांचे अंतर होते आणि सर्वांत धाकट्या संतोषमध्ये जवळपास वीस वर्षांचे! कौसल्याचा विवाह रावळपिंडीच्या कृपालचंद्र बक्षी यांच्या श्रीमंत घराण्यात झाला होता. त्यांची तिथे खूप जमीन व इतर मालमत्ता होती. तिचा पती नंदकिशोर घरचा कारभार सांभाळायचा. पुढे तो सैन्यात भरती झाला; पण तो श्रीमंताघरचा - पार बिघडलेला, पैसे उडवण्यात पुढे असणारा, विलासी वृत्तीचा मुलगा निघाला. तो जेव्हा घरी यायचा, तेव्हा काही दिवसांनी घरातले पैसे घेऊन पळून जायचा. पुढे त्याने रानीखेत इथे दुसरे लग्न केल्याची बातमी आली. कौसल्याची तीन मुले - नीना, ओमी आणि सरोज आपल्या आई आणि आजी-आजोबांच्या निगराणीत मोठी होत गेली.

फाळणीच्या वेळी हा परिवार लाहोरमध्ये होता. तिकडून इकडे येणाऱ्यांच्या नशिबी लिहून ठेवलेले दुर्दैवाचे चटके या कुटुंबालाही सहन करावे लागले होते. जेव्हा देशाचे दोन तुकडे होतात, तेव्हा आपले-परके या शब्दांचे अर्थ पुसट होत जातात. ज्याला जो मार्ग सापडतो त्या मार्गाने तो आपला जीव वाचवून पुढे निघून जातो. तसे हे कुटुंब ऑगस्ट महिन्यातल्या एका दिवशी लाहोर कॅन्टोनमेंट स्थानकावरून हिंदुस्थानात यायला निघाले. ते पहिल्यांदा सिमला, नंतर कुरुक्षेत्र आणि शेवटी अंबाल्याला स्थिरावले. कौसल्या काही दिवस आपल्या आई-वडिलांबरोबर राहिली; मग तिने शिवणाचे वर्ग सुरू केले. जेव्हा ते वर्ग चांगले चालू लागले तेव्हा तिने बी.डी. हायस्कूलसमोरच्या गल्लीत एक घर घेतले. तिची मोठी मुलगी नीना उंच, सडपातळ आणि सुंदर होती. खरे तर ती संतोषची भाची, पण तिच्या बरोबरची, जणू तिची बहीणच असावी असे वाटायचे. संतोष तेव्हा हरगुलाल हायस्कूलमधून मॅट्रिक करत होती. तिची शाळेतली एक मैत्रीण कमला दत्त पुढे चंदीगडला निघून गेली.

संतोषने इंटरबरोबर 'प्रभाकर'ची परीक्षा दिली. त्याच वर्षी मी एम.ए. पूर्ण केले. त्या कालखंडात पंडित लछमनदासांचा परिवार खास करून संतोष आणि नीना कधी कीर्तन तर कधी सत्संगच्या निमित्ताने आमच्या घरी येत असत. बाऊजी आणि बीजींचेही त्यांच्या घरी येणे-जाणे सुरू असे. बीजी प्रत्येक काम अगदी सावकाश, आरामात करत. संतोषच्या घरचे बीजींना 'सहजोबाई' म्हणून हाक मारत, त्यामुळे बीजींना संत कवयित्री सहजोबाईंची आठवण येत असे, म्हणून त्यांना या नावाने हाक मारलेली आवडे. कृष्णकांता आर्म्ड फोर्सेस चिल्ड्रन हायस्कूलमध्ये शिकत होती; तर संतोष बी.ए. करता करता 'नॅशनल डिसिप्लिन स्कीम' अंतर्गत प्रशिक्षण घेत होती. संतोषच्या गोरेपणामध्ये सावळेपणाची हलकीशी छटा तरळत

असे. मी तिला एक-दोनदा कुठल्या ना कुठल्या कार्यक्रमाला जाता-येताना बघितले होते. आणि तिने मला. बऱ्याच वेळी जी.एम.एन. कॉलेजसमोरून सायकलवर स्वार होऊन वाऱ्याच्या वेगाने सुसाट निघालेली संतोष माझ्या दृष्टीस पडत असे. तिच्याबरोबर माझा साखरपुडा करण्याची चर्चा घरात सुरू झाली होती आणि ती माझ्यापासून लपवण्याचे नाटकही सुरू होते. वीरेन्द्र हे सगळे एखादे गुपित सांगावे तशा अगदी रहस्यमय ढंगात मला सांगत राही. माझे हे गुपित तो इतक्या भोळेपणाने, साधेपणाने खुले करत असे की गुपित तर जाहीर होई आणि कटुताही येत नसे. माझा साखरपुडा पक्का करण्यात आला आहे हे मला त्याच्याकडूनच समजले. पुढच्या वेळी मी जेव्हा लुधियानाहून आलो, तेव्हा लटकी नाराजी दर्शवत मी बीजींना म्हटले,

"मोठ्या आलात साखरपुडा ठरवणाऱ्या! मला विचारायचं तरी होतं!!"

"काय विचारायचं होतं?" बीजींनी उलटा सवाल केला.

"हेच की मुलगी कोण आहे, कशी आहे?" मी म्हणालो

"वाह, ज्यादा बनवू नकोस बरं! संतोषला ओळखत नाहीस की काय?" बीजी म्हणाल्या.

"संतोष..." मी हसू लागलो. "चर्चसमोरून जाताना सायकलवरून सारखी खाली पडणारी, तीच तर ही मुलगी नाही?"

"अरे जा जा, तिच्याबद्दल काहीबाही बोलू नकोस. आधी तू तुझं बघ, समोरून गाय येताना बघून कोण घाबरून सायकलवरून खाली उतरलं होतं ते! ती की तू? आणि माहिती आहे मला हे कुणी सांगितलं ते?" बीजी हसू लागल्या.

दुसऱ्या दिवशी संतोषची भेट झाली तेव्हा बीजींबरोबर झालेली माझी बातचीत ऐकून तिलाही हसू फुटले. लवकरच तिला चंदीगडच्या गव्हर्न्मेंट हायर सेकंडरी स्कूलमध्ये क्रीडा शिक्षिकेची नोकरी मिळाली. दर आठवड्याच्या अखेरीस ती चंदीगडहून अंबाल्याला यायची आणि मी लुधियानाहून तिथे जाऊन थडकायचो.

अशा प्रकारे दर रविवारी आमच्या भेटी होऊ लागल्या. एके दिवशी गप्पा मारताना तिने सांगितले, "साहेब, जेव्हा तुम्ही तोकडी विजार घालायचात आणि वाचनालयात गंभीर चेहऱ्याने अभ्यास करत राहायचात, तेव्हापासून मी तुम्हाला ओळखते बरं!" खरे तर उर्दू शिकवणाऱ्या प्राध्यापक जियांची मुलगी रजनी तिची खास मैत्रीण होती. जेव्हा ती पहिल्या वर्षात होती तेव्हा मी तिसऱ्या वर्षात शिकत होतो. ती कधी कुतूहलाने, तर कधी उगीच काही गुपित सांगावे, तशा ढंगात, हा अतिशय गंभीर वृत्तीचा मुलगा आहे, तो मुलींमध्ये मिसळत नाही, त्यांच्याबरोबर मोकळेपणाने बोलत नाही असे माझ्याबद्दल सांगत राही. पुढे आमच्या रजनीबरोबर अनेक भेटीगाठी होत गेल्या तेव्हा या जुन्या आठवणी काढताना आम्हाला खूप हसू

फुटायचे. एकदा कौसल्याला लुधियानाच्या हॉस्पिटलमध्ये दाखल केले होते, तेव्हा संतोष तिला बघायला आली होती. ती मला भेटायला कॉलेजवर आली आणि माझ्या घरी राहिली. तसाच मी काही कामानिमित्त दोनदा चंदीगडला गेलो असता तिच्या घरी राहिलो होतो.

या भेटी-गाठींनंतर तिच्याबरोबर पत्रव्यवहाराचा एक अविरत क्रम सुरू झाला. या भेटी आणि पत्रांचा कुणाला पत्ता लागणार नाही असे मला वाटले होते खरे; पण बघणाऱ्यांच्या नजरा कोण अडवू शकणार होते? त्या काळात माझ्या पाकिटामध्ये नोटा कमी; तिची पत्रेच जास्त असायची. एकदा ते पाकीट चुकून वीरेन्द्रच्या हाती लागले आणि सारे बिंग फुटले. माझ्या गंभीर चेहऱ्यामागचा भावुकपणा एका-एका पत्रातून उघडकीला येत गेला. गोष्ट इथपर्यंतच राहिली असती तरी ठीक होते; पण बातमी पसरत गेली. त्याने अगदी पुरेपूर मजा घेत ती सगळी पत्रे बीजींना वाचून दाखवली. माझ्या खाजगी पत्रांना असे सगळ्यांसमोर उघड केले जाताना बघून मी अतिशय चकित झालो. पण मी, "अरे हे असे... अरे हे तसे..." करत, हा सगळा जणू एक खेळ आहे असे दर्शवत त्या प्रसंगात सामील होत गेलो आणि बघता बघता मी ती सगळी पत्रे हस्तगत करून पाकिटात ठेवली. आमच्या लग्नानंतर बऱ्याच काळाने, जेव्हा मुले मोठी होत होती तेव्हा पत्रांची ही पोटली एखादा अनमोल खजिना सापडावा तशी त्यांच्या हाती लागली. पत्रे मन लावून वाचताना ती कधी आपली आई तर कधी वडिलांच्या चेहऱ्याकडे बघू लागली. 'या पूर्वीच्या जमान्यातल्या गोष्टी आहेत' असे आम्ही त्यांना समजावले तेव्हा त्यांनी हळुवार हसत म्हटले,

"हुं, असं आहे तर!"

आम्ही हसत हसत ती पत्रे गोळा करून पुन्हा लपवून ठेवली. वाटले, ही पत्रे मुलांच्या मुलांच्या हाती कधी काळी एखाद्या अमूल्य ठेवीप्रमाणे लागली तर आजच्या ई-मेल आणि सायबर स्पेसच्या जमान्यात ते या पत्रदूतांबद्दल कोणता बरे विचार करतील?

आमची परिस्थिती तेव्हा चटकन साखरपुडा आणि पटकन लग्न करण्यासारखी नव्हती. कायमस्वरूपी नोकरी मिळाल्यानंतरच लग्न करणे शक्य होणार होते आणि माझ्या आयुष्यातला हंगामी नोकऱ्यांचा तो टप्पा संपता संपता नव्हता. जी. जी. एन. खालसा कॉलेजनंतर लुधियानाच्या आर्य कॉलेजमध्ये व्याख्यात्याची नोकरी मिळाली तीही तात्पुरती होती. तिथे पहिल्या दिवशीच कपिल कपूर आणि एम.एल. शर्मा यांच्याशी भेट झाली. कपिल अंबाल्याहून आला होता. त्याची नेमणूक इंग्लिशसाठी तर एम.एल. शर्माची फिजिक्सच्या व्याख्याता पदावर झाली होती. आम्ही तिघांनी मिळून सिव्हिल लाइन्समध्ये एक खोली आणि धाबा असलेले घर

भाड्याने घेतले. ते दोघे खोलीत आणि मी धाब्यावर राहू लागलो. आम्ही खोलीतल्या स्टोव्हवर चहा बनवायचो आणि जेवण-खाण हॉटेलमध्ये व्हायचे. अविवाहितांचे त्रिकूट. आम्हा तिघांमध्ये कधी गंभीर चर्चा झडत; तर कधी विनोदांचा वर्षाव होत राही. तिघांच्या आवडी-निवडी वेगवेगळ्या, शिकवण्याचे विषय वेगळे, पार्श्वभूमीही अलग होत्या; पण दोन-तीन वर्षे पुढे-मागे असलेले आम्ही तिघे जवळ-पास एकाच वयाचे होतो. काही दिवसांतच आम्ही मित्रत्वाच्या भावनेने जवळ येत गेलो.

आमच्या घरमालक मल्होत्रांच्या विवाहाला सहा-सात वर्षे लोटून गेली होती. मल्होत्रा पती-पत्नीच्या वयात आठ-दहा वर्षांचे अंतर असावे असे आम्हाला वाटत राही. मल्होत्रा बुटका आणि स्वभावाने खत्रूड माणूस होता. त्याची पत्नी मात्र अतिशय देखणी आणि खेळकर स्वभावाची होती. ती अंगणात कपडे धुताना आम्हा तिघांशी गप्पा मारत राहायची. आम्ही कोणत्या ना कोणत्या बहाण्याने तिच्याशी बोलत राहायचो. आमच्या गमती-जमतीत तिलाही मजा यायची. त्यांची पाच वर्षांची मुलगी सगळ्या घरात किलबिलत-बागडत असायची. जेव्हा आमच्यात कुठल्याशा विषयावर वाद-विवाद झडत आवाज टिपेला जायचे, तेव्हा आमच्यात भांडण होत आहे असे वाटून मल्होत्रा पती-पत्नी ते मिटवायला पुढे सरसावायचे; पण त्यांनी मध्यस्थी करण्यापूर्वी पुढच्याच क्षणी आम्ही त्यांना हसताना दिसत असू. अलग अलग विषयांशी जोडलेले, वेगवेगळ्या दिशांनी आलेले आम्ही तिघे एका कॉलेजात, एका खोलीत कुठल्याही आग्रह-पूर्वग्रहांशिवाय मजेत एकत्र राहिलो. हा एक विलक्षण योगायोग होता. आमचे असे हे सहजीवन फक्त सहा महिने टिकले.

१९६०च्या जानेवारीत मला जालंधरच्या लायलपूर खालसा कॉलेजमध्ये कायमस्वरूपी नेमणूक मिळाली. ही माझ्या आयुष्यातल्या एका नव्या पर्वाची सुरुवात होती. यश गुलाटी आधीच या कॉलेजमध्ये रुजू झाला होता. सुरुवातीला मी शहराच्या मध्यवर्ती भागाजवळच्या एका हॉटेलमध्ये मुक्काम ठोकला होता. गुलाटी रोज संध्याकाळी तिथे येत असे. आम्ही जगभरातल्या गोष्टींबद्दल गप्पा मारत बसायचो. माझी नजर नंदिताचा शोध घेत राही; कारण ती काही वर्षांपूर्वी आई-वडिलांबरोबर इथे राहायला आली होती. गुलाटी शहराच्या मध्यवर्ती भागामध्ये राहायचा. मी तिथेच एक खोली भाड्याने घेतली. हे शहर माझ्या ओळखीचे होत गेले. मी रोज संध्याकाळी यश गुलाटीबरोबर केसरी कॉफी हाऊसवर जाऊन पोहोचायचो. तिथे लेखकांचा मेळावा भरलेला असे. रवीन्द्र कालिया, कपिल मल्होत्रा, धनराज, सुदर्शन फाकीर, रमेश कपिला, हमदम, सुरेश सेठ मोठ्याने हसत-खिदळत बसलेले असत. अधूनमधून कुमार विकल, नरेन्द्र ओबेरॉय व ब्रह्मदेव भल्लाही येऊन थडकत आणि गप्पांना जणू पंख फुटत. गंगाप्रसाद विमल आणि परेश त्या वेळी चंदीगडला एम.ए. करत होते, तेही तिथे येत-जात असत.

मी तिथे पोचण्यापूर्वी मोहन राकेश[८] तिथून नुकतेच दिल्लीला निघून गेले होते, पण त्यांच्या अस्तित्वाच्या लांबलचक छाया-पडछाया तिथे जाणवत राहत. उपेन्द्रनाथ 'अश्क'[९] यांच्याही आठवणी काढल्या जायच्या. जालंधर माझ्या अंतरंगात उतरत गेले आणि मी जालंधरच्या. आजही जेव्हा रवीन्द्र कालिया, सुरेश सेठ आणि रमेश कपिला यांच्याशी भेटी होतात, तेव्हा त्या काळातल्या जालंधरच्या आठवणी माझ्या मनात उसळ्या मारू लागतात.

जालंधरच्या मित्र-मंडळीतले बरेच जण पिण्याचे शौकीन होते. मीसुद्धा अधून-मधून त्या मैफिलीत सामील व्हायचो आणि अर्धा-एक पेग घेतल्यानंतर कचेरी बाजूच्या रस्त्यावरून हसत-खिदळत निघालेल्या मित्रांच्या घोळक्यातून गुपचुप चालत निघायचो. कपिल मल्होत्रा, विकल आणि हमदम खूप प्यायचे. अशा मैफिलीमध्ये ब्रह्मदेव भल्ला त्याची एक कविता 'स्वतः लिहिलेली आहे' असे सांगून ऐकवायचा. कालिया त्या 'स्वरचित' कवितेची टर उडवत राहायचा. ती कविता विकलच्या कवितेचे तुकडे जोडून केलेली असल्याचे सर्वांनाच माहीत असल्यामुळे सगळेजण हसत राहायचे. कालिया जास्त घ्यायचा नाही; पण घेतल्यानंतर अतीच घेतल्यासारखा बोलू लागायचा. सुरेश सेठचाही असाच प्रकार होता. नशा चढल्यावर तो जणू कालियाचा बाप असल्याच्या थाटात बोलायला लागायचा, तेव्हा कालिया खूप खूष होऊन त्याच्याकडे बघत राहायचा. मल्होत्रा "ओये, ओये..." करत त्याच्याकडे बघत, हसत हसत सुरेशची टर उडवायचा. माझ्या खांद्यावर धपाटा देत तो म्हणायचा, "मास्तर, विचार कसला करतोयस? चल, डबक्यातून बाहेर पड." अशा प्रसंगी प्राध्यापकी नैतिकतेचे वरवरचे थर तुटू लागत, कोणी कमी घेत असो वा जादा, सर्वांची विधिनिषेधाची बंधने एक एक करून खुलत जात आणि कोणाचीही भीड-मुर्वत न बाळगता ते बोलत राहत. त्यांच्या अंतरंगातून कला, साहित्य आणि अस्तित्वाच्या मुद्द्यांवर अशा काही फुलबाज्या झडू लागत, की बघत राहावे. मल्होत्रा अस्तित्ववादावर भाषण ठोकू लागे. पुढे तो अमली पदार्थ घेऊ लागला. बऱ्याच वर्षांपूर्वी तो दिल्लीत कीर्तीनगरमधल्या माझ्या घरी आला तेव्हा तीन-चार पेग घेऊन झोपून गेला होता. सकाळी बघितले तर त्याच्या खिशातली झोपेच्या गोळ्यांची बाटली घरंगळून खालच्या फरशीवर पडली होती.

मला दारू पिण्याची सवय लागली नाही; पण मी पिण्याला कधी नकारही दिला नाही. पार्ट्यांमध्ये किंवा घरीसुद्धा अधून-मधून एखाद-दोन पेग घेणे होत

---

८. मोहन राकेश (१९२५-१९७२) हिंदी नवकथेचे पुरस्कर्ते, नाटककार, संगीत अकादमी पुरस्कारप्राप्त साहित्यिक

९. उपेन्द्रनाथ शर्मा 'अश्क' (१९१०-१९९६) ज्येष्ठ हिंदी साहित्यिक

असे. अनुराधा गेल्यानंतर मी अगदी एकटा होऊन गेलो होतो. एकटेपणातले एकाकीपण किती घातक असते, ते या कालखंडात माझ्या ध्यानी येत गेले. भिंतीवरून एकटेपणाच्या लहरी झरझरायच्या आणि खिडक्यांमधून परकेपणा टपकत आत यायचा. काळवंडत चाललेल्या संध्याकाळी मी एक पेग हाती घेऊन बसून राहायचो. या बाबतीत डॉक्टरांना विचारले तेव्हा त्यांनी या वयात रोज एक-दोन पेग घेतल्यामुळे फायदाच होईल; नुकसान नाही, असा सल्ला दिला.

ओहो, पण मी कुठून कुठे वाहवत गेलो- गोष्ट तर जालंधरची सुरू होती. त्या कालखंडात डॉ. इंद्रनाथ मदान[१०] तिथल्या डी.ए.व्ही. कॉलेजच्या हिंदी विभागाचे प्रमुख म्हणून कार्यरत झाले होते. नवकथा आणि नवकवितेच्या संदर्भात नव्या भाषेत, नवा समीक्षात्मक दृष्टिकोन घेऊन लिहिले गेलेले त्यांचे लेख तेव्हा नियतकालिकांतून प्रसिद्ध व्हायला लागले होते. मी जालंधरला आल्यावर प्रथम डी.ए.व्ही. कॉलेजमध्ये, आणि पुढच्या वेळी त्यांच्या घरी त्यांची भेट घ्यायला गेलो. ते अतिशय तडफदार आणि स्पष्टवक्ते होते. व्यंग-विनोदाचा वापर असलेली त्यांची स्वतःची अशी खास कथनशैली होती. जालंधरमधल्या बहुतेक प्राध्यापक आणि लेखकांना त्यांनी शिकवले होते. मला ते कधी विनाकारण रुबाब दर्शवताना किंवा कुठल्या तणावाखाली असल्यासारखे दिसले नाहीत. मला वाटते की विनोद व उपरोधाकडे कल असल्यामुळे अनेक फालतू बाबींपासून ते दूर राहिले. डॉक्टर मदान त्यांच्या लेखक - शिष्यांबरोबर साहित्याबद्दल चर्चा करताना आपण कुणी मोठे आहोत, असा रुबाब कधीही दाखवत नसत. अगदी मोकळेपणाने चर्चा होई, हे मी जालंधरमध्ये आणि पुढे चंदीगडमध्येही अनुभवले. अशी प्रतिष्ठा असलेल्या डॉक्टर मदाननी तेव्हा पंजाब विद्यापीठातल्या हिंदी विभागात नव्याने रुजू झालेल्या डॉक्टर रमेश कुंतल 'मेघ'[११] यांना सौंदर्यशास्त्रावर व्याख्यान देण्यासाठी आमंत्रित केले होते. मी आणि यश गुलाटी लुधियानाहून आलेल्या रवीन्द्र कालिया आणि कुमार विकलबरोबर त्या समारंभाच्या ठिकाणी जाऊन पोचलो, तेव्हा डॉक्टर मदान डॉक्टर मेघांचा परिचय करून देत होते. त्यांनी बोलता बोलता एखाद-दुसऱ्या जागी डॉक्टर मेघांकडे बघत 'सौंदर्य' शब्दावरून त्यांची अगदी सहज फिरकी घेतली, तेव्हा सर्व प्रेक्षकांमधून हास्याची लहर उमटत गेली. डॉक्टर मेघांनी अगदी सरळ तर्कशुद्ध पद्धतीने आपले व्याख्यान सुरू केले. मध्यकालीन आणि आधुनिक कवितेतली उदाहरणे देत ते आपल्या सौंदर्यविषयक विचारांची विविध स्तरांवर

---

१०. डॉ. इंद्रनाथ मदान - पंजाब विद्यापीठात हिंदीचे विभाग प्रमुख, समीक्षक

११. रमेश कुंतल 'मेघ' - (१९३१-) साहित्य अकादमी पुरस्कार विजेते हिंदी साहित्यिक आणि समीक्षक

मांडणी करत गेले. त्यांनी मांडलेल्या अनेक गोष्टी मला तेव्हा कधी न सुटणाऱ्या कोड्यांसारख्या वाटल्या होत्या. रवीन्द्र कालिया म्हणाला, "एक तर विषय असला, त्यातून कुंतलजींची भाषा, तौबा, तौबा!" यश गुलाटी गप्प झाला होता. जणू तो सांगू पाहत होता होत, की या विषयावर बोलणे ही सोपी गोष्ट थोडीच होती? कुमारने तिथून काढता पाय घेत म्हटले, "संध्याकाळी एक-दोन पेग घेतल्यानंतर बघू, कुंतलजी काय बोलले ते!"

गोंडस शरीरयष्टी आणि आकर्षक व्यक्तिमत्त्वाच्या डॉक्टर मेघांशी ही माझी पहिली भेट होती. असा समीक्षक आणि सौंदर्यशास्त्रज्ञ मला संशोधनासाठी मार्गदर्शक म्हणून लाभावा, ही कल्पना त्या वेळीच माझ्या मनात जागी झाली असावी. कल्पना सत्यात कशी उतरते ते जेव्हा पंजाब विद्यापीठातर्फे 'आधुनिक हिंदी कविता में अप्रस्तुत-विधान' या माझ्या संशोधनाच्या विषयाला स्वीकृती दिल्याचे आणि मार्गदर्शक म्हणून रमेश कुंतल 'मेघ' यांची नेमणूक केल्याचे पत्र हाती पडले, तेव्हा ध्यानी आले. डॉक्टर मेघ खुल्या मनाचे मार्क्सवादी विचारवंत होते. संशोधनाबद्दल मार्गदर्शन करता करता त्यांनी मला साहित्य तसेच जीवनाबद्दल अनेक प्रकारचे मार्गदर्शन स्वतःहून दिले. मी त्यांना भेटायला पंजाब विद्यापीठातल्या प्राध्यापक आवासातल्या त्यांच्या घरी बऱ्याचदा जात असे. एकदा त्यांच्या घरी गेलो असताना योगायोगाने आचार्य हजारीप्रसाद द्विवेदी[१२] तिथे आले होते. डॉक्टर मेघांनी माझी त्यांच्याशी ओळख करून दिली तेव्हा आचार्यांनी हसऱ्या नजरेने माझ्याकडे बघितले. त्यांची ती छबी आजही माझ्या मनात घर करून बसली आहे. पी.एच्.डी. केल्यानंतरही डॉक्टर मेघांबरोबरच्या माझ्या नात्याचा परीघ सतत विस्तारतच गेला आणि आमच्यातली समज-उमज आणि विश्वासाचे आधार अधिक पक्के आणि परिपक्व होत गेले.

जालंधरला येऊन जेमतेम एक वर्ष झाले असेल, तेवढ्यात यश गुलाटीची नेमणूक अंबाल्याच्या एस.डी. कॉलेजात झाली आणि तो तिकडे निघून गेला. त्याच्या जागी चंद्रशेखर रुजू झाला. त्याने अंबाल्याच्या एस.डी. कॉलेजमधून माझ्या अगदी पुढच्या वर्षीच एम.ए. केले होते. विविधांगी बुद्धिमत्ता असलेले धारदार व्यक्तिमत्त्व त्याला लाभले होते. सुरवातीपासूनच तो काहीसा वाचाळ वृत्तीचा होता. त्यातून त्याची सुटका होणे कठीण होते, लिखाणातही तो तसाच होता. नोकरीचा शोध, आहे त्याहून चांगल्या नोकरीच्या शोधात आमची इथे-तिथे धावपळ सुरूच असायची. काळाचा तो टप्पाच तसा होता, कुणापाशी एका जागी स्थिरावण्यासाठी वेळ नव्हता. मी अशा विस्कटलेल्या मनःस्थितीत होतो तेव्हा, तेजवंत गिल

---

१२. पद्मभूषण आचार्य हजारीप्रसाद द्विवेदी - (१९०७-१९७९) हिंदी कादंबरीकार, साहित्येतिहासकार, निबंधकार, समीक्षक.

आमच्या कॉलेजमध्ये रुजू झाला आणि आलेल्या पहिल्याच दिवशी आमची दोघांची भेट झाली. मी तेव्हा मॉडेल टाऊनमध्ये राहत होतो. तेजवंतही तिथेच राहत होता. आम्हा दोघांच्या नवसाहित्य आणि इतर साहित्यिक मुद्द्यांवर चर्चा झडत. तो सन्तसिंह सेखो[१३] यांचा भाचा होता. त्यांच्या आवडी आणि मार्क्सवादाप्रती असलेल्या बांधिलकीबद्दल तो भरभरून बोलत राही. त्याच्याबरोबरच्या भेटी-गाठींचा क्रम पुढे वाढत गेला आणि आम्ही मनाने खूप जवळ येत गेलो. मी एकदा त्याची बाजू घेऊन त्याच्या काही विरोधकांशी भिडण्याचा प्रसंग ओढवून घेतला होता. तोही माझ्या बाबतीत असे पवित्रे घेताना मागे-पुढे बघायचा नाही. तेव्हा करिअरचा बेलगाम घोडा असा काही मध्ये येऊन टपकला, की कुणी इकडून तिकडे निघून गेला तर कुणी तिकडून इकडे! आयुष्यातला उमेदीचा काळ नोकरी मिळवण्यासाठी प्रयत्न करण्यात, ती वाचवण्यात आणि पक्की करण्यात निघून जाणे, हे खरोखर विडंबनात्मक होते. अशात मित्र भेटत गेले, तसे दुरावतही गेले. मी जालंधरहून रोपरच्या सरकारी महाविद्यालयामध्ये येऊन धडकलो. डॉक्टर मदान खूप विचारांती पंजाब विद्यापीठातल्या हिंदी विभागात 'रीडर' या पदावर रुजू होण्यासाठी चंदीगडला निघून गेले. तेव्हा बनारस विद्यापीठातल्या काही मंडळींनी कुभांड रचल्यामुळे आचार्य हजारीप्रसाद द्विवेदींवर तिथून बाहेर पडण्याची पाळी आल्याची चर्चा कानावर आली. डॉक्टर मदानना याची खबर लागताच त्यांनी लगेच विद्यापीठाचे कुलपती सूरज भान यांच्याशी चर्चा करून त्यांच्या सहमतीने पंडित हजारीप्रसाद द्विवेदींना हिंदी विभागाच्या प्रमुख व प्राध्यापक पदासाठी सन्मानपूर्वक आमंत्रित केले. विद्यापीठांमध्ये जे सवंग राजकारण सुरू असते, कुभांडे-कारस्थाने रचली जातात ते सगळे पाहता, आज असंभव वाटावी अशी ही आगळी घटना होती. आचार्य द्विवेदींचे पंजाब विद्यापीठात झालेले आगमन ही विद्यापीठासाठी गौरवाची बाब होती, त्यामुळे डॉक्टर मदानांची मान उंचावली, त्यांचा मान आणि प्रतिष्ठा अनेक पटींनी वृद्धिंगत झाली.

मंडळी, आता पुन्हा जालंधरच्या कहाणीकडे वळूया. माझे जालंधर रेडिओवर येणे-जाणे सुरू झाले होते. तिथे वेदप्रकाश 'बटुक' हिंदी कार्यक्रमांचे कामकाज बघत असत. हा माणूस शिकला-सवरलेला; पण काहीसा सणकी होता. तो अजब प्रकारच्या नैतिकतेचे धडे देत राहायचा. "त्या अमुक लेखकानं जे लिहिलंय तसा तो जगला का नाही?" असा प्रश्न विचारायचा. पुढे म्हणायचा, "अरे सोड रे, हे सगळे नवे लेखक ढोंगी आहेत अगदी!" आणि डोळ्यांत धारदार उपहासाची चमक आणत म्हणायचा, "मला माहीत आहे, तूसुद्धा त्या चांडाळ-चौकडीत सामील आहेस. चल, मला काय त्याचं; पण तू बघून घे, चांगला फसणार आहेस एके

१३. सन्तसिंह सेखो (१९०८-१९९७) - पंजाबी नाटककार, ललित लेखक.

दिवशी!'' पण त्या चांडाळ-चौकडीशिवाय त्याचे पान हलत नव्हते. त्यांचा समावेश मोजक्या चांगल्या लेखकांमध्ये होत असल्यामुळे त्यांना रेडिओवर आमंत्रित करावेच लागत असे. तो मलादेखील कुठल्या ना कुठल्या चर्चेसाठी आमंत्रित करत असे. तेव्हा मी रेडिओसाठी 'कार्तिक का श्याम फूल' आणि 'बुद्धं शरणं गच्छामि' ही दोन नाटके लिहिली. ती खूप लोकप्रियही झाली; पण पुढे कधीतरी माहिती नाही, कसल्याशा जोशात येत मी ती फाडून टाकली आणि नंतर स्वतःशीच हळहळत राहिलो. असो, एके दिवशी आकाशवाणीत गेलो असता बघतो तर समोर नंदिता उभी होती. मी तिच्याकडे बघतच राहिलो. ती पुढे आली. ''तू इथे कसा?''

''मी इथल्या खालसा कॉलेजमध्ये आहे...'' मी म्हणालो.

''अरे वा, मजा आहे तुझी!''

''आणि तू?'' मी विचारले.

''मी इथे नाटक विभागात हंगामी कलाकार म्हणून काम करत आहे. एका नाटकात भूमिका मिळाली आहे, त्याचे ध्वनिमुद्रण आहे. चल, तुला दाखवते.'' ती खुशीत येत म्हणाली. तिने नाटक विभागाच्या प्रमुखांशी माझा परिचय करून दिला. आणि मी ध्वनिमुद्रणादरम्यान तिचा संवादाभिनय बघत राहिलो. तिथून आम्ही एका रेस्टॉरंटमध्ये गेलो आणि कॉफी पीत गप्पा मारत बसलो. तिच्या चेहऱ्याचा रंग, नजरेचा ठाव... सगळ्यात बदल झालेला जाणवत होता. गप्पा मारताना तिने सांगितले की तिने नाट्यशास्त्राचा एक अभ्यासक्रम पूर्ण केला होता आणि ती नाटकांच्या ध्वनिमुद्रणात भाग घेत असते. तिचे दिल्लीला नाटकात भूमिका मिळवण्यासाठी चाचण्या देणे इत्यादी प्रयत्न सुरू होते आणि तिला तिथूनही बोलावणे येण्याची शक्यता होती. दिल्लीच्या नाट्यवर्तुळात बऱ्याच संधी उपलब्ध होत्या. ती बोलत राहिली आणि मी ऐकत राहिलो.

कॉफी हाऊसमधल्या एका लेखकाने मला नंदिताबरोबर कुठेतरी पाहिले तेव्हा तो म्हणाला, ''ती नाटकातली मुलगी तुझ्याबरोबर कशी काय?''

''अशीच!'' मी उत्तर द्यायचे टाळले.

''अरे, उगीच तिच्या भानगडीत पडू नकोस. तिने अनेकांना फंदात अडकवून ठेवलं आहे.'' त्याने मला सावधानतेचा इशारा देण्याच्या ढंगात सांगितले.

''अरे जा, जा, पहिल्यांदा स्वतःचं काय ते बघ! तू प्रत्येक फालतू मुलीसाठी लाळ गाळत फिरतोस तेव्हा!'' मी तुच्छतेने त्याच्याकडे बघितले. तेवढ्यात नंदिता अचानक कुठूनशी तिथे आली आणि लाजिरवाण्या झालेल्या त्या लेखकाने तिथून काढता पाय घेतला.

आठवड्यातून एकदा तरी नंदिताला भेटायचे असा जणू नियमच ठरून गेला. ती एके दिवशी आग्रह करून मला तिच्या घरी घेऊन गेली. मला इथल्या

कॉलेजमध्ये व्याख्यात्याची नोकरी मिळाली आहे हे ऐकून तिच्या आई-वडिलांना खूप आनंद झाला. काही दिवसांनी असाच फिरत फिरत तिच्या घरी गेलो तेव्हा ती घरी एकटीच होती, ती अतिशय उदास होऊन बसली होती. विचारले तर म्हणाली, ''माझं लग्न ठरवण्यात आलं आहे. मुलगा कुरूप आणि बेढब आहे; पण पैसेवाला आहे. माझ्या अभिनयाच्या आवडीचं काय होईल? माझ्यातला कलाकार तर घुसमटून मरून जाईल.'' ती सांगत राहिली. तिला जणू काही अपघात झाला असावा तशी ती भयभीत होऊन गेली होती. ती माझ्या खांद्यावर डोके ठेवून रडू लागली.

''त्या वातावरणात मी गुदमरून मरून जाईन.''

मी तिला समजावत, थोपटत राहिलो; पण तिचे अश्रू कोसळतच राहिले.

एके दिवशी मी कॉलेजवर पोहोचलो. बघितले तर नंदिता अध्यापकांच्या कक्षात माझी वाट पाहत होती.

''कुठे होतास? इतका उशीर केलास?''

''चल, कॅन्टिनमध्ये जाऊ.'' आम्ही दोघे कॅन्टिनमध्ये जाऊन बसलो.

''मी इथून निघाले आहे'' ती म्हणाली.

''कुठे?'' मी विचारले.

''दिल्ली'' तिने आनंदून जात उत्तर दिले.

''त्या मुलाला भेटायला की काय?'' मी थट्टा केली.

''हुंह, तो मुलगा, माय फूट! मी मम्मी-पप्पांना सांगून टाकलं की मला त्या मुलाशी लग्न करायचं नाही.''

''ते नाराज झाले असतील.''

''नाराज झाले तर होऊ दे नाराज, त्याला मी काय करू? आणि निंदर, माहिती आहे का मला दिल्ली रेडिओवरून बोलावणं आलं आहे.''

''अरे वा, अभिनंदन!''

''मी उद्याच निघणार आहे.''

कॉफी आणली गेली होती. आम्ही हलक्या आवाजात गप्पा मारत, भविष्यकाळाची चित्रे रेखाटत कॉफीचे घुटके घेत राहिलो.

◆

एक बुद्ध पुरेसा नाही का?

स्वभावात दडलेल्या मानसशास्त्रीय गंडांचा प्रभाव वा भावांच्या नव्या वैवाहिक नातेसंबंधांचा दबाव असावा, आमच्या संपूर्ण कुटुंबात कोणत्या ना कोणत्या कारणावरून तणातणी सुरूच असे. ब्रिजमोहन दादांच्या लग्नानंतरसुद्धा काही काळ बीजी, बाऊजी, दादा आणि वहिनींमध्ये जरासा खटका उडला की वहिनींना फीट येऊ लागायच्या आणि त्यांना त्यातून सावरण्यासाठी वेगवेगळे उपाय करणे सुरू व्हायचे. अशा तऱ्हेने लहान-मोठ्या वाद-विवादांमध्ये सर्वांची विनाकारण ओढाताण होत राहायची. या सगळ्या गोंधळामध्ये माझा साखरपुडा झाल्यानंतरही मला कायमस्वरूपी नोकरी नसल्यामुळे माझ्या लग्नसमारंभाबद्दलचा निर्णय बरेच दिवस पुढे ढकलला जात राहिला. जेव्हा कायमस्वरूपी नोकरी मिळाली तेव्हा कोणत्या ना कोणत्या कौटुंबिक अडचणी, विसंवाद वा भावाभावांमधले बखेडे आडवे येत राहिले आणि लग्नाचा मुहूर्त पुढे सरकत गेला. अखेरीस २९ मे १९६२ ही तारीख लग्नासाठी पक्की करण्यात आली. त्या तारखेच्या दहा-एक दिवस आधी माझी आणि संतोषची भेट झाली आणि आम्ही दोघे भविष्यकाळाबद्दल अनेक मनोरम कल्पना रंगवण्यात हरवून गेलो. नेमके त्याच दिवशी वीरेन्द्र आणि कमलेशनेही एकमेकांच्या प्रेमाचा स्वीकार केला. त्या दोघांमधले आकर्षण आणि प्रेमसंबंध दोन्हीकडच्या कुटुंबांपासून लपून राहिले नव्हते. वीरेन्द्रने ज्या आविर्भावात 'आय लव्ह यू' म्हणत आपले प्रेम व्यक्त केले, तो आविर्भाव अतिशय हृदयस्पर्शी होता; पण दोन्ही परिवारांच्या नित्य बदलत्या रंगांमुळे आणि दोन्हीकडे नवनव्या पात्रांच्या इथे-तिथे चाललेल्या लुडबुडींमुळे त्यांचे प्रेम सफलतेच्या शिखरावर पोचायला पाच वर्षांचा काळ जावा लागला.

मेच्या अखेरीस उन्हाळा अतिशय तापलेला होता तरीही आमच्या लग्नात खूप गडबड उडून गेली. लग्नाला सगळे नातेवाईक आणि जुने-नवे मित्रदेखील येऊन थडकले होते. कपिल, एम.एल.शर्मा, जी.एम.एन.कॉलेज आणि एस.डी. कॉलेजचे कितीतरी प्राध्यापकही लग्नाला हजर होते. संध्याकाळी जेव्हा अगदी शेवटचे विधी

सुरू होते, तेव्हा सर्वांत मोठे बंधू, बाऊजी आणि जगमोहनदादांमध्ये काही बोलाचाली झाली आणि तिघांचे चेहरे वाकडे होऊन गेले. बऱ्याच वेळाने परिस्थिती कशीबशी आटोक्यात आली, लग्न लागले आणि संतोषचा अनुराधा बनून आमच्या घरात प्रवेश झाला. तिच्यासाठी हे घर अपरिचित नव्हते, ना या घरासाठी ती अनोळखी होती, तरीही दुसऱ्या कुटुंब-परिघाचा मानसिक-भावनात्मक हिस्सा बनण्यासाठी वेळ तर जावाच लागतो. अनुराधा लवकरच आपल्या नव्या परिवाराच्या रीती-पद्धतींमध्ये मिळून-मिसळून गेली. जुलैमध्ये कॉलेज सुरू होताच मी जालंधरला निघून गेलो आणि ती तिथेच शाळेतल्या नोकरीवर रुजू झाली. चार-पाच महिन्यांतच तिने आपली बदली जालंधरला करून घेतली आणि आम्ही मॉडेल टाऊनमध्ये राहू लागलो.

१९६२ सालीच बाऊजी मिलिटरी इंजिनिअरींग सर्व्हिसेस मधून निवृत्त झाले. दिल्ली आणि मुजफ्फरनगरमधल्या कंपन्यांमध्ये काही काळ नोकरी केल्यानंतर वीरेन्द्र अंबाल्याला आला आणि बाऊजींशी सल्लामसलत करून त्याने तपमापक आणि काचेच्या उपकरणांचा व्यवसाय सुरू करण्याचा निर्णय घेतला. त्याने १९६० मध्ये जर्मन तंत्रज्ञांकडून या बाबतीतले प्रशिक्षण घेतले होते आणि अनेक प्रकारचे तपमापक बनवण्यात तो तज्ज्ञ झाला होता. त्याने ॲलेक्झांडर मार्गावर कारखाना आणि कार्यालय थाटले आणि 'वर्टेक्स सायंटिफिक प्रॉडक्शन' या नावाखाली उद्योगाची सुरुवात केली. बाऊजी सगळ्या कामावर देखरेख करू लागले आणि लवकरच ते कारखान्याच्या वरच्या मजल्यावर असलेल्या खोलीत राहायला गेले.

याच काळात चीनने हिमालयाच्या पायथ्याशी असलेल्या हिंदुस्थानच्या सीमेवर आक्रमण केल्यामुळे युद्धाला सुरुवात झाली आणि हिंदुस्थानला लाजिरवाण्या पराभवाला सामोरे जावे लागले. ही हार जितकी बाह्य वातावरणात जाणवत होती त्यापेक्षा कितीतरी पटींनी आंतरिक स्तरावर जाणवत गेली. युद्धानंतरच्या पराजयबोधाने नेहरूंच्या भोळ्या-भाबड्या विश्वासाच्या ठिकऱ्या उडवून टाकल्या. 'हिंदी-चीनी भाई-भाई' म्हणत कल्पनेच्या राज्यात हरवलेले नेहरू वास्तवाच्या खडकावर रक्तबंबाळ होऊन कोसळले. भारतीय इतिहासातल्या या दारुण प्रसंगाने नेहरू युगाची स्वप्निलता आणि मूल्यदृष्टीचा अंत करून टाकला. या हादऱ्याने राजकारण व सामाजिक विचाराच्या स्तरावरच नव्हे, तर सांस्कृतिक-साहित्यिक विचारभूमीवर काजळीसारख्या चिकटलेल्या सडक्या-गळक्या धारणा आणि पोकळ मूल्यविचारांच्या चिंध्या उडवून टाकल्या.

फाळणीनंतरचा अतिशय कठीण आणि प्रचंड भ्रमनिरास करून टाकणारा हा कालखंड होता, ज्याने कथा, कविता, कादंबरी व नाटकात येऊ घातलेल्या जबरदस्त विच्छेदाचे सूचन केले. बाहेरून उसनी घेतलेली मूल्ये आणि विचारधारांच्या

संकल्पनांनी भरलेल्या नवकविता आणि कथेने या कालखंडात अखेरचा श्वास घेतला आणि नव्या वास्तवाचे चित्रण करणारे साहित्य समोर येऊ लागले. हेही जाणवत राहिले की चीनने भारतावर केलेले आक्रमण हा नेहरूंसाठी एक मोठा धक्का आणि आघात होता, ज्यातून बाहेर पडण्याचे, सावरण्याचे अनेक प्रयत्न करूनदेखील ते स्वतःला यातून सावरू शकले नाहीत आणि २७ मे १९६४ रोजी त्यांचे निधन झाले. मी तेव्हा रोपरला होतो. राजकारणाच्या निबिड अरण्यातून उत्तुंग स्वप्ने बघणारी त्यांची दृष्टी अशी कायमची विझून जाणे, ही एक भयानक बातमी होती, जिच्या प्रदीर्घ सावल्यांनी पुढील काळात राजकारणच नव्हे, तर साहित्य व संस्कृतीमधल्या परस्पर-व्यवहारांनाही अतिशय वाईट प्रकारे जखडून टाकले.

याच काळात, १९६२च्या डिसेंबरमध्ये गिरिजाकुमार माथुर[१४] जालंधर आकाशवाणीच्या संचालकपदी रुजू झाले. त्यांना कवी 'निरालां'चा[१५] आशीर्वाद लाभला होता. ते 'तारसप्तक'च्या रथावर स्वार होऊन आले होते आणि नवकवितेच्या प्रांतात त्यांनी आपला दबदबा प्रस्थापित केला होता. त्यांनी नवकवितेची कणाहीनता आणि 'लघुमानवा'ला पाठी ढकलत, अस्वीकृतीच्या संदर्भातल्या नव्या उन्मेषांबद्दल चर्चा सुरू केली होती. ते आणि 'अज्ञेय' यांच्यामधली चुरस बऱ्याचदा नियतकालिकांतूनही दिसून यायची. यात 'अज्ञेय'यांचे पारडेच जड ठरायचे; कारण त्यांनी कवितेला छायावादी सौंदर्यनिष्ठ वृत्ती, भाषा आणि रचनेच्या साच्यातून खेचून काढत थेट आधुनिक प्रयोग आणि उपयोजनाच्या दुनियेत आणून सोडण्यात पुढाकार घेतला होता. त्यांनीच आधुनिक कालखंडाच्या संदर्भात परंपरेच्या पुनराविष्काराचा विचार मांडला होता. फक्त कवितेच्या जोरावर नव्हे, तर आपल्या कादंबऱ्या, कथा, निबंधांतल्या सर्जनशील उपक्रमांद्वारा त्यांनी साहित्याला नवी चेतना दिली. यामुळे त्यांना मोठ्या प्रमाणात स्वीकृती मिळत गेली. गिरिजाकुमार माथुरांची गोष्ट वेगळी होती. ते कवितेत नवीन विषय, नव्या अभिव्यक्तींना वेगळ्या बंदिशी, लय आणि नादाच्या विशेषतांसह प्रस्तुत करत होते, त्यायोगे कवितेचा अवकाश विस्तृत करू लागले होते. अशा कवीचे जालंधरमध्ये आगमन होणे माझ्यासाठी अनेक प्रकारे अर्थपूर्ण होते, कारण त्याच दरम्यान मी पीएच. डी.चे काम सुरू केले होते. एके दिवशी एका भाषणाच्या ध्वनिमुद्रणासाठी आकाशवाणी केंद्रावर गेलो असताना 'बटुक'जी मला माथुरसाहेबांना भेटवण्यासाठी त्यांच्या कक्षात घेऊन गेले. माझी ओळख करून देताना बटुकजी म्हणाले, "हे नरेन्द्र मोहन, इथल्या खालसा

---

१४. गिरिजाकुमार माथुर (१९१९-१९९४) साहित्य अकादमी पुरस्कार प्राप्त हिंदी कवी, भाषांतरकार, नाटककार.

१५. सूर्यकांत त्रिपाठी 'निराला' (१८९६-१९६१) छायावादी कवी, कथा-कादंबरीकार आणि निबंधकार.

कॉलेजमध्ये व्याख्याते आहेत– आमचे कथाकार! कधी कधी कविताही लिहीत असतात.'' माथुरसाहेबांनी आपल्या चमकदार नजरेने मला जणू वरून-खालून मापत-जोखत म्हटले, ''कॉलेजमध्ये शिकवतोस... अच्छा... अच्छा... भाई, पण काही वाचतोस की नाही?'' आणि त्यांना मोठ्याने हसू फुटले. कपट-लबाडीचा लवलेश नसलेले निष्पाप हसू! माझ्या चेहऱ्यावरही हास्य उमटले आणि मी म्हणालो, ''हो तर, 'नई कविता'चे अंक वाचतो आणि 'कल्पना'चे देखील!''

''अच्छाऽऽऽ!''

आणि त्यांचा चेहरा खुशीने चमकू लागला. मग ते फायलींमध्ये बघत त्यातल्या कागदपत्रांवर सह्या करू लागले. त्यांनी पुन्हा नजर उचलून जणू काही अधिक जाणून घ्यायचे असावे, अशा आविर्भावात माझ्याकडे एक दृष्टिक्षेप टाकला. मी पंजाब विद्यापीठातून 'आधुनिक हिंदी कविता में अप्रस्तुत-विधान' या विषयावर डॉक्टर मेघांच्या मार्गदर्शनाखाली पीएच.डी. करत आहे, ते त्यांना सांगितले.

''अच्छा, अच्छा, डॉक्टर मेघ... आमची चंदीगडमध्ये भेट झाली होती. डॉक्टर मदानही भेटले होते. मदान चांगले काम करत आहेत.''

आणि ते पुन्हा फायलीत गुंतून गेले.

'बटुक'ने मला खूण केली आणि मी त्यांना नमस्कार करून बाहेर निघून आलो.

आदल्या वर्षी (१९६१) त्यांचा 'शिलापंख चमकीले' हा कवितासंग्रह प्रकाशित झाला होता. तो वाचल्यानंतर त्यांच्या कवितेची क्षितिजे व्यापक होत चालल्याची खूणगाठ मी मनाशी बांधली होती. जालंधरमधल्या मित्रांनी या संग्रहावर एका चर्चासत्राचे आयोजन केले आणि त्यासाठी मला यावर शोधनिबंध लिहायला सांगितले गेले, तेव्हा मी लगेच होकार दिला. मी शोधनिबंध सादर केला, ज्यात त्यांच्या कवितेच्या रूपबंधाबरोबर त्यातून प्रकटणाऱ्या आधुनिक आणि सौंदर्यनिष्ठ प्रवृत्तींचे विश्लेषण केले गेले होते. हा शोधनिबंध नंतर प्रकाशितही झाला. चर्चासत्रानंतर माथुर यांच्या कवितावाचनाचा कार्यक्रम ठेवण्यात आला होता. त्यांनी 'छाया मत छूना मन। होगा दुःख दूना मन' या ओळी जेव्हा लय-ताल व नादासकट सादर केल्या, तेव्हा सगळे प्रेक्षक मंत्रमुग्ध होऊन गेले. त्या चर्चासत्रानंतर मी माथुर साहेबांच्या जवळ येत गेलो. कधी एकट्याने तर कधी अनुराधाबरोबर त्यांच्या घरी येणे-जाणे सुरू झाले. शकुंत माथुर[१६] आणि मुलांबरोबरही आमचे चांगले सूत जमले. त्यांच्या घरी आमच्या साहित्यिक गप्पा रंगत असत. ते आणि शकुंतजी 'अज्ञेय' आणि इतर नव्या कवींच्या आठवणी ऐकवत. एके दिवशी त्यांच्या घरच्या अशाच एका बैठकीत 'पृथ्वी कल्प'ची चर्चा सुरू झाली. ते त्या काळात 'पृथ्वी

---

१६. शकुंत माथुर (१९२२-२००४) हिंदी कवयित्री.

कल्प'चे लिखाण करत होते आणि त्याचे काही भाग आणि त्यावर माझी प्रतिक्रिया 'कल्पना'मध्ये प्रसिद्ध झाली होती. तेव्हा त्यांनी नाद-लयींसह 'पृथ्वी कल्प'चा एक भाग ऐकवला. त्यातली 'गोल-गोल घूम रहा चाक अंधकार का' ही ओळ अजूनही माझ्या स्मरणात आहे. अनेक वर्षांनंतर जेव्हा आम्ही हिस्सारला होतो, तेव्हा कुठल्याशा लहानशा बाबीवरून अनुराधाबरोबर माझा खटका उडाला होता. इतर लोकांबरोबर मी ज्या पद्धतीने वागत असे, ती पद्धत तिला पसंत नव्हती. मी तिला समजावण्याचा खूप प्रयत्न केला; पण ती आपल्या मताशी ठाम होती आणि त्याचे स्पष्टीकरण करण्यामागचे तिचे अनेक आडाखेही पक्के होते, हे बघून मी गोंधळून गेलो आणि शेंडा-बुडखा नसलेली विधाने पुढे ढकलत वाद वाढवत राहिलो. थोड्या वेळाने ती चहा बनवून घेऊन आली. मी तोंड वाकडे करून बसलो होतो. ते बघून ती गुणगुणू लागली, "गोल-गोल घूम रहा चाक अंधकार का" आणि मला हसू दाबणे कठीण होऊन गेले.

दीड वर्ष मॉडेल टाऊनमध्ये काढल्यानंतर आम्ही कॉलेजच्या आवासामध्ये राहायला आलो. घरातून निघताच समोर माझे कॉलेज तर रस्त्याच्या पलीकडे डाव्या बाजूला मुलींचे कॉलेज होते. मुलींच्या कॉलेजमधली एक शिक्षिका रजेवर गेली होती, तेव्हा प्राचार्यांच्या सांगण्यावरून मी तिथे एखाद-दोन तास घ्यायला जाऊ लागलो. तिथल्या प्राचार्या व इतर शिक्षकांशी माझी चांगली ओळख झाली. त्यावर चिडणारे चिडायचे, टोमणेही मारायचे; पण आम्ही त्यांच्याकडे दुर्लक्ष करून आम्हाला हवे तसे मजेत राहायचो. एके दिवशी मी आणि अनुराधा, माथुर साहेबांना भेटायला गेलो तेव्हा त्यांनी अगदी थट्टा करण्याच्या, अनुराधाला चिडवण्याच्या हेतूने म्हटले, "नरेन्द्र मोहन मुलींच्या कॉलेजमध्ये जाऊ लागला आहे. याच्यावर नजर ठेव बरं!" तेव्हा अनुराधासकट सगळे जण मोठ्याने हसू लागले. एके दिवशी मुलींच्या कॉलेजमधल्या व्याख्यात्या आणि आमच्या शेजारी सौ. मीना कपूर सहज घरी आल्या आणि अनुराधाशी गप्पा मारत बसल्या होत्या. जशी त्यांची नजर तिथल्या बुद्धाच्या फोटोवर पडली, तशा त्या अनुराधाला म्हणाल्या, "याची काय गरज? एक बुद्ध घरात आहे, त्यानं भागत नाही की काय?" मी मागे वळून बघताच त्या दोघी हसत सुटल्या.

मला बुद्धाची प्रतिमा नेहमीच आकर्षित करत आली आहे, आजही करते. अजिंठा-वेरूळच्या लेण्यांमधल्या बुद्धाच्या प्रतिमांसमोर मी कितीतरी वेळ स्तब्ध उभा राहतो. असो, १९६३ मध्ये मी जालंधरहून रोपरच्या सरकारी कॉलेजमधल्या एकदम एका नव्या वातावरणात दाखल झालो. राहण्याची व्यवस्था शहरात केली होती. तिथून मी फिरत फिरत कॉलेजला जात असे. या विभागात मी आणि महेन्द्र प्रताप असे दोनच प्राध्यापक होतो. महेन्द्र प्रताप चंदीगडचे होते. ते तिथल्या

वातावरणात मोठे होत गेले होते. त्यांचे बी.ए.,एम.ए. पर्यंतचे शिक्षण चंदीगडमध्येच झाले होते. सुरुवातीला त्यांच्यात थोडासा तोरा जाणवायचा; पण लवकरच ते माझ्याबरोबर कवितेच्या क्षेत्रात येत गेले आणि कविता ऐकू-सुनवू लागले.

एके दिवशी मी विभागाच्या बाहेर सहज उभा होतो. माझ्या हातात 'नई कविता'चा अंक होता. एक मुलगा काहीसा संकोचत माझ्यापाशी आला. मी म्हटले, "बोल मिंदर!" तो पंजाबी घेऊन ऑनर्स करत होता आणि हिंदी हा त्याचा पर्यायी विषय असल्यामुळे त्याचे काही तास मी घेत असे. तो म्हणाला, "सर, मी पंजाबीत कविता करतो." मी त्याला बागेतल्या हिरवळीवर घेऊन गेलो. तिथे बसून त्याच्या काही कविता ऐकल्या. त्या कवितांचे स्वरूप आणि त्यातली प्रतीकसृष्टी मला आगळी वाटली. त्याने 'नई कविता'चा अंक वाचून झाल्यावर परत आणून देण्याचे कबूल करत माझ्याकडून मागून घेतला.

मग त्याला रोज भेटण्याचा जणू नियमच बनूनच गेला. रोपर चंदीगडपासून जवळ होते; पंजाब विद्यापीठातल्या ग्रंथालयात येणे-जाणे सुरू होते आणि मदानसाहेब, डॉक्टर मेघांबरोबर भेटीही होत होत्या. त्याच दिवसात डॉक्टर मेघांनी संपादित केलेला 'अभिव्यक्ती' हा समकालीन कवींच्या कवितांचे संकलन असलेला अंक प्रकाशित झाला. या अंकात वेगवेगळ्या शैलीत लिहिणाऱ्या प्रस्थापित - नवोदित कवींच्या कवितांचा अंतर्भाव करण्यात आला होत. माझ्याही तीन कविता या संग्रहात समाविष्ट केल्या गेल्या होत्या. कवितेत जे परिवर्तन घडत होते ते कवितांच्या माध्यमातून समजून-समजावून देण्याचा हा निश्चितच एक मोठा प्रयत्न होता. 'अभिव्यक्ती'चा अंक हाती पडताच मिंदर तोदेखील वाचण्यासाठी घेऊन गेला.

अनुराधा तेव्हा अंबाल्याला होती. तिथे आमच्या पहिल्या कन्येचा, सुमनचा जन्म झाला. पहिल्यांदा पिता बनण्याचे अप्रूप काय असते ते शब्दांत सांगता येण्यासारखे नाही. मला किती उत्साहित व सन्मानित झाल्यासारखे वाटत होते ते माझे मलाच ठाऊक. मुलगी दोन महिन्यांची झाली होती. मी बाऊजींना अनेक पत्रे लिहिली की त्यांनी त्यांना लवकरात लवकर इकडे आणून पोचवावे किंवा मी त्यांना घेण्यासाठी कधी यावे ते कळवावे. एके दिवशी मी स्वतःच अनुराधा आणि सुमनला घेऊन येण्यासाठी अंबाल्याला जायला निघालो. चंदीगड बसस्थानकावर बघतो तर काय, समोर अनुराधा उभी होती. आम्ही एकमेकांना तिथे बघून चकित होऊन गेलो.

"जनाब, कुठे फिरत आहात?" तिने हसत विचारले.

"मी तुला घेऊन यायला अंबाल्याला निघालो आहे. आणि तू?"

"तुम्हाला काय त्याचे? मी माझ्या पतिदेवांकडे निघाले आहे, रोपर!" आणि तिला जोराने हसू फुटले. मी मुलीला कुशीत घेतले, तिची माया केली. आम्ही दोघे, म्हणजे तिघे बसकडे वळलो. आत शिरलो तर आत बाऊजी!

"अरे, तू इथे?"

आम्ही हसत-खेळत रोपरला पोचलो.

आम्ही घरी पोचताच आमच्या घरमालकांची कॉलेजच्या दुसऱ्या वर्षात शिकणारी सुंदर,शालीन मुलगी धावत आली. कॉलेज असो वा घर, तिला माझ्याबद्दल वाटणारा आदर व आपुलकी तिच्या डोळ्यांतून व्यक्त होत राहायची. तिची अनुराधाची भेट झाली आणि ती मुलीला कुशीत घेत खुर्चीवर बसली. ती चकित होऊन मुलीचे पाय आणि बोटे बघू लागली. ती खूष होत म्हणाली, "सर, बघा, किती छोटेछोटे पाय आणि इवली-इवली गोरी, लाल अन् नाजूक बोटं!" तिच्या डोळ्यांत सरळपणा आणि गाढ विस्मयाचा तरल भाव तरळत होता.

एका खोलीत राहणे आता आमच्यासाठी सोयीचे नव्हते म्हणून आम्ही तीन खोल्यांच्या एका मोकळ्या घरात आमचे बस्तान हलवले. खाली आम्ही आणि वर एक विवाहित जोडपे राहत असे. ढील्या-ढाल्या कपड्यातला तो माणूस तर बावळटसा वाटायचा; पण त्याची बायको मात्र खूप नटून-थटून वावरायची. तिचे नाव सुगंधा होते. ती मोठ्या तोऱ्यात इथे-तिथे फिरत राहायची. ती बोलायला अगदी फटकळ आणि मोठी उत्साही होती आणि तिला पुरुषी विनोद ऐकवायला आवडायचे. जेव्हा तिला ते ऐकवायची लहर यायची तेव्हा ती एकापाठोपाठ एक विनोद सांगत जायची. तिची खुबी अशी होती की विनोद सांगताना तिला स्वतःला अजिबात हसू येत नसे, पण ऐकणारी मंडळी मात्र हसून हसून पार आडवी झालेली असत.

या घरात खूप चर्चा झडत. हिंदी विभागातले महेंद्र प्रताप, इतिहास विभागातले ओ. पी. सोंधी आणि सौ सोंधी, पंजाबी विभागातले चीमा आणि सौ. चीमा आणि कॉलेजमधले विद्यार्थी या चर्चांमध्ये सामील होत. कविता, गीते, गजला, आणि गाण्यांच्या मैफली भरत. मी आणि महेन्द्र प्रताप स्वत:च्या कविता ऐकवायचो, सोंधी मूडमध्ये येत एखादे चित्रपटगीत सादर करायचा, चीमा आणि सौ. चीमादेखील छान गप्पा मारत. मिंदर या मैफिलीत नेहमी सामील व्हायचा. प्रियदर्शी नावाचा एक बी. ए.चा विद्यार्थी होता, तो उत्तम गायचा. तोही आमच्या घरात छान मिळून-मिसळून गेला होता. कधी कधी दोन-चार इतर मुले-मुलीदेखील तिथे येऊन थडकायची. साहित्यिक सुगंधाने दरवळणारा तो परिवार सर्वांना आपलासा वाटायचा; पण कुण्या निंदकाने, नरेन्द्र मोहनच्या घरी मुला-मुलींच्या मैफली सजतात, असे बढवून-चढवून सांगून प्राचार्यांचे कान भरले. प्राचार्य अतिशय शिस्तप्रिय वृत्तीचे होते. त्यांनी मला बोलावून घेतले आणि अतिशय कडक शब्दांत समज दिली. मी त्यामुळे दबून न जाता, त्यांना आमच्या पारिवारिक चर्चांमध्ये कोणकोण भाग घेतात आणि त्यात कलेत रुची असणारी प्रतिभाशाली मुले-मुली सामील होतात ते अतिशय धीटपणे तपशिलांसकट समजावून सांगितले. ही जरुर कुणाची तरी उथळ

आणि क्षुद्र अशी कृती होती. माझ्या आवाजात अशी दृढता होती, की प्राचार्यांना माझे म्हणणे पटले. नंतर पत्ता लागला की प्राचार्यांनी ती तक्रार करणाऱ्या व्याख्यात्याची चांगली कानउघाडणी केली होती. या घटनेनंतर प्राचार्यांनी कॉलेजमधल्या सांस्कृतिक कार्यक्रमांची जबाबदारी माझ्यावर सोपवली. त्यांच्याशी कॉलेजच्या प्रांगणात, त्यांच्या घरी भेटण्या-बोलण्याचा क्रम सुरू झाला.

काही दिवसांनी मला कालवा खात्याच्या आवासात एक घर मिळाले. ओ.पी. सोंधींचे घर अगदी शेजारीच होते. सोंधी आणि सौ. सोंधी दोघेही चंदीगडचे होते. दोघांमध्ये कुठल्या ना कुठल्या गोष्टींवरून ताण, वादविवाद होत आणि ते हमरी-तुमरीवर येत. कितीतरी वेळा झगडा इतका वाढत जायचा की ते एकमेकांना सोडचिठ्ठी द्यायच्या तयारीपर्यंत येत. सौ. सोंधी बरेच दिवस चंदीगडला आपल्या माहेरी निघून जात, त्या सोंधीने मनधरण्या केल्यानंतर परत येत. मी आणि चीमा त्यांना समजावत राहायचो आणि आम्हा दोघांच्या पत्नी त्यांना मनवण्यासाठी, त्यांच्यामधले गैरसमज मिटवण्याचा प्रयत्न करत असत.

हे नवे घर खूपच छान होते. या घरात आकाशाच्या दिशेने खुलणारी एक खिडकी होती. तिच्यातून आकाश नजरेत भरत जायचे. घराच्या पुढे-मागे वृक्ष आणि हिरवळ होती. दोन्ही बाजूला बाग फुलवण्यासाठी अंगण होते आणि अवघ्या एका फर्लांगावर सतलज नदी वाहत होती. आम्ही सतलजच्या किनाऱ्या-किनाऱ्याने हेडवर्क्स पार करत दूरवर फेरफटका मारायला निघून जायचो. अनुराधा आणि सुमनने इथे पहिल्यांदाच नौका-विहार केला. उचंबळणाऱ्या लहरींच्या संगतीत सुमनला कुशीत घेऊन, आनंदाने किलबिलणाऱ्या अनुराधाला बघून, माझ्या नजरेसमोर पंतांच्या 'नौका-विहार' या कवितेतली शब्दबिंबे तरळू लागत. सतलजवर बांधलेल्या हेडवर्क्सच्या उजव्या-डाव्या बाजूने कालवे काढण्यात आले होते. हेडवर्क्समधून सोडलेले पाणी जेव्हा धरणाच्या आऱ्यांमधून चाकूंच्या तेज धारांसारखे जोरात वाहत दुसऱ्या बाजूला येई, तेव्हा ते दृश्य बघण्यासारखे असायचे. बिल्लोरी रंगछटांच्या मासोळ्या प्रवाहाला चिरत - झगडत - थकताना दिसत तेव्हा मला 'अज्ञेय' यांच्या 'सोनमछली'च्या पुढील ओळी आठवत,

'आपण न्याहाळतोय
काचेच्या मागे
धपापणारी मासोळी,
रूप-तृष्णाही.
आणि काचेच्या मागे
जगण्याचे विलक्षण चिवटपण.'

नदीचा प्रवाह, तिचा उद्दामपणा, तिचे भरलेपण आणि रितेपण, तिचा अथांग

सन्नाटा, तिच्यावर दाटून आलेले ढग, तिच्यावर झुकलेले आकाश तेव्हा मनात असे काही उतरत गेले की, ते सगळे अनुभवण्यासाठी मी आजही उत्कट ओढ लागून, भारून जातो.

रोपरला येऊन जेमतेम दीड वर्ष उलटले असेल. १९६५च्या जून अखेरीस मला हिस्सारच्या पंजाब कृषी विद्यापीठाकडून हिंदीच्या सहाय्यक प्राध्यापक पदावर नियुक्ती केल्याचे पत्र मिळाले. इथे रुजू होण्याबद्दल माझ्या मनात जराही दुविधा निर्माण झाली नाही. याचे कारण, ही नेमणूक नव्या वेतनश्रेणीत करण्यात आली होती, जी इतर कॉलेजांमध्ये अजून लागू केली गेली नव्हती. नियुक्ती पत्राबरोबर एक करारनामाही जोडलेला होता. त्यानुसार किमान तीन वर्षे नोकरी करणे बंधनकारक होते. अधे-मधे नोकरी सोडल्यास उरलेल्या अवधीचे एक-तृतीयांश वेतन विद्यापीठाला द्यायची अट घातली गेली होती. माझ्या मनाला ती बाब खटकली खरी; पण जे होईल ते बघून घेता येईल असा विचार केला. तिकडे रुजू होण्यापूर्वी मी अनुराधाला घेऊन अंबाल्याला गेलो. ती तेव्हा गरोदर होती म्हणून तिने हिस्सारला येण्याची धावपळ करू नये, तिची योग्य ती काळजी घेतली जावी, असे मला वाटत होते. जुलैच्या पहिल्या वा दुसऱ्या आठवड्यात बाळाच्या आगमनाची शक्यता वर्तवली गेली होती. मी अनुराधा आणि सुमनबरोबर दोन-तीन दिवस तिथे राहून रोपरला परत आलो आणि सेवेतून मुक्त होण्याच्या औपचारिक बाबी पुऱ्या करू लागलो.

रोपरच्या ज्या तीन मित्रांबरोबर - महेन्द्र प्रताप, ओमप्रकाश सोंधी आणि एम. एस. चीमा यांच्याबरोबर इथल्या वास्तव्यातले सुख-दुःखाचे क्षण वाटून घेतले होते, ते आता दुरावणार होते. सगळ्यात जास्त दुःख मिंदरला झाले होते. कवितेच्या अनुबंधातून त्यांचे माझ्याशी अतूट नाते जुळले होते. माझ्या तिथल्या वास्तव्यातल्या शेवटच्या दिवसांत तो मला भेटायला येण्यासाठीदेखील मागे-पुढे करू लागला होता. 'ज्या दिवशी तुम्ही रोपरहून हिस्सारला जायला निघाला होतात, त्या दिवशी मी एका टेकाडावर उभा राहून तुम्हाला निघून जाताना बघत राहिलो; पण भेटायला तुमच्यापाशी आलो नाही.' त्याने नंतर मला पत्रात लिहिले होते. मी बघत होतो की त्याच्या कविता, पंजाबमधल्या प्रत्येक लहान-मोठ्या नियतकालिकात छापून येऊ लागल्या होत्या आणि कवी म्हणून तो जोमाने पुढे येऊ लागला होता. असो, मी हिस्सारला पोहोचलो. इथल्या विद्यापीठाचा विशाल परिसर आणि मोठमोठ्या इमारती बघण्यासारख्या होत्या. इथे हिंदी शिकवण्यासाठी मी एकटाच होतो, पंजाबीत

एकमेव दिलीपसिंह दीप आणि इंग्रजीत सक्सेना! मी पहिले तीन-चार दिवस माझ्या वहिनींचे धाकटे बंधू विजय पाठक यांच्या मॉडेल टाऊनमधल्या घरी राहिलो. दिलीपसिंह दीपबरोबर आत्मीयतेचे बंध निर्माण झाले. एके दिवशी तो मला कृषी खात्याच्या अधीक्षकांच्या हाताखाली काम करणाऱ्या वल्लभ नावाच्या कारकुनाला भेटवायला घेऊन गेला आणि त्याला माझ्या आवासाच्या गरजेबद्दल सांगितले. त्याला विद्यापीठाच्या परिसरातल्या निवासात एक घर मिळाले होते, त्यात खाली दोन खोल्या आणि वरच्या मजल्यावर एक खोली होती. काही दिवसांपूर्वी त्याचे लग्न झाले होते आणि त्याला घरभाड्यातून चार पैसे कमवण्याची इच्छा होती, म्हणून तो तळमजल्यावरच्या दोन खोल्या भाड्याने द्यायला राजी झाला होता. मी त्याच दिवशी तिथे राहायला गेलो. वर-खाली जणू एकच घर होते. वल्लभची पत्नी बेला कधी चहा, तर कधी इतर काही पदार्थ घेऊन यायची. मीही एखाद-दोन वेळा वर जाऊन आलो. अंबाल्याहून मुलगा-मुलीच्या जन्माची बातमी कुठल्याही दिवशी येऊन ठेपली असती, मी तिची वाट बघत असायचो. जर मुलगा झाला तर त्याचे नाव 'कनु' ठेवायचे आणि मुलगी झाली तर 'कनुप्रिया' असे आम्ही ठरवले होते.

एके दिवशी बाऊजींचे पत्र आले की मुलगा झाला आहे; पण थोडी चिंताही वाटत आहे. ते वाचून मुलाच्या जन्माबरोबर चिंतेचे कोणते कारण असू शकेल या काळजीने माझी घालमेल होऊ लागली. मी तार पाठवली. दोन-तीन दिवस उत्तराची वाट बघून, अखेरीस न राहवून बस पकडून अंबाल्याला पोहोचलो. आधी घरी मग हॉस्पिटलमध्ये गेलो. मला बघताच अनुराधा मला बिलगून रडू लागली. ती म्हणाली, "बाळ खरोखरच 'कनु' आहे, कृष्णासारखा सुंदर" आणि ती हुंदके देऊ लागली. मी धीर एकवटला आणि मुलाला पोटभर बघून घेतले. त्याचे डोके आणि कपाळ इतर मुलांचे असते त्यापेक्षा मोठे होते. बाऊजी म्हणाले, "सगळे इलाज केले; पण डॉक्टरांनी हात टेकले आहेत. आता एखादा चमत्कार झाला तरच हा वाचेल."

"तुम्ही मला लगेच तार का केली नाहीत?" माझ्या आवाजात संताप दाटून आला होता.

"तू काय केलं असतंस?" त्यांनी थंडपणे विचारले.

"काय केलं नसतं? त्याला वाचण्यासाठी आकाश-पाताळ एक केलं असतं." माझे डोळे अश्रूंनी भरून वाहू लागले. त्या रात्री मी भ्रमिष्टासारखा इथे-तिथे भटकत राहिलो. पहाटे माझा डोळा लागला तेव्हा कनुचा सुंदरसा चेहरा, मोठे कपाळ आणि डोके माझ्याभोवती फेर धरू लागले. मी एकदम जागा झालो आणि अनुराधापाशी गेलो. बाळाने शेवटचा श्वास घेतला होता. तो निश्चल झाला होता. बाऊजी, बीजी आणि वीरेन्द्र एका जागी जखडल्यासारखे उभे होते. अनुराधा भेदरल्यासारखी रडत

होती. मी सफेद कपड्यात लपेटलेल्या बाळाची पोटली घेऊन वीरेन्द्र आणि बाऊजींच्या बरोबर स्मशानघाटावर गेलो. एक खड्डा खोदण्यात आला, त्यात बाळाला झोपवण्यात आले आणि दफन केले गेले. मी खड्डा खोदून त्यात नवजात अर्भकाला दफन करत आहे हे दृश्य पुढचे कितीतरी दिवस माझ्या डोळ्यांसमोर फिरत राहिले. आज मी जन्म- मृत्यूच्या अनेक प्रसंगांतून गेलो आहे, अनुराधाही या जगातून निघून गेली आहे, पण ते दृश्य अजूनही माझ्या दृष्टीसमोर तसेच्या तसे उभे आहे असे वाटत राहते.

अनुराधाने खूप हिंमत आणि धीराने सगळे सोसले होते; पण तिच्या धीराचा बांध अचानक कोसळत जायचा आणि ती आतून तुटत जायची. मी तिला समजावायचो, तिचे सांत्वन करायचो, तिचे एकच म्हणणे होते, "जन्माला आला त्या वेळी तुम्ही त्याला बघायला तिथं हवे होतात, किती सुंदर होता तो! जर तुम्ही तिथे असता तर कनु वाचला असता." मी दोन-चार दिवस तिच्याबरोबर राहून उदास आणि दुःखी मनःस्थितीत हिस्सारला परत आलो, तेव्हा संध्याकाळ उलटून आठ वाजत आले होते. बेला आणि वल्लभ दुःख व्यक्त करण्यासाठी, मला भेटायला आले. मग वल्लभ काही कामानिमित्त बाहेर गेला; पण पाच मिनिटांत बेला चहाचा कप घेऊन तिथे आली. मी चहा पीत असताना ती पलंगावर माझ्याजवळ बसून राहिली. मी शोकमग्न जरूर होतो; पण त्या क्षणांत मला काही आगळे जाणवू लागले होते – तिच्या देहाचा गंध वा माझ्यावर पूर्वी झालेले संस्कार किंवा त्यांची काहीशी सरमिसळ, मी तिला म्हटले, "आता तू वर जा. मी खूप थकलो आहे. मला विश्रांती घ्यायची आहे." ती माझ्याकडे बघत बघत वर निघून गेली. खूप दिवसांनी मला जाणवले की मी काही साधु-संत नाही, मीही आकर्षण-विकर्षणात विद्ध होत असतो, त्यात उसळत-कोसळत, बुडत-तरत राहतो; पण कोणती ना कोणती मनोवस्था वा संस्कार मला असे बांधून ठेवतात की, मी अशा गोष्टींत गुंतून जात नाही. काही दिवसांनी मी अनुराधा आणि सुमनला घेऊन हिस्सारला आलो. वल्लभ आणि बेला भेटायला आले. बेलाला भेटून अनुराधा खूप खूष झाली आणि लवकरच ती घर-गृहस्थीच्या कारभारात पूर्वीसारखी रुळून गेली. सुमन आता दीड वर्षांची झाली आणि खूप बोलू लागली होती. तिला खूप कविता पाठ झाल्या होत्या. आम्ही रोज संध्याकाळी तिला घेऊन फिरायला जायचो. विजेचे खांब दाखवत दाखवत आम्ही तिला दूरवर चालवत न्यायचो. अखेरीस ती थकली की उचलून कडेवर घ्यायचो.

१९६५चा ऑगस्ट महिना सुरू झाला. लाल बहादुर शास्त्रींनी पंतप्रधानपदाची धुरा खूप कौशल्याने सांभाळली होती. तेव्हा पाकिस्तानने काश्मीरवर कब्जा करण्याच्या हेतूने सशस्त्र कमांडोंद्वारा घुसखोरीला सुरुवात केली. जेव्हा यात अपयश हाती आले तेव्हा त्यांनी अखनूरवर हल्ला केला, तो एका अर्थी हिंदुस्थानवरच हल्ला होता.

लवकरच पाकिस्तान आणि हिंदुस्थानमध्ये लढाईला तोंड लागले. लढाईत कोणतेच शहर सुरक्षित नव्हते; पण छावणी असल्यामुळे अंबाला सतत बॉम्बवर्षावाचे लक्ष्य बनत राहिले. वीरेन्द्रशी याबाबत बातचीत होत असे. एके दिवशी तो बीजी आणि बाऊजींना घेऊन हिस्सारला आला. त्याने अंबाला छावणी क्षेत्राच्या बरबादीबद्दल तपशीलवार सांगितले. जी. एम. एन. कॉलेजसमोरचे अन्नपूर्णा कॅन्टीन आणि सरहिंद क्लबच्या भिंतीचा एक भाग उद्ध्वस्त झाला होता आणि बॉम्बचे तुकडे गल्ल्यांमध्ये उडाले होते. त्यांतले काही तुकडे बाऊजींच्या खाटेजवळ येऊन पडले होते. सरहिंद मोटर्स आणि आमच्या कार्यालयाच्या खिडक्यांच्या काचा बॉम्बच्या उडत्या तुकड्यांमुळे तुटून गेल्या होत्या आणि खंदकातून उडणाऱ्या धुळीच्या वावटळींमुळे अनेक लोकांना श्वास कोंडण्याचा त्रास होऊ लागला होता. वीरेन्द्र परत गेला आणि युद्धविराम झाल्यानंतर दोन-अडीच महिन्यांनी बीजी, बाऊजी अंबाल्याला परत गेले.

या दरम्यान मी माझे संशोधन झपाट्याने पुरे करत आणले. दोन-तीन वेळा चंदीगडला जाऊन डॉक्टर मेघना भेटून आलो. सगळा मजकूर टंकलिखित करण्यासाठी जालंधरच्या एका टंकलेखकाकडे सोपवला गेला. १९६६च्या जुलै महिन्यात मी माझा प्रबंध विद्यापीठाला सादर केला. या कामातून सुटका झाल्यामुळे मी त्या काळातली अनेक समीक्षाविषयक पुस्तके, कवितासंग्रह आणि आत्मकथा वाचून काढल्या.

आम्ही हिस्सार विद्यापीठाच्या परिसरात राहायला आलो, त्याला एक वर्ष पुरे होत आले होते. तेव्हा विद्यापीठाने कर्मचाऱ्यांनी आपली निवासस्थाने भाड्याने देण्यास मनाई करणारा नियम जारी केला. वल्लभने ती गोष्ट माझ्या कानी घालताच आम्ही विद्यापीठाला अगदी लागून असलेल्या न्यू आदर्श नगर या वसाहतीत राहायला गेलो. माझे मित्र आणि कवी उदयभानु 'हंस'[१७] तिथून जवळच राहत होते, म्हणून त्यांच्या आणि आमच्या घरी बैठका होऊ लागल्या. पाच-सहा मित्र एकत्र आले की, कवितेबद्दल चर्चा, कधी एखाद्या पुस्तकावर वैचारिक गप्पा असे काही ना काही सुरू व्हायचे. 'हंस' वृत्तीने साधा, सरळ आणि सुसंस्कृत होता. त्याच्या आवाजात गोडी होती, तसाच एक गहिरेपणाही होता. तो कधी सस्वर तर कधी अगदी साधेपणाने आपली गीते ऐकवायचा. त्याच्या ठायी नावालाही लबाडी वा असूया नव्हती. त्याच्या सरळ स्वभावामुळे त्याला फसवले जाण्याच्या कहाण्या सर्वांना माहीत होत्या. थोड्याशा बावळट, धांदरटपणासकट मीही काहीसा त्याच्या सारखाच होतो. म्हणून आमचे दोघांचे सूत चांगलेच जमून आले आणि संध्याकाळचा

---

१७. उदयभानु 'हंस' (१९२६-२०१९) ज्येष्ठ हिंदी कवी, हरियाणाचे राजकवी.

वेळ एकत्र घालवला जाऊ लागला.

या दरम्यान माझे अंबाल्याला जाणे-येणे सुरू होते. लाहोरनंतर हे एकच स्थळ असे होते जिथली वृक्षराई, रस्ते, बाजार अन् गल्ल्या माझ्या अंतरंगात उतरत गेल्या. किशोरावस्थेपासून तारुण्यातल्या अनेक प्रसंगाचे नाते त्या सर्वांशी जोडले गेले होते. त्यांच्याशी जुळलेल्या घर आणि कॉलेजच्या आठवणी माझ्याभोवती फेर धरू लागत आणि इथे येण्याची एकही संधी मी सोडत नसे. जेव्हा एखाद्या चर्चासत्रासाठी जालंधर वा चंदीगडला जाणे होई, तेव्हा मी अंबाल्याला एक-दोन दिवस मुक्काम ठोकत असे. तेव्हा यश गुलाटी जालंधरहून अंबाल्याच्या एस. डी. कॉलेजमध्ये रुजू झाला होता. तो मला नेहमी कुठल्या ना कुठल्या व्याख्यान वा परिषदेच्या निमित्ताने बोलावून घेई. तिथे राकेश वत्सही होता, जो एक खाजगी कॉलेजचा संचालक होता, तसेच कथालेखनाचा प्रयत्नही करत होता. जेव्हा मी अंबाल्याला जायचो किंवा तो दिल्लीला यायचा, तेव्हा आमच्यात खूप चर्चा व्हायच्या. स्वतःला केंद्रस्थानी, प्रकाशझोतात ठेवण्याचा त्याचा अट्टाहास सतत सुरूच असायचा; पण जेव्हा त्याच्या मनासारखे व्हायचे नाही तेव्हा तो संतापून जात लढाईच्या पवित्र्यात यायचा. या कालखंडात तो स्वतःला कथाकार म्हणून प्रस्थापित करण्यात अगदी गुंतून गेला होता.

स्वदेश दीपक[१८] ने अंबाल्यात राहूनच हिंदी आणि इंग्लिशमध्ये एम.ए. केले होते. 'धर्मयुग'मध्ये प्रसिद्ध झालेल्या त्याच्या कथांमुळे त्याच्याबद्दल चर्चा सुरू झाली होती. तो जी.एम.एन. कॉलेजमध्ये इंग्रजी शिकवायचा आणि एका श्रीमंत कुटुंबातल्या गीता नावाच्या मुलीशी त्याचे प्रेमप्रकरण सुरू होते. त्या काळात त्याची माझी भेट झाली. गीताबरोबर त्याचे लग्न झाल्याची बातमी मला कमलेशने दिली होती. तिचे गीताबरोबर खूप जिव्हाळ्याचे नाते होते. अंबाल्याला गेल्यावर माझी एक संध्याकाळ दीपकसाठी खास राखून ठेवलेली असायची आणि जेव्हा तो दिल्लीला येत असे तेव्हा एक संध्याकाळ त्याच्या संगतीत खूप छान व्यतीत व्हायची. यात आमच्याबरोबर कधी विनय असे तर कधी सुरेंद्र अरोरा. त्याच्या तोंडून एखादी कथा ऐकताना असे वाटायचे, की त्याच्या कथा आंतरिक दुनियेतली रहस्ये त्याच्या खास शैलीत प्रकट करत आहेत. त्या कालखंडात प्रचलित असलेल्या नव्या कथांबद्दल त्याच्याशी तास न् तास चर्चा होत. त्याची कथा मात्र कुठल्याही साच्या-ढाच्यात बसू शकणारी वा आंदोलनाचे प्रतिनिधित्व करणारी नव्हती. कालांतराने त्याच्या कथेत खूप बदल होत गेले, घाट आणि भाषेतही बदल येत गेले; पण त्याच्या नाटकांनी त्याला अभूतपूर्व ओळख आणि प्रसिद्धी मिळवून

---

१८. स्वदेश दीपक (१९४३-) नाटककार, लघुकथाकार, कादंबरीकार.

दिली. त्याबद्दल मी पुढे लिहिणार आहे.

एकदा अंबाल्याला जाताना चंदीगडलाही गेलो होतो. डॉक्टर मेघांनी सांगितले की माझ्या शोध-प्रबंधावरचे अहवाल आले असून, ते सगळे उत्तम आहेत आणि मला एखाद-दोन महिन्यांत कधीही तोंडी परीक्षा देण्यासाठी तयार राहावे लागेल. मी हे जेव्हा अनुराधाला सांगितले, तेव्हा तिच्या चेहऱ्यावर हास्य उमलून आले; पण लगेच चिंतेच्या रेषाही उमटत आल्या. ''कदाचित असं तर होणार नाही ना, की मला प्रसवकळा सुरू होतील आणि नेमकं त्याच दिवशी तुम्हाला व्हायवा द्यायला जावं लागेल.'' आणि अजब योगायोग बघा, अगदी तसेच घडले. ३ डिसेंबर १९६६ रोजी मला दिल्ली विद्यापीठात तोंडी परीक्षेसाठी हजर राहण्याची सूचना देणारी तार पंजाब विद्यापीठाने पाठवली. मी लगेच डॉक्टर मेघांना फोन केला तेव्हा ते म्हणाले, ''तुमचे परीक्षक डॉक्टर नगेन्द्र[१९] चंदीगडला येऊ शकत नाहीत म्हणून तोंडी परीक्षा दिल्लीला ठेवली गेली आहे. आचार्य हजारीप्रसाद द्विवेदी दहा वाजता हिंदी विभागात येतील. काही कारणामुळे मी मात्र पोहचू शकणार नाही.'' मी अंबाल्याला वीरेन्द्रला कळवले की त्याने बीजींना बरोबर घेऊन लगेच इथे येऊन पोहचावे. त्यानुसार तो २ डिसेंबरला संध्याकाळी बीजींना घेऊन घरी येऊन पोहोचला, तोपर्यंत मी दिल्लीसाठी रवाना झालो होतो. दिल्लीला राजेंद्रनगरमध्ये एका मित्राच्या घरी रात्रीचा मुक्काम केला आणि दुसऱ्या दिवशी सकाळी दहा वाजता हिंदी विभागात जाऊन पोहोचलो. आचार्यजी तिथे पोहचले होते. त्यांना प्रणाम केला. अकरा वाजले तरी डॉक्टर नगेन्द्रांचा पत्ता नव्हता म्हणून आचार्यांना शंका आली की आज परीक्षा घ्यायची आहे हे ते बहुधा साफ विसरले असावेत. म्हणून आम्ही कॅव्हॅलरी लाईन्समधल्या त्यांच्या घरी जाऊन पोहोचलो. आचार्यांना बघताच डॉक्टर नगेन्द्र सटपटून गेले. म्हणाले, ''मी येतच होतो'' आणि आम्ही त्यांच्या गाडीतून हिंदी विभागात परत आलो. तोंडी परीक्षेला सुरुवात झाली. डॉक्टर नगेन्द्रांनी अनेक प्रश्न विचारले. आचार्यजींनीही अधूनमधून बऱ्याच गोष्टी विचारून घेतल्या. मी उत्तरे बरोबरच दिली असणार. मला दोन मोठ्या विद्वानांचा आशिर्वाद मिळाला आणि मी डॉक्टर बनलो. मी रात्रीची ट्रेन पकडायचा प्रयत्न केला; पण ती हुकल्यामुळे सकाळची गाडी पकडली आणि दुपारी तीन वाजता हिस्सारला पोहोचलो. संध्याकाळ गहिरी होत चालली होती. घरी पोचताच मुलाच्या जन्माची बातमी समजली. अनुराधाचे डोळे आनंदाने चमकत होते. या आनंदात माझ्या डॉक्टर बनण्याच्या बातमीमुळे आणखीन भर पडली. तेवढ्यात तिने अचानक म्हटले, ''याचं नाव कनु नाही ठेवायचं.'' ती क्षणभर उदास होत

---

१९. डॉक्टर नगेन्द्र - दिल्ली विद्यापीठात हिंदीचे विभागप्रमुख आणि समीक्षक.

गेली, मग तिच्या चेहऱ्यावर हास्य उमटत आले.

दिलीपसिंह दीपचे आणि माझे खूप सूत जुळले; पण सक्सेनाबरोबर माझी खटपट शेवटपर्यंत चालूच राहिली. तो होताच तसा अजब! लिहाय-वाचायच्या नावाने अगदी शून्य! अधीक्षकांच्या समोर डोके हलवत राहायचा आणि आमच्यासमोर वाघ बनायचा. "तू हे कर... तू ते कर... तुला इंग्रजीचे तीन तास घ्यावे लागतील."

"एखादा तास घेईन. तीन बिलकुल नाही. हा माझ्या कामाचा भाग नाही." मी उत्तर दिले.

ते ऐकताच तो भडकून उठला. "बघतो या कसा घेत नाहीस ते!" त्याने लाल-लाल डोळ्यांनी बघत गुरकावले. "मी अधीक्षकांना याबद्दल सांगेन."

त्याचे शब्द माझ्या त्वचेवर जणू किड्यांसारखे सरपटू लागले. एका झटक्यासरशी माझा हात त्याच्या दिशेने उचलला गेला; पण मी तो मध्येच थोपवत म्हटले, "तुला जे करायचे ते कर." दुसऱ्या दिवशी अधीक्षक येताच त्याने त्यांना सगळा प्रसंग अगदी तिखट-मीठ लावून ऐकवला, त्याबरोबर नरेन्द्र मोहनने मला थप्पड मारली अशी पुस्ती जोडायला तो विसरला नाही. मला बोलवण्यात आले. अधीक्षकांचा पारा चांगलाच चढला होता.

"तू इंग्रजीचे तास घ्यायला नकार दिलास?"

"आपण सांगितल्यानुसार मी माझ्या हिंदीच्या तुकड्यांबरोबर एक तास घेणं मान्य केलं. हिंदीच्या तासांच्या ऐवजी मी इंग्रजीचे तीन तास कसे घेऊ?"

"काहीही असो, तू मला सांगायला हवं होतंस. तुझ्याकडून शिस्तीचा भंग झाला आहे. तू सक्सेनाला थप्पड मारलीस. मी तुझ्यावर योग्य ती कारवाई करणार आहे."

"कारवाई? माझी बाजू ऐकल्याशिवाय आपण निर्णय सुनवत आहात. हा कोणता न्याय आहे? तुम्ही खोट्याला मानत आहात आणि खरं हे आहे की संतापाने पेटलेला सक्सेना माझ्या तोंडावर थुंकला होता. हो, मी त्याला मागे ढकललं तर त्याला तुम्ही मी त्याला थप्पड मारली असं म्हणत आहात."

पण अधीक्षकांचे कान इतके भरले गेले होते की ते माझे म्हणणे ऐकायला अजिबात तयार नव्हते. त्यांनी मला धमकी दिली की यापुढे असले वर्तन खपवून घेतले जाणार नाही. मी त्यांच्या दालनातून बाहेर निघून आलो. अधीक्षकांचा जुलूम आणि गर्विष्ठपणाचे वर्तन सहन करणे माझ्यासाठी कठीण होते म्हणून मी दुसरी नोकरी शोधायला सुरुवात केली. त्याच दिवसात दिल्ली विद्यापीठातल्या खालसा कॉलेजमधल्या एका पदाची जाहिरात माझ्या बघण्यात आली. मी अर्ज पाठवून दिला. आठवडा - दहा दिवसातच, ३० सप्टेंबर १९६६ रोजी दुपारी चार वाजता मुलाखतीसाठी बोलावल्याचे पत्र येऊन पोहोचले. मला खूप आशा नव्हती पण

डॉक्टर नगेन्द्र माझ्या प्रबंधाचे परीक्षक होते, काही दिवसांपूर्वी त्यांनी माझी तोंडी परीक्षाही घेतली होती, कदाचित ते सगळे कामी येईल असा विचार करून मी मुलाखतीसाठी गेलो आणि झालेही तसेच! डॉक्टर नगेन्द्रांनी माझी निवड केली; एवढेच नव्हे तर पूर्वानुभव पाहून दोन पगारवाढींसह माझी नेमणूक करण्यात आली. मुलाखतीनंतर कॉलेजच्या हिंदी विभागाचे प्रमुख डॉक्टर हरभजन सिंह[२०] मला नाईवाला इथल्या त्यांच्या घरी घेऊन गेले. मी विद्यापीठाशी केलेल्या करारनाम्याचा विषय काढला, तेव्हा ते म्हणाले, ''तू त्या सगळ्याची पर्वा करू नकोस. इथे लवकर यायचे तेवढे बघ.'' मी त्याच रात्री अंबाल्याला गेलो, बाऊजींशी नव्या नेमणुकीबद्दल सल्ला-मसलत केली. हिस्सारला येऊन अनुराधाला सगळे सांगताच तिनेही होकार दिला. नियुक्ती पत्र हाती पडताच मी अधीक्षकांकडे माझा राजीनामा पाठवून दिला, तोही अशा भाषेत आणि ढंगात की त्यांना त्यांच्या उद्धटपणाचे उत्तर आपोआप मिळून गेले. दिल्लीचे आमंत्रण टाळून कसे चालले असते? मी दिल्लीला जाण्याची तयारी करू लागलो.

◆

२०. डॉ. हरभजन सिंह (१९२०-२००२) कवी, समीक्षक, अनुवाद

कौन जाए ज़ौक पर...

हे खरे आहे की नेणिवेच्या तळाशी इतके काही दडलेले असते की कधी एखाद्या विशेष उत्तेजित अवस्थेत वा संकटाच्या घडीत ते अचानक आपल्या जाणिवेच्या स्तरांना हादरवत, भेदत बाहेर येत जाते आणि आपण चकित होत त्याच्याकडे बघत राहतो. अभिनेता अभिनय करता करता कित्येकदा इतके काही आगळे व्यक्त करून जातो, ज्याची त्याला स्वतःलाच जाणीव नसते; ती त्याच्या नेणिवेतल्या संचिताची कमाल असते. कधी चित्रकार अशा काही रेषा रेखाटतो, असे काही रंग विखरतो, की त्याचे चित्र काही आगळेच रूप धारण करून सामोरे येते. नृत्य आणि नाट्यप्रयोगातही असे घडत असते. बऱ्याच वेळा शब्दांतच नव्हे, तर आडव्या-तिरक्या रेखाटनांमध्ये तसेच दैहिक कंपने आणि स्पंदनांमध्ये अनुभूतीच्या रहस्यमय, अनिर्वचनीय रूपांच्या आणि स्तरांच्या पावलांचे नाद ऐकू येऊ लागतात आणि कधी कधी शब्द आपल्या व्यंगार्थ आणि ध्वनींमधून इतके काही वेगळे अभिव्यक्त करून दाखवतात, की ती आपलीच कृती आहे यावर विश्वास ठेवणे अवघड होऊन बसते.

कुठल्याही लेखकाने त्याची पहिली साहित्यकृती कधी आणि कशी लिहिली हे ठरवणे कठीण असते. माझ्यासाठीदेखील ते कठीणच आहे. शब्द कागदावर उमटण्यापूर्वी अनेक प्रक्रिया मनाच्या तळाशी तरंग उमटवत असतात आणि शब्दांचे तरल धागे त्यांच्याशी जुळलेले असतात. या क्षणी इतकेच सांगेन की मी कॉलेजच्या दिवसात जे लेख आणि कविता लिहू लागलो होतो, ते वर्तमानपत्रे व नियतकालिकांतूनच नव्हे तर महत्त्वपूर्ण कवितासंग्रहांतूनही प्रकाशित होऊ लागले होते. बी.ए. करत असतानाच हा क्रम इतक्या जोरात सुरू झाला की पुढे कधी त्यात खंड पडलाच नाही. आधुनिक कवितेवर संशोधन करत असताना मी अगदी कवी भारतेन्दु यांच्या काव्यापासून समकालीन कवितेपर्यंतच्या विविध टप्प्यातल्या कवितेच्या अंतरंगात शिरत गेलो आणि काव्याचा तो विस्तीर्ण पट माझ्या मानसिकतेचा अभिन्न हिस्सा बनत गेला. घरगृहस्थी, कॉलेज, कविता आणि समीक्षेचे ताणेबाणे एकमेकांशी

जुळत-ताणत गेले आणि मी त्या चौघांमध्ये ताळ-मेळ घालण्याच्या प्रयत्नांत गुंतून गेलो.

मी दिल्लीला आलो तेव्हा असे वाटले, की ही भूमिका म्हणजे माझ्यासाठी नवीन कामे आणि आव्हानांचा सामना करण्याची जणू पूर्वतयारी होती. मी अनोळखी लोकांमध्ये येत एका नव्या जगाला सामोरा जात होतो. सुरुवातीला दिल्लीने मला घाबरवले; पण जेव्हा मी घाबरलो नाही, तेव्हा आमच्यातल्या सहमती-असहमतीसह आम्ही एकमेकांबरोबर सहयोग-असहयोग करत राहू, अशी आमच्यात तडजोड होत गेली. हे एक प्रकारचे द्वंद्वात्मक नाते होते. आज मी विनासंकोच असे म्हणू शकतो की दिल्लीने मला भरभरून दिले, तुलनेने माझ्याकडून घेतले खूपच कमी! दिल्लीने माझ्या लिखाणाला नवी स्फूर्ती दिली, नवे वळण दिले, तसेच माझ्या साहित्य-दृष्टीला एक नवी धार दिली. ज्या लेखकांबद्दल मी विचार करत असे, त्यांच्याबद्दल अनेक कल्पना रंगवत असे, तेच आता माझ्या दैनंदिन जीवनाचा हिस्सा बनत गेले. याच काळात मी डायरी लिहायला सुरुवात केली. तेव्हा लक्षात येत गेले की, आयुष्याच्या बाह्य वास्तवात आणि वैयक्तिक जीवनातल्या प्रसंग आणि घटनांमध्ये एक प्रकारचे तारतम्य व सहसंयोजन पूर्वापार अस्तित्वात आहे. त्यात केवळ डोकावण्याची गरज आहे. आयुष्याचे वैयक्तिक आणि सार्वजनिक असे बंदिस्त कप्पे करणे किती उथळपणाचे आणि तकलादू आहे ते लक्षात येत गेले. मी जीवनाच्या सार्वजनिक-सामाजिक हिश्श्यांना वैयक्तिक आणि खाजगी-वैयक्तिक आकारांना सार्वजनिक-सामाजिक हिश्श्यांत प्रतिबिंबित होत डायरी-लेखनाच्या कलेत विरघळून जाताना बघितले. या दृष्टिकोनातून बघितल्यामुळे या लिखाणात नवे प्रयोग घडवणारी अनेक रूपके आपोआप जन्माला येत गेली. मी रोजनिशी लिहीत नव्हतो म्हणून डायरीतल्या नोंदीमध्ये कधीकधी काही महिन्यांचे अंतर पडत जाई. दोन नोंदींदरम्यान अशी मोठमोठी अंतरे बऱ्याचदा पडत गेली पण मी पर्वा न करता आपल्याच शैलीत लिहीत गेलो. माझे 'साथ-साथ मेरा साया' या शीर्षकाचे डायरी लिखाणाचे पुस्तक प्रकाशित झाले तरी आजही माझे डायरी लिहिणे सुरू आहे.

असो, ज्या रात्री, १९६६च्या शेवटच्या आणि ६७ च्या पहिल्या रात्री मी हिस्सारहून दिल्लीला यायला निघालो होतो, त्या रात्री वेगाने धावत निघालेल्या गाडीच्या प्रतिमांबरोबर भूत आणि वर्तमानकाळातली अनेक चित्रे समोरच्या वहीत उतरत गेली आणि अशा प्रकारे माझ्या डायरी लिखाणाचा प्रारंभ झाला. १९६६ची ती शेवटची रात्र होती. धावणाऱ्या गाडीत बसलेल्या माझे डोळे कधी जडावून मिटत आहेत, मधूनच डुलकी येतेय. मी जागा आहे पण झोपेची सुस्तीदेखील जाणवत आहे. गाडीच्या झुकझुक तालाबरोबर १९६६ साल मागे सरत चालले आहे आणि नव्या वर्षाची सुरुवात होत आहे. एका मोठ्या कालखंडात एका वर्षाचे सरणे न

सरणे म्हणजे काय, तर नदीच्या प्रवाहातून एखाद्या मासोळीने हळूच डोके वर काढणे आणि परत खोलवर बुडी घेत अदृश्य होऊन जाणे.

दुरून कुणाचा आवाज कानी आला, ''निंदर, ऊठ. शाळेला जायला नीघ.''

मी चहूकडे शोध घेत बघितले. तेव्हा तोच आवाज पुन्हा ऐकू आला,

''निंदर, ऊठ.''

ओह, हा तर बीजींचा आवाज आहे. मी डोळे चोळत उठलो पण समोर कुणीच नव्हते. निंदर, कोण आहे हा निंदर? मी आहे? नाही, नाही, तो मी नाही पण तो मी नाही तर मग 'निंदर' अशी हाक कानी आल्यावर आईच्या हातांचा तो हळुवार स्पर्श मला का जाणवत राहतोय?

मुकेपणाची आठवण इतर आठवणीत गुंतून मला सतत घेरत राहते. त्यावर नियंत्रण ठेवण्यात मी हळूहळू का होईना यशस्वी होत चाललो असलो तरी तोतरेपणाचे भयदेखील मला सतत जखडून ठेवते. अनेकदा बोलता बोलता मी गप्प होत जातो आणि मौनाच्या तारा मला लहानपणीच्या मुकेपणाच्या जाणिवेत ढकलून देतात. मी त्यातून बाहेर येतो पण पुढच्याच क्षणी मनावर पडलेले दहशतीचे सावट माझ्या वाणीला रोखून धरते. त्या क्षणांमध्ये मला असे वाटते की एक मुका आजही माझ्याबरोबर चालत आहे. त्याच वेळी कुठल्याशा अंधारलेल्या कोपऱ्यातून आईचा आवाज ऐकू येतो, ''निंदर, ऊठ. शाळेला जायला नीघ बघू!''

शाळा-कॉलेजचे शिक्षण पूर्ण करून मी आता कॉलेजमध्ये शिकवू लागलो आहे; पण आईचा आवाज मात्र कधी विसरू शकलो नाही. तो अधून-मधून कानी येतच राहतो. ती आईच आहे जी मला निंदर असण्याची आठवण करून देत असते. ती माझ्या खांद्यावरचे वयाचे जडशीळ दगड बाजूला ढकलून देत मला बालपणात घेऊन जाते आणि इथे नरेन्द्र मोहन बनण्याच्या आवर्तात सापडलेला मी, निंदरला कधीच मागे सोडून आलो आहे. मी त्याला मागे सोडले म्हणून काय होतेय, तो मला सोडेल तेव्हा ना! तो माझ्या आयुष्यात अगदी बेधडक येतच राहतो. तो कधी स्वप्नांत येतो, तर कधी इतक्या जोरात दरवाजा ठोठावतो की त्याची कडी आपोआप उघडते आणि समोर बघावे तर हा आपला तिथे हजर!

आज नोकरीसाठी मुलाखत देण्यासाठी हिस्सारहून दिल्लीला आलो होतो. व्याख्यात्याच्या पदावर नेमणूक झाली. घरी परतण्यासाठी रात्रीची गाडी पकडली. आता माझे यापुढचे जगणे-मरणे दिल्लीतच दिल्लीतच घडणार की काय? मी विचारात बुडून गेलो.

दिल्लीला येण्याची इच्छा कुणास ठाऊक कधीपासून माझ्या अंतरंगात उसळ्या घेत राहिली होती, म्हणून पहिली संधी मिळताच मी सगळी बंधने तोडून, अधीक्षकांना

तारेने राजीनामा पाठवून देत दिल्लीच्या दिशेने धावत सुटलो. हिस्सारसारखे मागासलेले खेडे सोडून मी महाकवी रामधारी सिंह 'दिनकर'[२१] यांनी वर्णन केलेल्या 'वैभव की दीवानी दिल्ली' आणि 'रेशमी नगरी' मध्ये येऊन पोचलो आणि इथल्या डोळे दिपवून टाकणाऱ्या चकचकाटाशी आणि डंख मारणाऱ्या बोचऱ्या सुसंस्कृतपणाशी माझा आमना-सामना झाला. हिस्सारमधल्या ओसाडीला कंटाळून मी तिथून पळ काढला होता की अधीक्षकांच्या उथळ वागणुकीने त्रासून निघून आलो होतो की या दोन्ही कारणांमुळे, ते नेमकेपणाने सांगता येणार नाही. हे मात्र खरे आहे की, माझ्या ठायी श्रीमंतीचा वेडा सोस तिळमात्र नव्हता; पण साहित्याचा ध्यास माझ्या अंतरंगात ठाण मांडून बसला असावा. यामुळे दिल्लीतले विद्या-वैभव आणि तिथल्या साहित्य-जगताचे केंद्र बनण्याचे आकर्षण माझ्यासाठी अधिक महत्त्वाचे होते. मी या शहरात यापूर्वीही दोन-चार वेळा तोंडी परीक्षा आणि मुलाखतीसारख्या कामांसाठी घाई-गडबडीत आलो होतो आणि ती कामे संपताच लगोलग आपल्या गावी परत निघून गेलो होतो, पण या वेळी मात्र तसे नव्हते. जिथे माझा कुणी आप्त, नातेवाईक वा मित्र नव्हता अशा या शहरात मी आता कायमच्या वास्तव्यासाठी आलो होतो. मला आठवते, मी तेव्हा नातेवाईकांच्या जवळच्या मंडळींपैकी एकाच्या दरियागंजमधल्या फळबाजारामागच्या गल्लीतल्या घरात काही दिवस मुक्काम ठोकला होता.

दिल्लीतले पहिले काही दिवस मला जगापासून अगदी तुटून अलग पडल्यासारखे, अनोळखी व परका असल्यासारखे वाटत राहिले. दरियागंजमधल्या हवेल्यांसारख्या उंच इमारतींकडे बघता बघता मी विचारात हरवून जायचो, वाटायचे यांच्या आत कुठेतरी भविष्याकडे निर्देश करणारे अज्ञात संकेत तर दडलेले नसतील? एके दिवशी असाच विचारात बुडून फिरत असताना, मला आठवले की माझ्या एका मित्राने राजकमल प्रकाशनामधून त्याच्यासाठी एक पुस्तक आणायला सांगितले होते. बघितले तर समोरच राजकमल प्रकाशन! पण गोलचा सिनेमागृहासमोरचा रस्ता पार करता करता मला अचानक जोराची ठेच लागून मी सरळ खाली धाडकन आपटी घेतली. मी स्वतःला सावरत कसाबसा उठलो तेव्हा वाटले की जणू निंदरच मला समजावत, कुरवाळत हाताला धरून उठवत आहे आणि तो सांगत आहे, "प्यारे, ही तर प्रेमाची सुरुवात आहे. लक्ष देऊन चालत जा बरं, ही दिल्ली आहे." मी विव्हळत वर बघितले तर तो तिथून गायब झाला होता. माझ्या गुडघ्यावर चांगलेच खरचटले होते. मी तसाच लंगडत पुढे गेलो. बघितले तर लाल किल्ल्याकडून बस आणि स्कूटरच्या लाटांवर लाटा या दिशेने वेगाने झेपावत येत होत्या. मी

---

२१. रामधारी सिंह 'दिनकर' (१९०८-१९७४) आधुनिक हिंदी काव्यप्रवाहातले महत्त्वपूर्ण कवी राष्ट्रभक्त, कवी, शिक्षणतज्ज्ञ आणि निबंधकार.

तसाच धापा टाकत रस्ता पार केला. समोर बघितले तर प्रकाशन संस्थेचे कार्यालय बंद होते. मी तिथूनच कॉलेजला जाण्यासाठी देवनगरची बस पकडली.

१० जानेवारी १९६७. खालसा कॉलेजमधला तो माझा पहिला दिवस होता. प्राचार्य बल यांची त्यांच्या कक्षात जाऊन भेट घेतली तेव्हा ते खूप साधेपणाने वागले. ती भेट अगदी व्यवस्थित पार पडली. तेवढ्यात डॉक्टर हरभजन सिंह आणि प्रमिला मलिक तिथे आले. आम्ही बाहेरच्या मार्गिकेत आलो.

"तुमच्या आधी या विभागात एका प्राध्यापकांची नेमणूक केली गेली होती. ते रोज धोतर नेसून कॉलेजला यायचे." डॉक्टर हरभजन सिंह सांगू लागले. "मुला-मुलींनी त्यांची इतका थट्टा उडवली की काही दिवसांतच ते इथून पळून गेले."

मग त्यांनी माझ्या खांद्यावर मोठ्या प्रेमाने थोपटत म्हटले, "तू तर पंजाबी आहेस, काळजीचं कारण नाही."

ते हसू लागले आणि मीदेखील त्यात सामील झालो. प्रमिलाला एकदम सौमित्र मोहनची आठवण झाली. तिने काहीशा तापलेल्या स्वरात विचारले, "डॉक्टरसाहेब, आपण सौमित्रला कामावरून का काढून टाकलंत?"

"प्रमिला, तो किती अफलातून माणूस होता ते तुला माहीत आहे. किती किती दिवस तो कॉलेजमधून गायब असायचा. त्याच्या विरुद्ध डॉक्टर नगेन्द्रांचे कान खूप भरण्यात आले होते. त्याच्या बाबतीत असं काही व्हावं असं मनात नसूनही मी नगेन्द्रांना रोखू शकलो नाही." हरभजन सिंह यांनी उत्तर दिले आणि ते वळून दुसऱ्या सहकाऱ्याशी बोलू लागले. मी प्रमिलाबरोबर अध्यापकांच्या कक्षाकडे निघालो.

कक्षामध्ये गेल्यावर प्रमिलाने महीप सिंह[२२] आणि लक्ष्मीनारायण लाल[२३] यांच्याशी ओळख करून दिली. मी महीप सिंह यांच्या काही कथा आणि लाल यांची दोन नाटके व कथा वाचल्या होत्या. त्या दोघांना खूप आनंद आणि उत्साहाने भेटलो. त्यांच्या डोळ्यांतही पहिल्या भेटीचा आनंद चमकत होता. महीपने लगेच विचारले,

"हिस्सारहून आलात ना?"

"हो" मी उत्तर दिले.

"ओहो, मग हरयाणवी आहात तर!" लाल यांच्या स्वरातून कुणी हरियाणवी जाट विभागात घुसल्यासारखा भाव जाणवत होता.

"नाही, मी पंजाबी आहे." मी तापून उत्तर दिले.

"ठीक आहे भाई, ठीक आहे. यात इतकं रागवण्यासारखं काय आहे?" लाल

---

२२. डॉ. महीप सिंह (१९३०-२०१५) हिंदी कथा-कादंबरीकार, स्तंभलेखक-पत्रकार

२३. डॉ. लक्ष्मीनारायण लाल (१९२७-१९८७) हिंदी नाटककार, कथा-कादंबरीकार

म्हणाले.

माझ्या चेहऱ्यावर रागाची एक लालजर्द रेषा खेचली गेली होती. माझी कानशिले गरम झाली होती. ते दोघे माझ्याकडे टक लावून बघू लागले. मी विचारात बुडून गेलो की मी विस्थापित आहे, शरणार्थी आहे याची अशी आठवण मला पुनःपुन्हा का करून दिली जाते? देशाची फाळणी झाली, पंजाबचे दोन तुकडे करण्यात आले, लाखो लोक तिकडून इकडे आणि इकडून तिकडे निघून गेले, त्या सर्वांना शरणार्थी मानले गेले, मलादेखील शरणार्थीच म्हटले गेले, त्याला माझा काहीच इलाज नव्हता. त्यात मी काय करू शकणार होतो? दोन-चार महिन्यांपूर्वी पंजाबचे पुन्हा विभाजन झाल्यामुळे आणि त्यातल्या एका भागातून हरियाणा जन्माला आल्यामुळे मी पंजाबीचा हरियाणवी कसा होऊन गेलो, ते माझ्या समजण्यापलीकडे होते. असा कधीपर्यंत आणि किती वेळा विस्थापित होत विभागला जाणार आहे मी? त्या प्रश्नाकडे बघत मी विचारात बुडत गेलो.

"कसला विचार करतोयस?" लालने विचारले.

"कोणताच नाही." मी हसण्याचा प्रयत्न केला.

"तुझे संपूर्ण अंग थरथरत आहे. ही देहबोलीच सगळं व्यक्त करत आहे." लालच्या आवाजात उमटलेली वेदना स्पष्ट जाणवत होती.

"देहबोली? काय म्हणता आहात आपण?" मी देह आणि भाषेचा असा प्रयोग, तोदेखील माझ्या संदर्भात केला गेलेला पहिल्यांदाच ऐकत होतो.

"तुझ्या चेहऱ्यावरून, डोळ्यातून, हातातून... तुझ्या भावना दिसून येतायत. तू कधी अभिनय केला आहेस?" लालने पृच्छा केली.

"नाही, नाही." मी उत्तर दिले.

"आठवून बघ. तू नक्की कधीतरी अभिनय केला आहेस." त्यांनी जोर देऊन विचारले.

"हो, लहानपणी एक-दोनदा!" मी सांगितले.

"भाई, आता दिल्लीत आला आहेस तर याच्याकडे लक्ष दे. तुझी उंची, नाक-डोळे, एखाद्या नाट्यसंस्थेत सामील का होत नाहीस?"

ते आपली नाटके आणि नाट्यसंस्थेबद्दल बोलत राहिले आणि मी त्यांच्या चेहऱ्यावरचे भाव आणि संभाषणाच्या ढंगातल्या कधी आधुनिक तर कधी सौंदर्यनिष्ठ छटा टिपत राहिलो. मी डॉक्टर लाल यांनी लिहिलेली 'मादा कैक्टस' आणि 'तीन आंखोवाली मछली' ही दोन नाटके वाचली होती, ती काही खास आहेत असे मला वाटले नव्हते. मोहन राकेश यांच्या नाटकांची गोष्ट काही वेगळीच होती. मी त्यांची 'आषाढ का एक दिन' आणि 'लहरों के राजहंस' वाचली तेव्हा बदलणाऱ्या नातेसंबंधांवरची त्यांची पकड, बारीक शोध घेण्याची वृत्ती आणि भाषाशैलीने मी

प्रभावित झालो होतो. डॉक्टर लालबरोबर गुंतण्याऐवजी, "नोकरी निभावून, थोडंबहुत वाचन-लिखाण चालू राहावं एवढं मला पुरेसं आहे" असे म्हणणे मला तेव्हा जास्त सोयिस्कर वाटले.

माझा वाचन-लेखनाचा इशारा बरोबर पकडत महीप सिंहने चर्चेची दिशाच बदलून टाकली. 'संचेतना' या नियतकालिकाचा दुसरा अंक तेव्हा नुकताच प्रकाशित झाला होता. तो अंक माझ्या हाती देत त्याने म्हटले, " 'संचेतना'साठी काही लिहा" मी त्याला तात्काळ होकार दिला.

तेव्हा मी अजब चलत्या-उडत्या-फिरत्याशा मनःस्थितीत होतो. कुठल्याच गोष्टीबद्दल सांगोपांग विचार करण्याची माझी मनःस्थिती नव्हती. मला राहायला जागा हवी होती, ती मिळता मिळत नव्हती. लाल आणि महीपच्या गप्पा सुरू असायच्या; पण मला त्या ऐकू येऊनही ऐकू येत नव्हत्या, जणू माझ्या आतवर काही भिडूच शकत नव्हते. मला पहिल्यांदाच जाणवले की घराची समस्या केवळ वरवरची आणि भौतिक रूपाची नाही, ती अनेक गोष्टींशी जोडून घेण्याशी आणि त्यांचा नीट सांभाळ करण्याच्या भावनेशी जुळलेली एक आंतरिक गरज आहे.

दिल्लीत घर मिळण्याची समस्या जितकी आज कठीण आहे, तितकीच ती तेव्हाही होती. नातेवाईकांकडे मी किती दिवस मुक्काम ठेवू शकणार होतो? एकदा असाच विचारांच्या उलाघालीत बुडालेला असताना, कक्षातून बाहेर पडताना ओमप्रकाश सिंघलची भेट झाली. पूर्वी तो डॉक्टर नगेन्द्रांचा साहित्यिक सचिव म्हणून काम करत असे. तोंडी परीक्षा आणि मुलाखतीच्या वेळी माझी त्याच्याशी भेट झाली होती. तो दिल्लीचा रहिवासी होता म्हणून इथल्या सगळ्या वसाहती आणि काना-कोपऱ्यांची त्याला चांगली माहिती होती. मी माझी अडचण त्याला सांगितली. त्यावर तो म्हणाला, "ही काही मोठी समस्या नाही. चला माझ्याबरोबर." आणि आम्ही दोघे घर शोधण्याच्या मोहिमेवर निघालो. तो मला प्रथम रामजस मार्गावरच्या त्याच्या घरी घेऊन गेला. तिथून आम्ही दोघे दोन-चार ठिकाणी घराच्या शोधात गेलो; पण हवी तशी जागा मला कुठे मिळाली नाही. तेवढ्यात त्याला अचानक एका जागेची आठवण झाली आणि तो मला रेगर पुरा इथल्या एका गल्लीत घेऊन गेला. तिथे एके ठिकाणी पहिल्या मजल्यावर संपूर्ण गच्ची असलेली व बाजूला साठवणीची खोली असलेली एक मोठी जोड-खोली होती. तिथून अगदी एक-दीड फर्लांगावर एका बाजूला अजमल खान मार्ग आणि दुसऱ्या बाजूला माझे कॉलेज होते. मी काही रक्कम आगाऊ दिली आणि नातेवाईकांकडे असलेले माझे सामान घेऊन लगोलग तिथे जाऊन धडकलो.

दुसऱ्याच दिवशी मी हिस्सारला जाऊन पत्नी आणि मुलांना बरोबर घेऊन दिल्लीला आलो. संध्याकाळी करोल बाग आणि अजमल खान मार्गावर भटकण्यात

आणि रात्री पत्नीबरोबर घराच्या गच्चीवरून आकाशाची निळाई निरखण्यात मी हरवून जाऊ लागलो. ही वसाहत तशी जुनी; पण हे घर नवे, नीटनेटके आणि स्वच्छ होते. या गल्ल्यांमध्ये मात्र घाण आणि चामड्याचा उग्र वास पसरलेला असे. तिथे पिढ्या न् पिढ्या चामड्याचा व्यापार करणाऱ्यांची वस्ती वसली होती. मोठमोठ्या व्यापाऱ्यांसाठी ते काम करत. त्यांनी बनवलेले विविध प्रकारचे, नव्या डिझाईनचे सुरेख जोडे, चपला आणि सॅण्डल दिल्लीतल्या आणि इतर शहरातल्या आलिशान वसाहतींमधल्या मोठमोठ्या दुकानांमधून अतिशय महागड्या किंमतींना विकले जात; पण इथल्या कारागिरांच्या नशिबी दारिद्र्य पाचवीला पुजलेले असे. चामड्याचा वास त्यांना सुगंध भासायचा; पण आम्ही काय करू शकत होतो? आमच्या नाकांना चामड्याच्या वासाची सवय नव्हती आणि इथे राहणाऱ्यांची त्यापासून सुटका नव्हती म्हणून जरी झगमगीत, गजबजलेली वस्ती आणि कॉलेज घरापासून अगदी जवळ होते तरी आम्ही रेगर पुरा इथे फार दिवस राहिलो नाही. मुश्किलीने जेमतेम सहा महिने तिथे काढून आम्ही त्या वासाबरोबरच पटेल नगरला रहायला आलो पण आमच्या नाकात तो वास असा काही ठिय्या देऊन बसला होता की पुढचे अनेक दिवस तो आम्हाला जाणवत राहिला. आजही चामड्याच्या बॅगा, पर्स आणि बॉक्स खरेदी करताना त्या वासाची आठवण मनात आपोआप जागी होते.

मी एके दिवशी कॉलेजच्या कॅन्टीनमध्ये बसलो असताना प्रमिला एका तरुणाबरोबर तिथे आली. तिने ओळख करून दिली.

"नरेन्द्र मोहन, हे आहेत सौमित्र मोहन!"[२४]

सौमित्र हसत हसत पुढे आला. मी पाहिले, त्याचे हास्य दबून राहत नाही, ते त्याच्या डोळ्यांत चमकदार छटा उमटवत सगळ्या चेहऱ्यावर पसरत जाते. मला वाटले की त्याचे हसू म्हणजे जणू त्याचे कवच आहे; जे त्याच्या अंतरंगात सुरू असलेल्या खळबळीचा थांग लागू देत नाही. त्याला बघून मला डॉक्टर हरभजन सिंह यांचा त्याच्याविषयीचा शेरा आठवला; पण मी तो विचार मनातून लगेच झटकून टाकला. हरभजन सिंह यांची एक बाजू होती आणि दुसरीकडे तिच्या विरुद्ध प्राध्यापकीय मर्यादेत नीट न बसू शकण्याच्या कारणास्तव कॉलेज सोडणे भाग पडलेल्या सौमित्र मोहनची बाजू असणार होती. ते काही असो, आपण कशाला उगीच त्याच्याबद्दल पूर्वग्रह बाळगावा असा विचार करून मी अगदी मोकळ्या मनाने त्याच्याशी गप्पा मारत बसलो. प्रमिला त्याला विद्यापीठात शिकत असल्यापासून ओळखत असावी म्हणून बोलता बोलता ते सहज त्या दिवसात फेरफटका मारून

---

२४. सौमित्र मोहन (१९३८-) हिंदी कवी, अकविता चळवळीचे पुरस्कर्ते, अनुवादक.

यायचे. त्यांच्या संभाषणात गध्येच सौमित्रने जिच्याशी प्रेमविवाह केला होता त्या मणिका मोहिनीचे नाव घेतले जात होते. कुणास ठाऊक कसा बोलता बोलता लाल यांनी लिहिलेल्या नाटकांचा विषय निघाला तेव्हा तो हसायला लागला, म्हणाला, ''बस, रागावलेले चेहरेच चेहरे आहेत तिथे, प्यारे!''

लाल यांच्या सर्जनशील स्वभावात आधुनिक विचारधारेचा अंतर्भाव तितकासा नसावा, तो काहीसा बाहेरून लादल्यासारखा आहे असे मलाही वाटत होते. ही बाब त्यांच्याशी चर्चा करताना मला बऱ्याचदा जाणवली होती. तेवढ्यात बोलता बोलता सौमित्रने मला त्याच्या घरी यायचे आमंत्रण दिले. मी त्या संध्याकाळीच रेगर पुऱ्यातून चालत निघालो आणि त्याच्या पहिल्या मजल्यावर असलेल्या घरी जाऊन पोचलो. मला बघताच त्याच्या चेहऱ्यावर हास्य पसरत गेले. त्याने जवळ बसलेल्या एका तरुणाशी ओळख करून दिली.

''याला भेटा, हा. कंचन कुमार, हा 'आमुख' नावाचं एक तेज-तर्रार नियतकालिक काढण्याच्या विचारात आहे.''

मी पाहिले, तो अगदी सीधा-साधा आणि अबोल तरुण होता. कंचन नक्षलवादी विचारांना मानणारा आहे हे मला सौमित्रकडून कळले. आमच्या गप्पांना सुरुवात होतच होती, तेवढ्यात एक महिला साडी नीटनेटकी करत वेगाने खोलीत शिरली. आम्हाला तिथे बसलेले बघून ती क्षणभर थबकली. सौमित्रने परिचय करून दिला.

''मणिका, हे नरेन्द्र मोहन आहेत.''

त्याचे वाक्य संपते न संपते तेवढ्यात ती म्हणाली,

''अच्छा, तर आपण आहात नरेन्द्र मोहन! माझा तर काही वेगळाच समज झाला होता.''

''काय?''

''वाटलं होतं की सौमित्रच्या जागी कुणीतरी धोतर नेसणारी व्यक्ती नेमली गेली असेल.''

मी हसू लागलो. तीही हसत होती. तेवढ्यात कुणास ठाऊक कसा खालसा कॉलेजचा विषय निघाला आणि ती एकदम तडकून जात म्हणाली,

''तुम्ही याची नोकरी हिसकावून घेतलीत!''

मी चकित होऊन तिच्याकडे बघत राहिलो. मणिकाला असे आरोप केल्यासारखे बोलताना बघून सौमित्रने म्हटले. ''जाऊ दे, आता त्या जुन्या गोष्टी उगाळण्यात काय अर्थ आहे?''

पण मणिकाला काही करून तिच्या मनात दबलेला राग बाहेर काढायचा होता.

''ज्या पदावर आता तुम्ही काम करताय, त्या पदावर पूर्वी सौमित्र काम करत असे.''

"अच्छाऽऽऽ"

मी एवढेच बोलून गप्प झालो. दुसऱ्याच क्षणी तिने पुन्हा सौमित्रच्या नोकरीचा विषय काढत डॉक्टर नगेन्द्र आणि हरभजन सिंह यांच्या विरुद्ध तक्रारींचा जणू एक पेटाराच उघडला. कुणास ठाऊक, ती त्या वेळी कशामुळे इतकी संतापली होती, हा तिच्या स्वभावातल्या आक्रमकतेचा भाग होता की सौमित्रवर असलेले मनस्वी वा पराकोटीचे प्रेम किंवा प्रेमातल्या उणेपणावर पांघरुण घालण्याचा प्रयत्न; पण त्यामुळे आमच्या पहिल्या भेटीतच तिने मला चांगले फैलावर घेतले. मी तिला काय उत्तर देऊ शकणार होतो? काही असो, घडलेल्या प्रकारामुळे सौमित्रला मात्र अगदी लाजिरवाणे झाल्यासारखे झाले. या सगळ्या प्रसंगात कंचन कुमारला चुकल्याचुकल्यासारखे वाटत राहिले. मी मात्र त्याच्याशी 'आमुख'च्या रूपरेषेबद्दल चर्चा करत राहिलो.

या कालखंडात साम्यवादी चळवळीचे तीन पक्षांत विघटन झाले होते. भारतीय कम्युनिस्ट पक्षातून (सीपीआय) बाहेर पडलेल्या एका गटाने मार्क्सवादी कम्युनिस्ट पक्ष (सीपीआयएम) तर दुसऱ्याने माओ-लेनिनवादी कम्युनिस्ट पक्षाचे (सीपीआयएलएम)चे वेगळे निशाण उभारले होते. भारतीय कम्युनिस्ट पक्षाशी बांधिलकी असणारे लेखक पुरोगामी, मार्क्सवादी पक्षाशी जोडले गेलेले लोकाभिमुख आणि माओ-लेनिनवादी पक्षाशी नाते असलेले साहित्यिक क्रांतिकारी मानले जाऊ लागले होते. तिकडे कनु सन्यालांनी चारू मुजूमदारांशी हातमिळवणी करून नक्षलवादी आंदोलनाची उभारणी केली होती. कंचन कुमार त्याच्याशी जोडला गेला होता. मी त्याच्याबरोबर नक्षली आंदोलन व त्याच्याशी जुळलेल्या मुद्द्यांवर चर्चा करू लागलो. त्यात अनेक संदर्भ येत गेले आणि चर्चा वाढत गेली. त्या भागातल्या जनतेच्या घातक आणि मारक दारिद्र्याची जी वर्णने त्याने ऐकवली, ती डोळ्यांत अंजन घालणारी होती. उपासमार आणि गरिबीने मरणाऱ्या जनतेचे प्रश्न सोडवण्याऐवजी त्यांच्यावर जे अत्याचार केले जात होते, ज्या खोट्या 'चकमकी' घडवून त्यांना मारून टाकण्यात येत होते, त्या कहाण्या ऐकताना माझ्या जिवाचा थरकाप होत होता. असे चिरडून जात मरण्याऐवजी निर्वाणीचा उपाय म्हणून त्यांनी शस्त्र हाती घेतले तर त्यात त्यांचे काय चुकले होते? त्या खुनी कालखंडाची दहशत माझ्या त्वचेवर भयाचा थरार उमटवत राहिली. कंचन सांगत असलेल्या गोष्टी मी ऐकत होतो आणि कलकत्ता, बनारस, कानपूर, पाटणा आणि चंदीगडमध्ये लोकांना गोळ्या घालून ठार मारल्याच्या अनेक घटना माझ्या मनात ताज्या होत चालल्या होत्या.

कट्टर डावी विचारसरणी आणि संवेदना संकलित रूपात अभिव्यक्त करणारे एक नियतकालिक 'शुरुआत'च्या रूपाने त्या काळात अवतरले. प्रखर राजकीय विचारधारेची अभिव्यक्ती करणाऱ्या अनेक कविता असलेल्या या नियतकालिकाचे

संपादन माहेश्वरने केले होते. तेव्हा मी गोल, गुळगुळीत शब्दांचे साचे तोडून टाकत, त्यांना कृतिप्रवणतेचे माध्यम म्हणून वापरण्याचा विचार मांडला होता आणि नक्षलवादी चळवळीच्या संदर्भात एक कविता लिहिली होती. तिचे शीर्षक होते 'हंसी फूटने पर'. या कवितेत राज्य शासनाने चालवलेल्या हिंसाचक्रावर उपहासात्मक भाष्य केले होते.

'नव्हता बॉम्ब फेकला, नव्हती बंदूक झाडली
फक्त हसलो होतो
आणि पकडलो गेलो.'

दहशत आणि हास्याचे ताणे-बाणे सत्ताधाऱ्यांना नेहमी अस्थिर करून टाकतात आणि ते हिंसक कारवाईचा पवित्रा घेतात. कवितेच्या शेवटच्या ओळी अशा होत्या,

'ते शोधत आहेत
हसण्याचं क्रूर मानसशास्त्र
आणि इथे मला हसू दाबणं कठीण होऊन बसलंय.'

काही वर्षांनी माहेश्वरची भेट झाली तेव्हा त्याने हसत हसत या ओळींची पुनरुक्ती केली होती. तसे बघू गेले तर तो प्रकाशन व्यवसायात उतरला होता; पण त्याच्या विचारधारेत नक्षलपंथी धारणा, तसेच कोलकत्यातल्या वातावरणाचा ठसा होता, जो त्याच्या कविता आणि कथांमधून व्यक्त होत राहायचा. तो संधीसाधू वामपंथी, खास करून पुरोगामी म्हणवणाऱ्यांना, मग ते चर्चासत्रे-परिषदांच्या माध्यमातून असो वा अनौपचारिक भेटी-गाठींमध्ये असो, संधी मिळताच त्यांना रोख-ठोक सुनवत रहायचा. आज त्याच्यासारखे स्पष्ट आणि खरे बोलणारे साहित्यिक कुठे भेटतील?

आज नक्षली आणि शासनाची दहशत आमने-सामने उभी ठाकली आहे. एकीकडे भुकेने व्याकूळ असलेल्या जनतेचा जगण्यासाठी सुरू असलेला संघर्ष, तर दुसरीकडे त्यांना नेस्तनाबूत करण्यासाठी राजसत्तेने घेतलेला दमनचक्रांचा पवित्रा आहे. गेल्या पन्नास वर्षांत या जनतेची परिस्थिती सुधारण्यासाठी कोणतेच ठोस प्रयत्न केले गेले नाहीत. ज्यांच्या जमिनी बळकावण्यात आल्या, त्या आदिवासींना रोजीरोटी मिळवणे दुरापास्त होऊन बसले. असह्य शोषणाचे बळी ठरलेल्या या माणसांनी अखेरीस काय करायचे? राजसत्ता आणि बहुराष्ट्रीय उद्योगसमूहांच्या हातमिळवणीमुळे आज ही समस्या अधिकच बिकट आणि भयावह होऊन बसली आहे. गेल्या पन्नास वर्षांत सरकारने अशा जनतेच्या हितासाठी काय केले, हा झोंबणारा प्रश्न सर्वांसमोर खडा आहे. 'वंचित भारता'तल्या या घटकांना त्यांच्या हक्काचे जिणे का मिळू शकले नाही? राजसत्ता जेव्हा संवाद साधण्याऐवजी बंदुकीच्या गोळीने प्रश्न संपवू पाहते, तेव्हा जुलूम सहन करणाऱ्या लोकांसमोर

कोणता पर्याय शिल्लक उरतो? ज्यांना सत्ताधाऱ्यांच्या कानांचे बंद पडदे उघडायचे असतात, त्यांनी कोणता मार्ग निवडावा अशी अपेक्षा असते? सर्वसामान्य माणसाच्या हिताची जपणूक करण्याच्या शपथ घेतलेल्या सरकारने नक्षल समस्या सोडवण्यासाठी काय केले? ज्येष्ठ पत्रकार एम्. जे. अकबर यांनी याबद्दल एका ठिकाणी समर्पक भाष्य केले आहे. ते लिहितात, 'क्रूरता असत्त्याच्या मुलाम्याआड दडलेली असते. या गोष्टीकडे संपूर्ण व्यवस्था मग त्यात राजकारणी असोत, नोकरशहा, उद्योगपती वा प्रसारमाध्यमांचे प्रतिनिधी असोत... सगळे जण गप्प राहून दुर्लक्ष करत आले आहेत.'

समाजातल्या या घटकांच्या अभावग्रस्त जिण्याची दखल घेणारे, त्यांच्याबद्दल सहानुभूती बाळगणारे मोजके विचारवंत आणि साहित्यिकदेखील स्वतःला कुठे वाचवू शकले आहेत? त्यांच्यावर कोणते ना कोणते आरोप ठोकून न्यायालयातल्या पिंजऱ्यात उभे केले जात आहे. 'जगू की मरू, या वातावरणात मी काय करू?' म्हणणाऱ्या माहेश्वरची मला आठवण येते.

त्या काळात माझे अनेक मित्र आणि मी स्वतःदेखील अतिशय विचित्र परिस्थितीतून जात होतो. बाह्य जग आणि अंतरंगातल्या परिस्थितीतल्या विसंगती आम्हाला तोडून-फोडून टाकत होत्या. जेव्हा प्रत्येक परिस्थितीला आणि अगदी मलासुद्धा स्वतःच्या स्वार्थासाठी पिळून काढणाऱ्या शक्ती घेरू लागायच्या, तेव्हा त्यांच्या विरोधात एक आवाज माझ्या आत उसळ्या घेऊ लागायचा,

'पण मला या अवस्थेत पोहचवून
तुम्ही मात्र निर्लिप्त आणि निर्विकार बनून राहणार
आणि मी शांतीचे पाठ करत राहायचे
हे शक्य नाही.'

आत्मघातकी परिस्थितीत मनाला पुन्हा उभारी देण्यासाठी स्वतःला अशा मनःस्थितीत आणणे-ठेवणे माझ्यासाठी तेव्हा गरजेचे होऊन गेले होते.

मला माहीत होते, हे शहर एका परीने एक मायानगरी आहे, जे मला अनेक प्रकारच्या प्रलोभनांच्या आणि भूलभुलय्यांच्या जाळ्यात फसवू शकते. मी त्यातून स्वतःला वाचवायचा हर प्रकारे प्रयत्न करत राहायचो. मी इथे आलो होतो तो काही करण्यासाठी, स्वतःचे एक स्थान बनवण्यासाठी, म्हणून इतर कोणत्याही फंदात पडत नसे. मी कुठे येऊन फसलोय, असे मला सुरुवाती-सुरुवातीच्या काळात वाटत असे. वाटायचे,

'धुराने कोंदलेले शहर जोरजोरात भुंकत आहे
या धुरात कुठेतरी
एक हाडूक पडले आहे

त्यात दात रुतवण्यासाठी जोरजोरात
किंचाळत आहे शहर
आणि किंचाळतच राहते दिवस-रात्र
हाडूक समोर दिसत नाही पण ते आहे
धुराला चिरत एक गंध येतो
आणि रक्तात मिसळून जातो
शहर भुंकत राहते
किंचाळत राहते.'

माझ्या कल्पनेत वसलेले जे शहर होते ते हे नक्कीच नव्हते. इथली लांब अंतरे आणि बसमधला तो हाडे तोडून टाकणारा प्रवास. एक-दोनदा तर इथून दुसरीकडे कुठेतरी पळून जायचेही मनात आले; पण येनकेन प्रकारे मी इथेच टिकून राहिलो. तीन-चार वर्षांत नवे मित्र मिळत गेले, नवे अड्डेही सापडले आणि इथल्या गल्ल्या-बाजारात, कॉफी आणि टी-हाऊसमध्ये मी रुळत गेलो. या काळात मी चांदणी चौकाच्या आसपास गर्दीने भरलेल्या गल्ल्यांमधून खूप भटकलो. जामा मशिदीच्या आसपास, तसेच समोरच्या बाजारातही खूप फिरलो. असे भटकताना मला या जिवंत शहराची स्पंदने जाणवत गेली, कधी लाहोरची तर कधी अमृतसरची आठवण करून देणारी!

या शहराशी असलेल्या अनोळखीपणाच्या नात्याचे पापुद्रे तुटत गेले. मला वाटू लागले की या गल्ल्या आणि बाजार आता आपलेसे होऊ लागले आहेत, ज्यांना सोडून आता दुसरीकडे जाता येणार नाही. अनेक त्रास असूनही, दिल्ली माझ्या अंतरंगात सामावत घर करत गेली आणि मी इथे स्थिरावत गेलो. रेडिओ आणि दूरदर्शननेदेखील मला चांगलेच गुंतवून ठेवले. चर्चासत्रे, परिषदांच्या निमित्ताने दिल्लीत आणि दिल्लीबाहेरच्या ठिकाणीही जाणे होत असे पण जिवाला ओढ लागल्यासारखा मी लगेच परत येई, जणू जहाजावरून उडालेला पक्षीच...! दूरच्या ठिकाणांहून येणारी आमंत्रणे मी टाळत असे. मला शायर 'ज़ौक'[२५] चा एक शेर आठवायचा.

'गरचे है मुल्के दकन में इन दिनों कद्र-ए-सुखन
कौन जाए 'ज़ौक' पर दिल्ली की गलियाँ छोडकर'

विकार-निर्विकाराच्या हेलकाव्यांमध्ये दिल्ली मला तिच्या कुशीत सामावून घेत गेली आणि मी तिला समजून घेण्याचा प्रयत्न करतच राहिलो.

◆

२५. शेख मोहम्मद इब्राहिम 'ज़ौक' (१७८९-१८५४) उर्दू शायर, अभ्यासक आणि तत्त्वचिंतक.

नरेन्द्र मोहन
एका नाट्यमय अविर्भावात

बी.ए. (ऑनर्स) हिंदी : विद्यापीठात पहिला क्रमांक मिळविला तेव्हा

भावांसोबत

मित्रांसोबत

देवेन्द्र इस्सर आणि नरेन्द्र मोहन चर्चा करताना

गुरचरण सिंह यांच्याबरोबर संवाद साधताना

अनुराधा, सुमन, मनीषा आणि अमित बरोबर

ममता, अमित, अनुराधा आणि मनीषाबरोबर

पी.एच.डी : दीक्षांत समारंभ

पंडित नेहरूंचे स्वागत करताना - डावीकडून चौथे डॉ. नरेंद्र मोहन

अनुराधाबरोबर

मनीषा आणि सुमन बरोबर

उज्जैन इथे काव्यवाचनाच्या कार्यक्रमात उजवीकडे समशेर बहादूर सिंह

नाटक आणि रंगभूमीविषयक चर्चासत्रात ज्येष्ठ साहित्यिक विष्णु प्रभाकर आणि प्रताप सहगल यांच्याबरोबर डॉ. नरेन्द्र मोहन

चर्चासत्रात डॉ. नरेन्द्र मोहन
सोबत डॉ. बी.बी. अवस्थी आणि डॉ. विजयेन्द्र स्नातक

साहित्यविषयक चर्चासत्रात ज्येष्ठ साहित्यिक जैनेंद्रकुमार
डॉ. महीप सिंह, डॉ. विनय आणि द्रोणवीर कोहली

विखरणे एका अद्‌भुतकथेचे!

मी ज्या आव्हानाच्या पवित्र्यात तारेद्वारा राजीनामा पाठवून निघून आलो होतो, त्यामुळे अधीक्षक खूपच खवळून गेले होते. आजपर्यंत कुणीच त्यांच्याशी असे वागले नव्हते. त्यांना पहिल्यांदा असे वाटले की त्यांनी दिलेल्या धमकीमुळे आवेशात येत मी राजीनामा पाठवून दिला असावा म्हणून त्यांनी त्यांच्या खास दूताला माझी समजूत घालण्यासाठी पाठवले; पण तोपर्यंत मी हिस्सारहून दिल्लीला निघून गेलो होतो. त्यांना जेव्हा हे कळले तेव्हा ते रागाने पेटून उठले; कारण हे त्या पदाचा मान आणि दबदबा पार धुळीत मिळवल्यासारखे होते. त्यांनी चवताळून जात करारनाम्यातल्या अटींचे उल्लंघन केल्याबद्दल माझ्याविरुद्ध न्यायालयात खटला दाखल केला. मीही कंबर कसली; म्हटले, जे काही होईल ते आता न्यायालयात होईल. पुढे काय वाढून ठेवले आहे या विचाराने अनुराधा काळजीत पडली होती. मी तिला म्हटले की असे खेचले, चिरडले जाण्यापेक्षा थोड्याशा तणाव आणि तापाचा सामना करणे कितीतरी चांगले आणि स्फूर्तिदायक असते. ते ऐकून तिचे डोळे चमकू लागले. "तुम्ही ऐकणार थोडेच आहात!" आणि खरोखरच, तेव्हापासून तिच्या चमकदार डोळ्यांत तणावाची एखादी लहानशी छटादेखील कधी उमटताना दिसली नाही.

मी हिस्सारला गेलो आणि तिथल्या एका मोठ्या वकिलांना माझ्या बाजूने खटला लढवण्यासाठी राजी केले. एखाद-दोन वेळा न्यायालयात उपस्थित राहण्यासाठी हिस्सारला जावे लागले आणि वर्षभरातच जिल्हा न्यायालयाने माझ्या बाजूने निकाल दिला. विद्यापीठातल्या सगळ्या पदाधिकाऱ्यांच्या, विशेषतः अधीक्षकांच्या लेखी हा निर्णय म्हणजे विद्यापीठाची बंधने व सगळ्या नियम-कायद्यांच्या चिरफळ्या उडवल्यासारखे होते. त्यामुळे अधीक्षक आणखीनच खवळून उठले आणि त्यांनी जिल्हा न्यायालयाने दिलेल्या निर्णयाविरुद्ध सेशन कोर्टात अपील दाखल केले. इथेही त्यांचे अपील फेटाळून लावले जात, त्यांना पराभवाची आपटी खावी लागली. अधीक्षकांच्या श्रीमुखात चांगली सणसणीत थप्पड बसली आणि मला सुटकेचा श्वास घेता आला. न्यायालयाच्या या निर्णयामुळे विद्यापीठाचा करारनामा निरर्थक ठरला. त्यामुळे

माझा स्वतःबद्दल आणि स्वतःच्या निर्णयांबद्दलचा विश्वास वाढला.

रेगर पुरा इथून पटेल नगरला येणे माझ्यासाठी एका नव्या यात्रेचा शुभारंभ होता. पटेल नगरशी माझ्या आयुष्यातले अनेक सुख-दुःखाचे क्षण, कौटुंबिक संदर्भातले घात-प्रतिघात, साहित्यिक मानसिकतेशी जुळलेले अनेक आंतरिक व बाह्य प्रसंग जोडले गेले आहेत. जेव्हा आपण एक वसाहत सोडून दुसऱ्या वसाहतीत राहायला जातो, तेव्हा पहिल्या ठिकाणच्या आठवणी घेऊनच तिथे जात असतो. आजूबाजूला खेळत-बागडत, दंगा करत असणारी मुले आणि पत्नीबरोबर खुल्या गच्चीवरून आकाशातल्या चंद्र-चांदण्यांबरोबर हिंडत-फिरत राहण्याची कल्पना पटेल नगरमधल्या घराला गच्ची नसूनही मी करू शकत होतो, कारण इथे अंगणात खाटा टाकून, आकाशाकडे बघत राहण्याचा छंद पुरा करता येत होता. आमच्या मनात वसलेल्या दुर्गंधीला कापराप्रमाणे उडवून लावण्याचे काम वीरेन्द्र मिश्र[२६] यांच्या गीतांच्या सुगंधाने करून दाखवले. ते जवळच्या एका गल्लीत राहत होते. त्यांची मुलगी रुपम हिने कॉलेजच्या पहिल्या वर्षाला हिंदी (ऑनर्स) घेऊन प्रवेश घेतला होता. ते आमच्या जवळ राहत आहेत हे तिच्याकडून कळताच मी एका संध्याकाळी त्यांना भेटायला गेलो. त्या दिवसापासून त्यांच्याशी स्नेह आणि आत्मीयतेचे जे नाते जुळले, ते कायमचे! त्या दिवशी आणि नंतरही त्यांची अनेक गीते ऐकण्याचा योग आला. त्यांच्या आवाजात त्यांची अगदी स्वतःची अशी विलक्षण लयात्मकता, गोडवा आणि भरती-ओहोटीसारखी प्रवाहितता होती. संगीतस्वरांमध्ये बद्ध असलेले असे गीतगायन विरळाच! गीत या काव्यप्रकाराविषयी माझी विशेष आस्था वीरेन्द्रच्या गीतगायनामुळे टिकून राहिली.

काही दिवसातच वीरेन्द्र मिश्र आणि माझ्या कुटुंबात स्नेहाचे नाते जुळून गेले. आमचे एकमेकांकडे जाणे-येणे सतत सुरू असे. एके दिवशी ते आले तेव्हा म्हणाले, “तुम्हाला माहीत आहे का, रमेश बक्षींनं[२७] ‘ज्ञानोदय’ सोडलं ते?” माझ्या उत्तराची वाट न बघता ते पुढे सांगू लागले, “तो सर्व सोडून इथे माझ्यापाशी येत आहे. त्यानं लिहिलं आहे की तो सगळ्या लघुनियतकालिकांना संघटित करून मोठ्या आणि रंगीत नियतकालिकांविरुद्ध मोहीम उघडणार आहे. मी त्याला इंदूरच्या

---

२६. वीरेन्द्र मिश्र (१९२७-१९९९) नवगीत कवी, ‘निराला’ पुरस्काराने सन्मानित.
२७. रमेश बक्षी (१९३६-१९९२) कथा-कादंबरीकार, नाटककार, बालसाहित्यकार कवी आणि ‘आवेश’चे संपादक.

दिवसांपासून ओळखतो. त्यानं एकदा ठरवलं की ते करूनच दाखवतो.'' मी रमेश बक्षीला एक लेखक म्हणून ओळखत होतो पण त्याची माझी तोपर्यंत भेट झाली नव्हती. माझा एक लेख 'मुक्तिबोध की समीक्षादृष्टी' त्या दिवसांत 'ज्ञानोदय'मध्ये प्रकाशित झाला होता. टी-हाऊसमध्ये साथी लेखकांबद्दल आणि बक्षीबद्दलही अनेक खऱ्या-खोट्या चर्चा सुरू असायच्या.

एके दिवशी पाहिले तर काय, वीरेन्द्र मिश्र रमेश बक्षीबरोबर समोर उभे! मी एकदम उत्साहाने पुढे येत त्याच्याशी हस्तांदोलन केले, तेव्हा त्याचे हात सशासारखे मऊ आहेत असे जाणवले. त्याच्या बोलण्यातला उत्साह चमकदार डोळ्यांतूनही प्रकट होत होता. निष्पापतेला एक वेगळाच अर्थ मिळवून देणाऱ्या त्याच्या आवाजात मला 'अज्ञेय' यांच्या आवाजाचा स्पर्श जाणवत होता. पूंजीपती धनवानांच्या आश्रयावर चालणाऱ्या नियतकालिकांबद्दल त्याच्या मनात एक तीव्र नकार आणि खोल आक्रोश ठासून भरला होता. 'ज्ञानोदय'च्या दिवसांमध्ये त्याच्या मालकांबद्दल जो आक्रोश त्याच्या मनात घर करत गेला होता, त्याचाच परिणाम होता 'आवेश'! त्याबद्दल बोलत असताना त्याच्या डोळ्यांत एक स्वप्न तरळताना दिसायचे.

'आवेश'चा पहिला अंक १९६८मध्ये प्रकाशित झाला, मला त्यात बक्षीच्या पहिल्या भेटीत त्याच्या डोळ्यांत तरळत असलेले स्वप्न साकार झालेले दिसत होते. 'आवेश' मुळे लघुनियतकालिकांच्या जगात खळबळ निर्माण झाली आणि व्यावसायिक नियतकालिकांसमोर मोठे आव्हान खडे ठाकले. अनेक बडी नियतकालिके यामुळे गडबडून गेली. 'धर्मयुग'मध्ये 'लाल फितीत बांधलेला आवेश' या शीर्षकाचा लेखही प्रकाशित झाला. बक्षीने लगोलग 'ड्रॉप आऊट' आणि 'मुक्त चिंतना'चे एक नवेच तत्त्वज्ञान निर्माण केले, त्यात अनेक असंगती आणि अंतर्विरोध मिसळलेले होते, पण हे मात्र अगदी खरे आहे की 'आवेश' त्या कालखंडातल्या लिहिण्या-वाचणाऱ्या लोकांच्या मन-हृदयाचा अविभाज्य भाग बनून गेले.

एका संध्याकाळी मी रमेश बक्षीला भेटायला गेलो. ही वेळ त्याने मौज-मस्ती आणि गप्पा-टप्पा करण्यासाठी खास राखून ठेवलेली असे. सकाळच्या बक्षीपेक्षा हा बक्षी कुणी वेगळाच असे. सुदर्शन चोप्रा, रामसेवक श्रीवास्तव आणि त्याची कवयित्री पत्नी नीलम सिंह तिथे आधीपासून जमलेले होते. पिण्याचा पहिला टप्पा सुरू झाला होता. बक्षीने माझ्यासाठी ग्लास भरत म्हटले, ''घे डॉक्टर, मस्ती कर आणि विसरून जा साहित्य-वाहित्य!'' आणि तो हसू लागला. कुठल्या ना कुठल्या गोष्टीवरून हास्याचे स्फोट सुरू झाले. अचानक का कुणास ठाऊक, बक्षीला एकदम रडू फुटले. मी विचारायला पुढे होतच होतो तेवढ्यात सुदर्शनने मला थोपवले. तो मला बाल्कनीत घेऊन गेला आणि माझ्या खांद्यावर हात ठेवत म्हणाला, ''याला थांबवू नकोस, त्याला मोकळा होऊ दे. मुलाच्या आठवणीने तो असाच व्याकूळ

होऊन जातो.''

ज्या दिवसात आम्ही रेगर पुरा सोडून पटेल नगरच्या पश्चिम विभागामध्ये मुक्काम हलवला; जवळपास त्याच दिवसांत सौमित्र मोहनदेखील जवळच्या रणजीत नगरमध्ये राहायला आला. सौमित्र आणि मणिका नेहमी आमच्या घरी यायचे आणि आमचीही त्यांच्या घरी ये-जा सुरू असायची. त्यांच्या घरी तरुण पंजाबी कवी कृष्ण अशांतबरोबर एक-दोनदा भेट झाली. गप्पा मारता मारता समजले की तो कवितेबरोबर ग्रहांच्या चालींचा देखील विशेष जाणकार होता.

एके दिवशी मी असाच फिरत फिरत सौमित्रच्या घरी गेलो. तो घरी होता. मणिका कामावर गेली होती. पहिल्या दिवशी त्याच्या चेहऱ्यावर जसे हास्य उमलताना आणि मालवत विझून जाताना पाहिले होते, तसे ते आजही जाणवत होते. त्याने सांगितले की त्याने एक दीर्घ कविता लिहायला घेतली आहे 'लुकमान अली' आणि तिचा पहिला खर्डा तयार झाला आहे. त्याने संपूर्ण कविता ऐकवली. विद्रूपतेने भरलेले पात्र आहे 'लुकमान अली!' यात मला सौमित्र आणि त्याच्या त्या टप्प्यातल्या परिस्थितीचे चित्रण तरळताना दिसले. अकवितेची अनेक लक्षणे असूनही ही कविता अनेक स्तरांवर अकवितेपासून अलग-थलग उभी ठाकलेली दिसत होती.

सौमित्रच्या बोलण्यातून जाणवत होते की बेकारी त्याच्यासाठी एक असह्य लोढणे बनली होती. पत्नीच्या जिवावर जगण्याच्या कल्पनेने तो वैफल्यग्रस्त झाला होता, ती जीवघेणी कोंडी त्याला आतून छळत-कुरतडत राही. मणिकाची गोष्ट मात्र याच्या अगदी विरुद्ध होती. सौमित्र तिला रात्री मारहाण करत असे, तिच्या छाती - पाठीवर उमटलेले काळे-निळे वण तिने अनुराधाला अनेकदा दाखवले होते. आणि इकडे तर सौमित्र म्हणे, ''यार, तुला समजत नाही, माझ्या मर्दानगीला आव्हान देण्यात तिला कसा आनंद मिळतो ते!'' मला त्याचे सांगणे अर्धे खरे, अर्धे खोटे वाटे. वाटायचे की तर्क आणि नैतिकतेच्या आड आपण वैफल्य लपवण्याचे काम करू पाहतो; पण वैफल्याची मुळे खूप खोलवर रुजलेली असतात.

एकदा मी असाच रीगल सिनेमाजवळून भराभर पावले उचलत कुठेतरी निघालो असताना, कुणाची तरी हाक हलकेच कानी आली,

''निंदर!''

मी वळून पाहिले, ''तू... नन्हो... नंदिता!''

''तू इथे कसा?'' तिच्या आवाजात आनंद जाणवत होता.

''बस, असाच!'' मी हसत हसत उत्तर दिले.

''अजबच आहेस, मी जिथे जिथे जाते, तिथे तिथे बरोबर येऊन पोचतोस.'' तिने खट्याळपणे म्हटले.

''तुझा पाठलाग करण्यात मला मजा येते.'' माझ्या आवाजातही आनंदाची

छटा होती.

"थापा मारू नकोस, कधी चुकून तरी माझी आठवण काढलीस का?" तिने चिडवले.

"मुद्दाम आठवण काढायला मी तुला विसरलोच कुठे होतो?" मीही माझी हुशारी दाखवायच्या मनःस्थितीमध्ये येत गेलो.

"चल चल, थापा मारू नकोस."

आणि ती माझा हात पकडत रीगलच्या वर असलेल्या 'स्टँडर्ड'मध्ये घेऊन गेली. आम्ही कोपऱ्यातल्या टेबलपाशी बसलो. आम्ही दोघांमध्ये चार-पाच वर्षांचे मध्यांतर पसरले होते; पण ते शब्दांत नेमके कसे पकडावे, ते आम्हाला समजत नव्हते. "मी रेडिओवर नोकरी करतेय." ती सांगत होती आणि "संध्याकाळी एका नाट्यसंस्थेमध्ये काम करत असते."

माझे लग्न होऊन पाच वर्षे झाली आहेत आणि मला एक मुलगी आणि मुलगा आहे, हे ऐकताच ती म्हणाली,

"तू तर खूपच प्रगती केलीस."

तिच्या चेहऱ्यावर एक अजबशी सावली क्षणभर अवतरत आली आणि लुप्त होत गेली. तिने आनंदून जात म्हटले, "आम्ही मात्र होतो तसेच आहोत, बघा बरं!"

मी तिच्याकडे बघत म्हटले, "तू तर पूर्वीपेक्षा जास्त सुंदर दिसू लागली आहेस."

"तुला काय त्याचं? तू तर आता अडकलेला आहेस."

"आणि तू?" मी विचारले.

"मी लग्न केलं होतं; पण ते टिकलं नाही, घटस्फोट झाला आहे."

कॉफी आणली गेली. कॉफीचे घोट घेता घेता ती म्हणाली, "तुला कदाचित ठाऊक नसेल, माझे वडील आता या जगात नाहीत."

"ओह, काय झालं?"

"ती एक मोठी कहाणी आहे. आता मी कस्तुरबा मार्गाच्या पाठच्या बाजूला आईबरोबर राहत असते."

गप्पा होत राहिल्या आणि पुन्हा भेटण्याचा वायदा करून आम्ही एकमेकांचा निरोप घेतला.

इकडे कॉलेजमध्ये झपाट्याने बदल घडत होते. डॉक्टर बल निवृत्त झाले आणि इंग्लिश विभागाचे प्रमुख डॉक्टर रंधवा यांची प्राचार्यपदावर नियुक्ती करण्यात आली. कॉलेजच्या कला आणि विज्ञान शाखांमध्ये नव्या नेमणुकी होतच असायच्या. अध्यापकांच्या कक्षात नेहमी हसत्या-खेळत्या नव-नव्या चेहऱ्यांचे आगमन झालेले

दिसायचे. आमच्या विभागातही कृपाशंकर सिंह आणि जनार्दन द्विवेदीच्या रूपाने दोन हसत्या-खिदळत्या नौजवान चेहऱ्यांची भर पडली होती. कृपाशंकर भाषा-विज्ञान आणि शैली-विज्ञान तज्ज्ञ होता, तर जनार्दन द्विवेदीने कवी 'निराला' यांच्या साहित्याचा अभ्यास केला होता. त्यांच्या आपापसातल्या चर्चा सुरू असताना अधून-मधून होणारे कृपाशंकरच्या हास्याचे स्फोट भिंती दणाणून टाकत. तो त्या काळात मॉडेल टाऊनमध्ये रामदरश मिश्र[२८] यांच्या घरी मुक्काम ठोकून होता. मी एके दिवशी त्याच्याबरोबर रामदरशजींना भेटायला त्यांच्या घरी गेलो. त्यांच्या डोळ्यांतून जाणवणाऱ्या संवेदनशीलतेने मला आपलेसे करून घेतले. संशोधनविषयक परिषदेच्या चर्चासत्रांमध्ये मीही भाग घेत असे, त्यातून मला विभागात सुरू असलेल्या चक्र-कुचक्रांचा अंदाज येत रहायचा.

एके दिवशी पाहिले तर कृपाशंकरच्या चेहऱ्यावर आनंद झळकत होता. तो मला एका बाजूला घेऊन जात म्हणाला, "मी प्रेमविवाह करतोय."

"कुणाबरोबर?" मी पृच्छा केली.

"जगनबरोबर" त्याने हसत उत्तर दिले.

मला आठवले मी त्याला अनेकदा एका मुलीबरोबर हिंडता-फिरताना बघितले होते. मी त्याचे अभिनंदन केले. त्यावर तो म्हणाला, "मुलगी पंजाबी आहे. तिच्या घरच्यांनी लग्नासाठी होकार दिला आहे पण माझ्या घरची मंडळी अजिबात तयार नाहीत. हे लग्न लावून देणे, ही आता तुझी आणि महीप सिंहची जबाबदारी आहे."

"यार, तू काळजी करू नकोस. आम्ही आहोत ना तुझ्याबरोबर!" मी आश्वासन दिले. अशा प्रकारे एके दिवशी कृपाशंकर व जगनचे शुभमंगल होऊन ते एक अतूट बंधनात बांधले गेले.

कॉलेजच्या हिंदी विभागात तसे तर एकाहून एक सरस शिक्षक होते,ज्यात मीही होतो पण त्यांतला जनार्दन द्विवेदी काही वेगळाच होता. तारुण्यसुलभ बंडखोरीचे अनेक चित्र-विचित्र पैलू त्याच्या व्यक्तिमत्त्वात झळकत राहायचे, जे त्याला पुढील काळात सत्तेच्या राजकारणात खूप उपयोग पडले. तो तेव्हा जास्त करून समाजवादी नेते-उपनेत्यांच्या संपर्कात असे, पापणी लवते न लवते इतक्यात कुणाचाही गळा पकडण्याची धमक त्याच्या अंगी होती. त्याच्या विचारांवर आक्रमकतेचा पगडा होता. त्याच्या अशा वागण्याला कंटाळलेल्या प्राचार्यांनी त्यांची आणि सुरेश चन्द्र त्रिपाठीची रवानगी देवनगरच्या खालसा कॉलेजमध्ये करून टाकली, तेव्हा तो पटेल नगरच्या पश्चिम विभागात आमच्या घराच्या अगदी जवळ राहायला आला

---

२८. रामदरश मिश्र (१९२४-) ज्येष्ठ हिंदी कवी, कथा-कादंबरीकार, प्रवासवर्णनकार, डायरी लेखक.

आणि लवकरच गावी जाऊन आपल्या पत्नीला घेऊन आला. त्याच्या पत्नीने शहरी वातावरण आणि वागण्या-बोलण्याच्या रीती-पद्धतींनुसार स्वतःला बदलत परिस्थितीशी छान जुळवून घेतले. तेव्हा मी आणि अनुराधा त्याच्या घरी जात-येत असू आणि तोही विनासंकोच आमच्या घरी येत राही. त्याच काळात 'विचार कविता'चा विशेषांक प्रकाशित झाला आणि जनार्दनने एके दिवशी बोलता बोलता विचार मंच स्थापन करण्याबद्दल चर्चा सुरू केली. काँग्रेसमध्ये गेल्यावर त्याने तिथे विचार मंचाची स्थापना केली व पुढील कित्येक वर्षे त्याचे आयोजनही केले होते.

दिल्लीत आल्याआल्या माझी सर्वांत प्रथम भेट झाली होती ती डॉक्टर हरभजन सिंह यांच्याशी. त्यांची बात काही औरच होती. आपल्या एखाद्या जिवलग मित्राशी व्हाव्यात तशा, कधी त्यांच्या घरी, कधी विभागात तर कधी मद्रास कॅफेत आमच्या खास भेटी-गाठी व्हायच्या. मी माझ्या मनातल्या शंका-संशय-दुविधा विनासंकोच त्यांच्यासमोर मांडत असे. कधी हरनाम व शांतिदेवबरोबर, तर कधी आनंदपूर साहिबहून आलेल्या मिंदरबरोबर आमच्या काव्यवाचनाच्या बैठका होत. त्यांचे व्यक्तिमत्त्व काही-काहीसे हिंदीतल्या गिरिजाकुमार माथुर यांच्यासारखे सौंदर्यनिष्ठा आणि आधुनिकतेचा संगम असणारे होते. कवितेमध्ये त्यांना रुची होतीच आणि त्याबरोबर नवनवी नाती जोडत ती दृढ करण्याची हातोटी त्यांना लाभली होती. विद्यापीठात आणि बाहेरच्या साहित्यिक जगातसुद्धा त्यांचा एक खूप मोठा गोतावळा पसरलेला होता. पंजाबीतले ज्येष्ठ, प्रौढ, युवा कवी आणि लेखक त्यांना भेटायला येत असत. चर्चासत्रे आणि परिषदाही होत असत. गगन गिलचेही त्याच दिवसांत कॉलेजमध्ये येणे-जाणे सुरू झाले होते. ती इंग्लिशमध्ये एम. ए. करत होती आणि कविताही लिहीत होती. तिला लेखकांच्या सहवासाची जबरदस्त ओढ होती. ती आली की खूप मोकळ्या मनाने गप्पा मारायची आणि कविता सुनवायची, ऐकायची. एकदा मिंदर आनंदपूर साहिबहून येणार आहे असे माझ्याकडून समजल्यावर तिने आम्हा दोघांना तिच्या घरी यायचे आमंत्रण दिले. मिंदरने त्याच्या कविता ऐकवल्या तर गगनने माझ्या कवितांचे पंजाबीत केलेले अनुवाद ऐकवले. मिंदरने हळूच माझ्या कानात म्हटले, "डॉक्टरसाहेब, ही मुलगी तर अल्लड आहे. कोणीही प्रेमात पडू शकेल." मी म्हणालो, "उगीच भ्रमात राहू नकोस. ही जितकी अल्लड वाटते तितकी ती मुळीच नाही." परतताना रस्त्यात मिंदर म्हणाला, "ही मुलगी कविमंडळींना खूप चिकटलेली दिसते. त्यांच्याबरोबर हिचे संबंध अनेक प्रकारे जुळलेले दिसतात."

"खरं आहे तू म्हणतोस ते!" मी म्हणालो, "ती कवी आणि कवितेबरोबर खूप असोशीने जगते. एखाद्या व्यक्तीच्या चारही बाजूंनी स्वतःचा कोश तयार करत त्यात गुरफटणं चांगलं जमतं तिला आणि त्यातून अलगद बाहेर पडण्याची कलादेखील तिला चांगलीच ठाऊक आहे. तिच्यात सौंदर्यनिष्ठेच्या छटा आहेत तशाच

आधुनिकतेच्यादेखील आहेत. मी हे दोन्ही रंग तिच्या व्यक्तिमत्त्वात मिसळून जाताना पाहिले आहेत.''

विद्यापीठात तसेच विविध विभागांतून आता आतले, बाहेरचे असा वाद भीषण रूप धारण करू लागला आहे. प्रादेशिकता आणि अस्मितेच्या नावाखाली आता आपले आणि परके अशा सरळ सरळ आघाड्या उघडल्या गेल्या आहेत आणि त्यामुळे जीव घुसमटू लागला आहे. अशा परिस्थितीत डॉक्टर मदान आणि डॉक्टर नगेन्द्रांची आठवण येणे साहजिक आहे. डॉक्टर मदाननी कोणताही पूर्वग्रह मनी न बाळगता, बाहेरच्या अनेक मंडळींना पंजाब विद्यापीठात बोलावून घेतले. त्याचप्रमाणे डॉक्टर नगेन्द्रदेखील जिथे कुणामध्ये जराशी हुशारीची चुणूक दिसली की सगळ्या अटी व नियमांच्या तटबंद्या बाजूला सारून त्या व्यक्तीला दिल्लीच्या कुठल्या ना कुठल्या कॉलेजात घेऊन येत. त्या काळात माझ्याबरोबर अनेक जण बाहेरून येत, दिल्लीतल्या शैक्षणिक व साहित्यिक बिरादरीचा हिस्सा बनून गेले. जरी माझ्या दिल्लीत येण्यामागे डॉक्टर नगेन्द्रांचा हात होता, तरी का कुणास ठाऊक; मी त्यांच्यापासून काहीसा फटकूनच दूर राहिलो. त्यांच्या दरबारी वृत्तीला खतपाणी घालत सदैव पुढे पुढे करणाऱ्या गटात सामील होण्याची मला काय गरज होती? डॉक्टरांच्या स्वभावात उत्तेजितता, आक्रोश आणि जो कडकपणा जाणवायचा, त्याचा मी प्रतिकाराच्या भावनेतून संयमित विरोध करत राहिलो म्हणून जवळ असूनही आमच्यामधले संबंध एका मर्यादित परिघापलीकडे विकसित होऊ शकले नाहीत. मानाचे पद सुटल्यानंतर ज्या प्रकारे ते अगदी एकटे पडत गेले, ते पाहून मला बाऊजींची आठवण येत राहायची, कारण तेदेखील एकटेपणाला घाबरून एकाकीपणात खोल बुडत गेले होते.

कॉलेजमध्ये महीप सिंहबरोबरचा माझा पहिला दिवस माझ्यासाठी खास होता. त्याच्या चेहऱ्यावर इतकी आपुलकी झळकत होती की, मीही काहीशा तशाच भावनेने त्याच्याकडे खेचला गेलो. 'संचेतना'मुळे हे संबंध अधिक गहिरे होत गेले. मी महीपच्या विनंतीला मान देऊन 'संचेतना'च्या 'हिंदी कहानी दो दशक कथा-यात्रा : मूल्यांकन विशेषांका'चे संपादन रामदरशजींच्या साथीने केले. संपादकीय सहकार्याच्या इतक्या बाबींशी मी जोडला गेलो की महीप सिंहने मला 'संचेतना'चा संपादक म्हणून ओढूनच घेतले. त्या दिवसांत मी नित्यानंद तिवारींना आग्रह करून त्यांच्याकडून अनेक लेख लिहून घेतले आणि देवेन्द्र इस्सर[२९] यांचीदेखील यासाठी त्यांच्या घरी जाऊन भेट घेतली. 'संचेतना'साठी लिहिणाऱ्या लेखकांचे वर्तुळ वाढताना बघून अनेक लेखकांना त्रास होऊ लागला, त्यांच्या ईर्षा आणि द्वेष

---

२९. देवेन्द्र इस्सर (१९२८-२०१२) साहित्यिक-विचारवंत, समीक्षक, अनुवादक.

सगळ्या सीमा पार करत चालले होते. टी-हाऊसमधल्या काही लेखकांनी 'संचेतना'चे 'मीपे दी हट्टी' असे नामकरण करून ते प्रचारात आणले होते, ही गोष्ट आम्हा दोघांनाही ठाऊक होती. एके दिवशी मी टी-हाऊसमध्ये शिरताच एका मित्राने मोठ्या थट्टेच्या स्वरात म्हटले, ''बोला, हट्टीचे सुपुत्र!'' तर दुसऱ्याने पुस्ती जोडली, ''नाही, नाही, सुपुत्र नाही, सेनापती! बोला सेनापती, आपल्या फौजा आज कुठे हल्ला करणार आहेत?''

मी हसत हसत उत्तर दिले, ''सध्या तरी त्यांनी तुम्हा दोघांवरच नेम धरला आहे.'' आणि 'संचेतना'चा ताजा अंक त्यांच्या हातात ठेवला. त्यांच्या लिखाणावर आलेला लेख व समीक्षा बघून त्यांना लाजल्यासारखे झाले आणि चर्चेची दिशाच बदलली.

'संचेनता'शी असे नाते जुळल्यामुळे मी या नियतकालिकासाठी कामे करण्यात कोणतीच कसर बाकी ठेवली नाही. ते नियतकालिक माझेच असावे, अशा भावनेने मी त्यात अगदी गुंतून गेलो. सतत नवनवीन विषय आणि पुस्तकांवर लिहायचो, त्यावर विचार करत राहायचो. तेवढ्यात एक घटना घडली. १६ नोव्हेंबर १९६९ रोजी दिल्लीत होऊ घातलेल्या चौथ्या आफ्रो-आशियाई साहित्य संमेलनाच्या विरोधात काही साहित्यिकांनी पवित्रा घेतला. संमेलनाच्या आयोजकांमधल्या अनेक उर्दू व हिंदीतल्या लेखकांचा आफ्रो-आशियाई साहित्याच्या मूलस्रोताशी तिळमात्र संबंध नव्हता आणि असे असूनही ते त्याचा फायदा घेण्यासाठी पुढे सरसावले होते, हे त्यांना विरोध करण्यामागचे कारण होते. विज्ञान भवन या संमेलनस्थळी विरोध दर्शविण्यासाठी जमलेल्या साहित्यिकांत मीही सामील झालो होतो. संमेलन कसले, ते एका मोठ्या तमाशात बदलून गेले होते. या साहित्यधारेतून व्यक्त होणारी मानवमुक्तीची तडफड माझ्या मनाला स्पर्श करून गेली, म्हणून 'दो दशक कथा-यात्रा' विशेषांकानंतर मी महीप सिंहशी चर्चा करून आफ्रो-आशियाई साहित्यावर एक विशेषांक काढला, ज्याची भरपूर चर्चा झाली. 'विचार कविता' विशेषांकाने तर कवितेबद्दल एक संपूर्ण नवी विचारप्रणाली मांडली आणि त्या काळच्या कवितेच्या अवकाशात प्रस्थापित झालेल्या मंडळींत चांगलीच खळबळ उडवून टाकली, ज्याबद्दल मी पुढे विस्तारपूर्वक लिहिणार आहे.

माझ्या 'संचेतना'शी असलेल्या बांधिलकीच्या नात्यातून अनेक नवनवे उन्मेष प्रकट होत होते, त्यापाठी अर्थातच माझ्या आणि महीपच्या मैत्रीचा घट्ट धागा होता. ते जरी खरे होते तरी काही काळाने मैत्री आणि नियतकालिकाच्या संपादनाची जबाबदारी एकसाथ निभावणे कठीण आहे, असे माझे मलाच जाणवू लागले. अनेकदा एखादी गोष्ट मिळवण्यासाठी दुसरी गमवावी लागते आणि एक नाते निभवण्यासाठी दुसरे तोडावे लागते आणि लवकरच अशी एक घडी माझ्यासमोरही

येऊन ठेपली. संपादकीय निर्णयातल्या माझ्या सहभागाकडे दुर्लक्ष केले जात आहे हे माझ्या लक्षात येत गेले. 'संचेतना'च्या संपादनाच्या जबाबदारीतून बाहेर पडण्याचा निर्णय घेणे माझ्यासाठी सोपे नव्हते; पण माझ्यासमोर दुसरा कोणताच मार्ग शिल्लक नव्हता. जुनी वाट सोडून नव्या प्रयोगांकडे घेऊन जाणारी वाट निवडताना दुःख आणि गहिऱ्या उदासीने मला घेरले खरे; पण त्यातूनच सुटकेचा श्वासही मिळत गेला. यामुळे आमच्या दोस्तीत दुरावा निर्माण झाला; पण आम्हा दोघांची मने साफ असल्यामुळे कुठेही कडवटपणा आला नाही. काळ पुढे सरकत गेला, तसे आमचे नातेसंबंध पुन्हा पूर्वीसारखे व्यवस्थित होत, सगळे काही सुरळीत होत गेले.

मी देवेन्द्र इस्सर यांचा उल्लेख आधी केलेला आहेच. त्यांच्या उर्दूतल्या अनेक कथा हिंदीत चर्चेत असणाऱ्या लेखकांबरोबर भैरव प्रसाद गुप्त संपादित 'कहानी' या नियतकालिकातून प्रसिद्ध झाल्या होत्या. त्या कथा वाचलेल्या असल्यामुळे उर्दूतले लेखक म्हणून मी त्यांना ओळखत होतो. १९५०-६०च्या दरम्यान हिंदी, उर्दू, पंजाबीतल्या काही लेखकांनी एकत्र येत करोल बाग इथे 'कल्चरल फोरम'ची स्थापना केली होती. त्यात निर्मल वर्मा, भीष्म सहानी, हरभजन सिंह, रामकुमार, देवेन्द्र इस्सर, कृष्ण बलदेव वैद असे साहित्यिक सामील झाले होते. यात अनेक साम्यवादी विचारसरणी मानणारे तसेच साम्यवादाविषयी भ्रमनिरास होत, त्यापासून फारकत घेतलेले साहित्यिकदेखील सामील झाले होते. महेन्द्र भल्ला आणि रामप्रकाशही अधून-मधून यात सामील होत असत. त्या वेळी एम.ए. करत असलेले आणि पुढे समीक्षक म्हणून मान्यता मिळवणारे गोपीचंद नारंग तेव्हा उर्दूत लिहीत असत. हिंदी कादंबरीकार म्हणून पुढे नावारूपाला आलेल्या जगदीश चन्द्र आणि योगदत्त यांच्या उमेदवारीचा आरंभ कल्चरल फोरममध्येच झाला होता. बरीच मंडळी या फोरमला नव्या-पुराण्या साम्यवाद्यांचा मेळावा म्हणत; तर काही त्याला साम्यवादी विचारसरणीतून बाहेर पडलेल्या फुटीरवाद्यांची जमात असे म्हणत. या फोरमची समीक्षा 'काँग्रेस ऑफ कल्चरल फ्रीडम' या संस्थेतर्फे केली जात असे. काही असो, इस्सर तेव्हा या फोरमचे सक्रीय सभासद होते. दर आठवड्याला कोणी ना कोणी लेखक आपली कथा किंवा इतर काही रचना सादर करत असे आणि त्यावर जोरदार चर्चा होत असे. त्या काळच्या नियतकालिकांतून या सर्व गोष्टी माझ्यापर्यंत येऊन पोचत होत्या. त्यांची मनाशी उजळणी करतच मी देवेन्द्र इस्सरना पहिल्यांदा भेटायला गेलो होतो.

पावसाच्या हलक्या सरीत भिजत भिजत मी इस्सर यांच्या पटेल नगरच्या पूर्व विभागामधल्या निवासस्थानी पोचलो. 'संचेतना'साठी कुठल्याशा विषयावर त्यांनी लिहावे असे माझ्या मनात होते. आमची भेट झाली तेव्हा ते माझ्याशी खूप आपुलकीने वागले. लेखाचा विषय निघताच ते म्हणाले, "जनाब, बऱ्याच दिवसांत

मी काही लिहिलं नाही- न लेख, न कथा! आणि तसंही मला शुद्ध हिंदीत लिहिणं जमत नाही.''

''जनाब, आम्हाला असाच लेखक हवा आहे,'' मी जवळपास त्यांच्याच ढंगात उत्तर दिले, ''जो भाषेच्या शुद्धतेची मोडतोड करेल, तिला 'डिसलोकेट' करेल, हिंदी समीक्षेच्या भाषा-रूढींपासून मुक्त असेल.''

माझे उत्तर ऐकून ते हसू लागले आणि त्यांनी लिहायला होकार दिला. संध्याकाळी सूर्याचा तेजस्वी गोल जसा समुद्रात उतरत जावा, तशी त्यांची ती भेट माझ्या अंतरंगात एका चमकदार, मोहक बिंबाप्रमाणे उतरत गेली.

लेखक साहित्यातून एका अद्‌भुतविश्वाची, एका स्वप्नाची निर्मिती करत असतो; पण त्या दुनियेतून बाहेर पडताच ती अद्‌भुतकथा, ते स्वप्न विखरून जाते. बाह्य दुनियेतले वास्तव इतके रखरखीत, फत्तरासारखे भयानक निर्जीव आहे का, की तिथे अद्‌भुत असे काही असण्याच्या कोणत्याच शक्यता संभवत नाहीत? नाही, असे मुळीच नाही. परिस्थिती कितीही विपरीत असो, वास्तव कितीही भीषण असो, आम्ही लेखक स्वप्ने आणि अद्‌भुतकथांमध्ये-पक्ष्यांच्या बागडण्यात, ढगांच्या दाटीत, संध्याकाळच्या गहिरेपणातच नव्हे, तर स्त्री-पुरुष, पती-पत्नी आणि मित्रमंडळींच्या हास्यविनोद, प्रेमालाप, संताप आणि विरहातदेखील अद्‌भुताचे ताणे-बाणे विणतच राहणार आहोत. आयुष्यातून अद्‌भुतकथा गायब झाली की ताजे रसरशीत नाते-संबंध वठून जातात. अर्थात, हेही खरे आहे, की काळाचे चक्र फिरताक्षणीच ते वठलेले कोंबही पुन्हा तरारून उठतात. कुणास ठाऊक कसे, कुठे काहीतरी न्यून राहून जाते आणि नाते-संबंधांमधले आकर्षण, त्यातला सगळा गोडवा बघता बघता ओसरून जातो. कधी कुठल्याशा गहिऱ्या असंतोषाची कृष्णच्छाया असते किंवा कुण्या अभावातून निर्माण झालेला मनोगंड माणसाला असा काही जखडून टाकतो, की संबंधांतली सगळी लय व रस सुकून ते शुष्क होऊन जातात आणि अशा ताणलेल्या दोरावर तोल ठेवून जास्त वेळ टिकून राहणे अशक्य होऊन जाते. अनेक प्रकारच्या मानसिक दबाव, आकांक्षांच्या आघात-प्रतिघातांमुळे इस्सरजींच्या घराची जी दृश्ये समोर येत होती त्यामुळे मी दुभंगून जात राहिलो. भिंतींना कान असतात हे मी फक्त ऐकले होते; पण त्या बघू वा बोलूदेखील शकतात, घरातल्या परिस्थितीला वाचा फोडू शकतात, अनेक रूपे आणि आकार धारण करू शकतात हे मी देवेन्द्र इस्सरजींच्या घराच्या चौकटीत पहिल्यांदा अनुभवले. एकदा तर मी पाहिले की भिंतींवर लावलेल्या सुंदर चित्रांना मागे ढकलून देत, त्यांच्या पाठून अजब मुखवटे सामोरे येऊ लागले आहेत. असले भयानक मुखवटे मी यापूर्वी कधीच पाहिले नव्हते. मी त्यांच्याकडे लक्षपूर्वक बघू लागलो तसे ते मुखवटे जिवंत चेहऱ्यांत परिवर्तित होऊ लागले आणि त्या क्षणी मुखवट्यांत आणि चेहऱ्यांत फरक करणे

अशक्य होऊन गेले. दुसऱ्या वेळी मी बघितले की मुखवट्यांतून बाहेर पडणारे प्रचंड संतापाने ताणलेले, लाल-पिवळे झालेले चेहरे एकमेकांवर अक्षरशः एकमेकांवर तुटून पडले आहेत. सगळी चित्रे तुटून-फुटून उद्ध्वस्त होताना बघून चक्रावून जात मी इस्सरसाहेबांकडे बघितले. त्यांचे ओठ थरथरत होते. ते म्हणाले, ''जनाब, भिंत रिकामी आहे आणि भिंतींकडे बघणे चांगले नाही.''

''पण... पण... ते चेहरे?'' मी म्हटले.

''भिंतींवरून उड्या टाकत येणाऱ्या चेहऱ्यांकडे लक्ष देऊ नका'' त्यांनी उत्तर दिले.

त्यांचे अंग थरथर कापत होते तरी ते हसत होते. त्यांच्या हसण्यामधून दुःखाचा एक पहाड तुटून, क्षत-विक्षत होत कोसळून पडताना दिसत होता.

त्यांच्या घरी गेल्यावर प्रत्येक वेळी मला तिथे अजबसे अवघडलेपण जाणवत राहायचे. प्रत्येक ठिकाणी परकेपणाच्या रेषा- दरवाजांवर, फरशी, पडदे आणि सोफ्यांवर, कप आणि ग्लासांवर आणि न जाणो कुठे-कुठे खेचलेल्या दिसायच्या. एक सावली आसपास घिरट्या घालत, रोखून बघत असायची, जणू म्हणत असायची, ''आले मोठे तोंड वर करून!'' मला वाटायचे की कुणीतरी घात करण्यासाठी दबा धरून बसले आहे. तिथल्या रसरशीत तापलेल्या हवेतच असे काही मिसळलेले होते, जे माझ्या उसळणाऱ्या उत्साहाला रोखून धरत असे. मला वाटत राहायचे, हे घर नाही, घराचा केवळ भास आहे ज्यात इस्सर साहेब राहत आहेत. एकदा माझ्या तोंडून 'घर' हा शब्द बाहेर निघताक्षणीच त्यांच्या सहनशक्तीचा जणू कडेलोट झाला, ''पावला पावलाला अटकाव, बघणे, बोलणे, ऐकण्याच्या सगळ्या दिशा सीलबंद, सगळीकडे कर्फ्यू... तू याला घर म्हणतोस?'' कधी घरात, कधी घराबाहेर तर कधी दरवाजाच्या चौकटीत... मी त्यांना घराचा शोध घेताना पाहिले.

आणि एके दिवशी त्यांना खरोखरच घरातून बाहेर काढले गेले. माझ्या 'इस हादसे में' या कवितासंग्रहावरील एका चर्चासत्राचे आयोजन मणिका मोहिनीच्या पटेल नगरमधल्या दक्षिण विभागातल्या घरी करण्यात आले होते. त्याला देवेन्द्र इस्सर उपस्थित होते. चर्चा संपायला रात्रीचे दहा वाजले. इस्सर जेव्हा घरी पोचले तेव्हा त्यांच्या पत्नी विमल इस्सर यांनी त्यांना घरात प्रवेश करू दिला नाही आणि त्यांना त्या रात्री आपल्या मित्राच्या घरी आसरा घ्यावा लागला. त्यांच्या आयुष्यातल्या एका नव्या संकटाची ही सुरुवात होती आणि त्यांचा मित्र असल्यामुळे मी या संकटाशी शेवटपर्यंत जोडला गेलो. विमल आणि देवेन्द्रचा प्रेमविवाह झाला होता पण इस्सर यांच्या संपर्कात येणारी प्रत्येक स्त्री वा मुलगी त्यांच्या प्रेमातच पडत असते असा विमलचा समज होता. इतरांचे सोडा, तिच्या संशयाची सुई माझ्या

पत्नीच्या दिशेनेदेखील अनेकदा वळत गेली. एके दिवशी तर ती आमच्या कीर्ती नगरमधल्या घराचा जिना धाडधाड करत चढून पहिल्या मजल्यावर आली आणि अनुराधाला चार शब्द ऐकवून तशीच खटखट करत जिना उतरत निघूनही गेली. आम्ही हतप्रभ होऊन बघत राहिलो.

दोन-चार वेळा टी-हाऊस, कॉफी-हाऊसला काय गेलो, त्याची इतकी सवय झाली की कधी फेरी मारणे जमले नाही तर चुकल्यासारखे वाटत राही. रोज नाही तर नाही, पण दर शनिवारी टी-हाऊसमध्ये हजेरी लावण्याची सवय होऊन गेली. एखाद्या शनिवारी हा क्रम चुकला तर चुकल्या-चुकल्यासारखे वाटत असे. टी-हाऊसला जाण्यापूर्वी मी दरियागंज, अन्सारी मार्गावर एखाद्या पुस्तकाच्या खरेदीसाठी वा प्रकाशकाला भेटायला जात असे. यात कधी माझ्याबरोबर महीप सिंह, विनय तर कधी ओमप्रकाश सिंघल असत. अन्सारी मार्गावर जिथून आज 'हंस' प्रकाशित होते, तिथे पूर्वी राजेन्द्र यादव[३०] यांचा अड्डा असलेले 'अक्षर प्रकाशन' होते. पुस्तकाची खरेदी किंवा एखाद्या पुस्तकाच्या शोधात यादव यांच्या अड्ड्यावर फेरी होत असे. तिथे दोन-चार मंडळी आधीपासून जमलेली असत. दिल्लीबाहेरचा एखादा लेखकही तिथे हटकून भेटत असे. शैलेश मटियानी आणि गिरिराज किशोर यांच्याशी माझी पहिली भेट इथेच झाली. शिल्पसदृश प्रयोग आणि चमत्कृतीने भरलेल्या यादवच्या कथा, फक्त 'टूटना'चा अपवाद वगळता, मोठ्या तकलादू वाटत. त्यांनी संपादन केलेले 'एक दुनिया समानांतर' तेव्हा नुकतेच प्रकाशित झाले होते. त्यामुळे ते मोठ्या ठसक्यात निवडीच्या संदर्भातल्या स्वतःच्या काटेकोर दृष्टीबद्दल टेंभा मिरवत असत. एकदा मी त्यांच्या या निवडीमागील दृष्टिकोनावर बरोबर बोट ठेवत म्हटले की अमुक कथाकारांची निवड करताना त्यांनी 'दृष्टी' नव्हे तर 'मैत्री' निभवली आहे, ते ऐकताच ते चांगलेच भडकले. त्यांनी मागे-पुढे न बघता प्राध्यापकीय समीक्षेच्या चिरफळ्या उडवायला सुरुवात केली आणि दोन-चार कथाकारांशी माझ्या अलीकडेच झालेल्या मैत्रीवर टीका करत, या नव्या मैत्रीमुळे माझा खातमा होणार आहे हा फतवादेखील जाहीर केला. मी चकित होऊन त्यांच्याकडे बघत राहिलो. पण त्या वेळी योगायोगाने माझ्याबरोबर असलेल्या योगेश गुप्तने, त्यांचा स्वतःला मोठा दर्शवून दुसऱ्याला तुच्छ सिद्ध करण्याचा हेतू बरोबर ओळखला होता. त्याने यादव यांना सरळ सरळ सुनवले, "यादव, तू इतका का संतापतोयस? तू स्वतःला कथालेखनातला बाप मानत रहा की पण त्यामुळे नरेन्द्र मोहनला छोटा लेखण्याचा हक्क तुला कुणी दिलाय? साहित्यात मैत्री निभावणं, न निभावणं ही एक वेगळीच

---

३०. राजेन्द्र यादव (१९२९-२०१३) हिंदी नवकथेचे आधारस्तंभ, 'हंस'चे संपादक.

बाब आहे; पण तू तर मैत्री मोडण्यात चांगलं नाव कमवून आहेस.'' यादव यांनी यावर मोठ्याने हसत म्हटले, ''योगेश, तू मध्ये का पडतोयस? मी असं काय बोललोय?'' योगेशने तेज, तिखट नजरेने त्यांच्याकडे बघत म्हटले, ''तुझ्या कुटिलतेच्या किती कहाण्या सांगू?''

त्याचे बोलणे त्यांच्या एकदम जिव्हारी लागले आणि ते गप्प झाले. मी योगेशचा हात दाबला आणि आम्ही दोघे तिथून बाहेर पडत रस्त्यावर आलो. आम्ही चहा पिण्यासाठी एका धाब्यासारख्या रेस्टॉरंटमध्ये शिरलो.

''यादव अतिशय महत्त्वाकांक्षी आणि दुष्ट आहे'' योगेश म्हणाला. ''पण मला हे समजत नाही की तो तुझ्यावर इतका का नाराज आहे?''

''कारण मी त्याच्या 'अपने पार' या कथासंग्रहाची समीक्षा केली होती. त्या कथा मला मानसशास्त्रीय सूत्रांमध्ये बद्ध आणि रुपबंधातल्या प्रयोगांमुळे क्लिष्ट झाल्यासारख्या वाटल्या. कथा समजून घेण्यासाठी मानसशास्त्राची मदत होऊ शकते; पण कथा लिहिण्यात नाही, ही बाब न समजल्यामुळे कथांमध्ये उणीवा राहून गेल्या आहेत.''

''पण यात तू चूक काय लिहिलं आहेस? 'अपने पार'मधल्या कथा तशाच तर आहेत. मी तर यापुढे जात असे म्हणेन की या मध्यमवर्गीयांच्या सामान्य कथा आहेत'' असं योगेश म्हणाला.

''मीही काहीसं असंच लिहिलं होतं की मध्यमवर्गीय माणसांच्या नातेसंबंधांतल्या आंतरिक स्तरांवर जी परिवर्तनं गेल्या काही वर्षांत घडत आली आहेत त्यांच्याकडे फक्त एक 'भविष्य के पास मंडराता अतीत'चा अपवाद सोडला तर साफ दुर्लक्ष केलं गेलं आहे किंवा त्यांचं चित्रण अगदी उथळपणे केलं गेलं आहे.''

माझी ही मांडणी यादवना अजिबात आवडली नाही. त्यांनी माझ्याबद्दल अजबसे पूर्वग्रह करून घेतले आणि अधूनमधून संधी मिळताच ते व्यक्तही केले.

याबद्दलच्या एका उदाहरणातून सगळे चित्र स्पष्ट होईल. मी जेव्हा समकालीन हिंदी कथांचे समकालीनतेच्या निकषावर आधारित तीन खंडांत संपादन करण्याची योजना आखली, तेव्हा यादव आणि मन्नू भंडारी[३१] यांच्याकडूनसुद्धा कथा आमंत्रित केल्या होत्या. मन्नूंकडून लगेच अनुमती मिळाली; पण यादव यांनी जे नाटक केले ते तेच करू जाणोत. ते एका क्षणी परवानगी देत, तर दुसऱ्या क्षणी ती काढून घेत आणि त्या दोन क्षणांदरम्यान चौकशी करत की, पहिल्यांदा सांग पाहू यात कुणाकुणाचा समावेश केला आहेस, यात मैत्रीवाद तर निभावत नाहीस, निवडीचे निकष कोणते असतील, यातले प्रमाणीकरण कशाच्या आधारावर केले जाणार

---

३१. मन्नू भंडारी (१९३१-) हिंदी नवकथा प्रवाहातल्या प्रमुख लेखिका.

आहे? मग 'एक दुनिया समानांतर'च्या वैशिष्ट्यांचे कौतुक केले जाई आणि माझ्या संपादनदृष्टीला कमी लेखत आरोपांवर आरोपांच्या फैरी झाडल्या जात. मी लेखी अनुमतीची मागणी करताच ते आणखीन खवळून उठले. मी ज्या ज्या गोष्टींचा वर उल्लेख केला आहे, त्या सगळ्या त्यांनी पत्रातून लिहून पाठवल्या, तसेच माझ्या आणि मन्नू भंडारी यांच्या कथा तुम्हाला हव्यातच कशाला, त्या सोडून द्या असेही दोनदा लिहिले. त्यांचे असे वागणे बघून मी आश्चर्यचकित झालो. मग मी थोडे कडकपणे वागायचे असे ठरवले. मी म्हटले, तुम्ही कोण मन्नू भंडारींची अनुमती/सहमती थोपवणारे? त्यांची अनुमती तुमच्या अनुमतीच्या बंधनात कधीपासून अडकू लागली? पत्नीचे स्वतंत्र अस्तित्व नाकारून, तिच्या 'हो-नाही'चा स्वामी बनणारा संस्थानिक तुमच्या अंतरंगात केव्हापासून वसू लागला? मी त्यांना एक खूप तिखट प्रश्न विचारला, तुम्ही 'सुनिश्चित साहित्यिक दृष्टी' वा प्रमाणीकरणाच्या निकषांचा कितीही गवगवा केलात तरी दुसऱ्यांच्या साहित्यिक दृष्टी व प्रमाणीकरणाच्या निकषांबद्दल प्रश्नचिन्ह उभे करण्यात कोणती इमानदारी व समजदारी आहे? आणि हो, मैत्रीवाद आणि कंपूशाहीबद्दल असे फतवे काढणे आपल्यासारख्या कथाकाराला मुळीच शोभण्यासारखे नाही.

"आणि त्यानंतर लगेच त्यांची अनुमती मिळाली असेल." योगेशने हसत हसत म्हटले आणि मीही हसत होकार दिला.

दरियागंजहून आम्ही 'फटफटिया' पकडली आणि टी-हाऊसवर पोचत लेखक मित्रांच्या हास्य-विनोदात सामील झालो. केवळ उठण्या-बसण्याच्या दृष्ट्याच नव्हे तर वैचारिक आदान-प्रदानासाठी टी-हाऊस ही एक अतिशय लोकाभिमुख जागा होती. इथे अकहानी, सचेतन कथा, अकविता अशा अलिकडेच जन्माला आलेल्या चळवळींबद्दल कधी गंभीर तर कधी थट्टा-मस्करीच्या सुरात चर्चा होत असत. प्रत्येक पिढीच्या लेखकांचा तिथे मेळावा भरत असे. नव्या चळवळींच्या रूपरेखा तिथे आखल्या जात आणि अधूनमधून वादंगही पेट घेत. मला इथल्या वाद-विवाद, गप्पा-गोष्टी-चर्चा अशा गोष्टींत रस वाटू लागला आणि यातूनच माझे इतर अनेक लेखकांशी संबंध वाढत गेले. रमेश गौर, सुदर्शन चोप्रा, जगदीश चतुर्वेदी, विनय, शक्तिपाल केवल, महीप सिंह, विनोद शर्मा, बलदेव वंशी, केवल गोस्वामी, धर्मेंद्र गुप्त, रमेश बक्षी, हरदयाल, रमेश रंजक, बदीउज्जमां, हंसराज रहबर, मुद्राराक्षस, बलराज मेनरा, योगेश गुप्त, रमाकांत, राजीव सक्सेना अशी मंडळी आमच्या प्रत्येक बैठकीत सामील असत. अशा वातावरणात एका संध्याकाळी मी टी-हाऊसमध्ये शिरतच होतो तेवढ्यात मागून आवाज आला, "अहो, इकडे या बरं!" मी आवाजाच्या रोखाने बघितले तर टी-हाऊसबाहेरच्या लोखंडी कठड्याला टेकून रमेश गौर उभा होता. मी त्याच्या जवळ जाताच त्याने विचारले, "आजूबाजूला न बघता,

सरळ आत कुठे घुसताय? विष्णुजींना कधी भेटला आहात का?''

"विष्णुजी म्हणजे विष्णू प्रभाकर?'[३२] मी पृच्छा केली.

"हो भाई, विष्णू प्रभाकर.''

मी बघितले, त्याच्या बाजूलाच विष्णुजी हसत उभे होते. डोक्यावर गांधी टोपी, पायात चप्पल, खांद्याला झोळी लटकवलेले, खादीच्या ढील्या-ढाल्या कुडता-पायजम्यावर खादीचे जाकीट घातलेले विष्णुजी मला किती वेगळे भासले ते शब्दांत सांगता येणार नाही. मग त्यांच्याबरोबर भेटी-गाठींचा, अगदी गहिऱ्या आंतरिक नात्याने जुळण्याचा क्रम सतत सुरूच राहिला. त्यांचे टी-हाऊसमध्ये येणे मलाच काय, सर्व लेखकांना प्रेरणादायी असायचे.

विष्णुजींनी लिहिलेले शरतचन्द्रांचे चरित्र 'आवारा मसीहा' जेव्हा प्रकाशित झाले, तेव्हा त्याने एकच खळबळ उडवून दिली. टी-हाऊसमध्ये उत्साहाला विशेष उधाण आले. सर्वांना वाटले की जणू त्यांच्यामधूनच एक महान साहित्यकृती जन्माला आली आहे. या साहित्यकृतीबद्दल विष्णुजींना या वर्षीच्या साहित्य अकादमीच्या पुरस्काराचा सन्मान मिळायलाच हवा असे सर्वांना प्रकर्षाने वाटत होते; पण साहित्य अकादमीतल्या राजकारणामुळे तो त्यांना मिळू शकला नाही, त्यामुळे सगळे साहित्यिक क्षुब्ध होऊन गेले. 'मुद्राराक्षस' आणि रमेश गौर यांनी खूप धावपळ करून साहित्य अकादमीमधल्या पुरस्कारविषयक राजकारणाच्या विरोधात 'रायटर्स युनियन ऑफ इंडिया'ची स्थापना केली. तिच्या अंतर्गत दिल्ली नगरपालिकेच्या सभागृहात एका प्रचंड सभेचे आयोजन करण्यात आले. साहित्यिकांनी खचाखच भलेल्या सभागृहात विष्णु प्रभाकरांच्या 'आवारा मसीहा'ला लेखकीय आत्मसन्मान आणि सर्जनात्मक मूल्यबोधाच्या निर्मितीसाठी १९७४-७५'चा 'पाब्लो नेरुदा सन्मान' प्रदान करण्यात आला. तो पुरस्कार स्वीकारत असताना विष्णुजींच्या चेहऱ्यावर साधेपणा आणि उदात्ततेचे जे अनोखे मिश्रभाव झळकत होते, ते केवळ अविस्मरणीय!

तेवढ्यात कुणी माझ्या खांद्यावर जोरदार थापट दिली. मी बघितले तर तो शांतिदेव होता, त्याच्या पाठी हरनाम, त्याच्याही पाठीमागे जगदीश चतुर्वेदी. आम्ही एका टेबलापाशी बसलो. हरनाम म्हणाला, "यार निंदर, मला चंदीगडला मिंदर भेटला होता. तुझी आठवण काढत होता. म्हणाला, ते माझे शिक्षक आहेत.'' मला रोपरच्या कॉलेजमधले दिवस आठवत गेले. तरुण मिंदरचा चेहरा डोळ्यांसमोर तरळू लागला. आम्ही सतलजच्या हेडवर्क्समधून सोडलेल्या पाण्याच्या तेज प्रवाहाविरुद्ध

---

३२. पद्मभूषण विष्णू प्रभाकर (१९१२-२००९) ज्येष्ठ हिंदी साहित्यिक, कवी, कादंबरीकार, चरित्रलेखक, नाटककार, बालसाहित्यकार, राष्ट्रभक्ती आणि सामाजिक सुधारणेचा पुरस्कार करणारे लेखक.

झगडणाऱ्या मासोळ्या बघत बसायचो आणि काठावरच्या चमकणाऱ्या वाळूतून चकचकित दगड गोळा करून आणायचो. ते सगळे आठवले आणि मी गप्प होत त्या आठवणींमध्ये बुडून गेलो. ते बघून शांतिदेवने पुन्हा एक जोरदार थापट लगावली, "कुठे हरवलास, डॉक्टर? जास्त विचार करू नकोस. जास्त विचार करणारे काही कामाचे राहत नाहीत." आणि त्याने कॉम्रेड मंडळींचे मनोरंजक किस्से सांगायला सुरुवात केली.

शांतिदेव आणि हरनाम हातात हात घालून कॉफी-हाऊसच्या दिशेने निघून गेले. मी आणि जगदीश चतुर्वेदी टी-हाऊसमध्ये शिरलो. जगदीश आपल्या साथी लेखकांना भेटत भेटत एका टेबलपाशी बसला. मी जवळच्या टेबलापाशी रामदरश मिश्र, धर्मेंद्र गुप्त आणि केवल गोस्वामी गप्पा मारण्यात गुंगून गेले होते, तिथे जाऊन बसलो. तेवढ्यात मोना गुलाटी तिथे आली आणि पटकन माझ्या शेजारी येऊन बसली. ती म्हणाली, "मणिका मोहिनी भेटली होती. ती तुमची आणि तुमच्या पत्नीची खूप प्रशंसा करत होती." आणि ती मोठ्या खुशीत इकडच्या-तिकडच्या गप्पा मारत बसली. एक तेज-तर्रार पंजाबी मुलगी, स्वभावाने अगदी अवखळ, अकवितेच्या संदर्भात नावारूपाला आलेली कवयित्री, त्यातून आमच्या मित्रवर्य चतुर्वेदीच्या प्रेमात पडलेली, ती कवितेवर चर्चादेखील करू शकत होती हे मला खूपच आवडले. आम्ही कॉफी पीत गप्पा मारत बसलो. टेबलापाशी असलेल्या इतर लेखकांशीही गप्पा सुरू होत्या. कुणास ठाऊक कसा, मोनाला माझ्याबरोबर गप्पा मारत बसलेली बघून चतुर्वेदी एकदम नाराज झाला आणि भांडणाला सुरुवात झाली. हा सगळा प्रसंग मी डायरीत लिहिला आहे म्हणून त्याची पुनरावृत्ती इथे करत नाही. तेवढ्यात योगायोगाने कुमार विकल तिथे आला. त्याने दुरूनच हाक दिली, "नरेन्द्र मोहन, चल ऊठ." आणि मी तिथल्या मित्रांचा निरोप घेऊन विकलपाशी आलो. त्याने आपल्याच ढंगात म्हटले, "अरे, इथे कुठे बसलायस? या लोकांबरोबर बसून काय मिळणार- खुळखुळा?" आणि तो हसू लागला.

आम्ही टी-हाऊसच्या पाठी असलेल्या सरदारच्या धाब्यावर गेलो. टी-हाऊसच्या मानाने इथे गोंगाट कमी असायचा, खाणे-पिणे कमी खर्चिक आणि समोरासमोर बसून कविता, कथांचे वाचनही करता येत असे. बघता बघता राजीव सक्सेना, बलदेव वंशी आणि केवल गोस्वामीही तिथे येत गेले. त्या दिवशी विकलने इतक्या उत्कृष्ट कविता ऐकवल्या ज्या आजही माझ्या आठवणीत घर करून बसल्या आहेत.

दोन-तीन दिवसांनी मी साहित्य अकादमीच्या ग्रंथालयात निघालो होतो, फाटकाजवळ नंदिताची भेट झाली. तिने खूप सुंदर साडी नेसली होती आणि तिच्या कपाळावर मोठीशी बिंदी चमकत होती. आम्ही दोघे बोलत बोलत 'त्रिवेणी'मधल्या कॅन्टीनमध्ये आलो. कॉफीची ऑर्डर दिली. तिने सांगितले की तिने रेडिओवरची नोकरी सोडली

असून ती सध्या कथ्थक शिकत आहे आणि त्याच्या प्रस्तुतीकरणातल्या बारकाव्यांवर ललित कला अकादमीबरोबर एका प्रकल्पाअंतर्गत काम करत आहे. तिचा कथ्थक नृत्याचा प्रयोग 'त्रिवेणी' मधल्या खुल्या रंगमंचावर लवकरच होऊ घातला होता. मी तिचे अभिनंदन केले आणि प्रयोगाची तारीख निश्चित झाल्यावर मला जरूर कळव असेही सांगितले.

सौमित्र आणि मणिकामधले मतभेद दिवसेंदिवस अधिक तणावपूर्ण आणि तापदायक होत चालले होते. मणिका आपली बाजू मांडण्यासाठी अनुराधाला अनेक गोष्टी सांगत असे. यांचे संबंध इतके ताणले गेले आहेत की नाते निभवण्याच्या सगळ्या शक्यता संपलेल्या आहेत, हे आम्हा दोघांच्या लक्षात आले. अखेरीस व्हायचे तेच झाले आणि त्या दोघांनी विभक्त व्हायचा निर्णय घेतला. मणिकाने पटेल नगरच्या दक्षिण विभागातल्या एका इमारतीच्या वरच्या मजल्यावर घर घेतले आणि ती तिथे निघून गेली. सौमित्र जनकपुरीत राहू लागला. देवेन्द्र इस्सरदेखील पटेल नगरचे घर सोडून जनकपुरीतल्या आपल्या घरी राहायला गेले आणि जगदीशचन्द्र पंजाबहून बदली घेऊन जनकपुरीत राहायला आला. मी जेव्हा इस्सरना भेटायला जायचो तेव्हा सौमित्र आणि जगदीशचन्द्रबरोबरदेखील भेट व्हायची. तेही घरी येत-जात असत.

मणिका जोपर्यंत पटेल नगरमध्ये राहत होती, तोपर्यंत घरी येत-जात असे. नंदिताचा जो नृत्यप्रयोग 'त्रिवेणी'मध्ये होणार होता, त्याचे आमंत्रण द्यायला तीच आली होती. मी कॉलेजहून निघत सरळ 'त्रिवेणी'वर जाऊन पोचलो. तो प्रयोग म्हणजे खरोखरच एक उच्च दर्जाचा कलात्मक-सौंदर्यात्मक अनुभव होता. नंदिता एखाद्या कळीसारखी फुलत, प्रफुल्लित होत, कधी चमकत, कधी जलद गतीने नृत्य करत तन्मयतेच्या शिखरांना स्पर्श करत होती, अवघे ब्रह्मांड तिच्या पदलालित्याने थरारून गेले होते. तिच्या एक-एका मुद्रेत अगणित रंगच्छटा, प्रत्येक हरकतीत ऊर्जा सामावली होती, तिच्या लयबद्ध देहाने जणू आकाशाला आपल्या पंखांच्या कुशीत सामावून घेतले होते. अंधारात उजळून निघालेली एक नृत्यांगना... नाही, नाही, नृत्यांगना नाही... पेटलेला पलिताच कुणी अदृश्य हाताने चक्राकार घुमवत होते. हे साधेसुधे नृत्य नव्हते, तर हजारो बाहू उंचावून घडत असेलेला नृत्यविभ्रम होता आणि मी मंत्रमुग्ध होऊन बघत राहिलो होतो. कला कलाकाराला, त्याच्या अभिनयाला आणि अभिव्यक्तीला इतकी बदलून टाकू शकते? नृत्य संपल्यावर मी रंगमंचाच्या मागे तिला भेटायला गेलो.

"तू तर आज कमाल केलीस." मी म्हणालो.

ती हसली आणि म्हणाली, ''पाच मिनिटं थांब, मी आलेच.''

ती आली, म्हणाली, ''चल, तुला मी माझ्या घरी घेऊन जाणार आहे.'' आणि पापणी लवायच्या आत आम्ही तिच्या घरी पोचलो.

मी खूष होऊन म्हटले, ''मला ठाऊक नव्हतं की तू इतकी उत्तम नृत्यांगना आहेस. आज तू कमाल केलीस.''

''निंदर, दिल्लीत माझं एक कला-वर्तुळ आहे पण ते असूनही मी अगदी एकटी आहे. मला काय करावं ते समजत नाही.''

ती खूप उदास झाली होती.

''कला मुक्ती देते नंदिता, आणि तुला तर मुक्तीबरोबर स्वीकृतीही मिळाली आहे.''मी तिच्या खांद्याला हलकेच स्पर्श केला. तिने माझा हात हातात घेतला. मला जाणवले की देहाचा गंध बुडवून टाकत नाही, तो ऊर्जेप्रमाणे पसरत जातो देहातून, मनातून, आत्म्यापर्यंत!

◆

रेषा वेदनेच्या

कॉलेजमधल्या पहिल्या दिवसापासून मला प्रमिलाबद्दल जी आपुलकी वाटू लागली होती, ती पुढेही कायम राहिली. सौमित्रला कॉलेजमधून काढून टाकल्याबद्दल तिने हरभजन सिंहना ज्या रोखठोक ढंगात जाब विचारला होता, तो अंदाज, त्या मागच्या भावना मला आवडल्या होत्या. ते दोघे एकमेकांना एम.ए. करत असल्यापासून ओळखत होते, असे सौमित्रनेही मला नंतर सांगितले होते. एकदा टी-हाऊसमध्ये कांती मोहनची भेट झाली. तेव्हा तो म्हणाला, ''तू खालसा कॉलेजमध्ये आहेस ना, तिथे आमची एक सहाध्यायी आहे, प्रमिला मलिक. एम.ए. करत असताना ती आमच्याबरोबर होती. तेव्हा ती प्रमिला बिल्ला होती, तेव्हाही ती या मित्रांबद्दल आणि डॉक्टर नगेन्द्र तसंच त्यांच्या परिवाराबद्दल बोलत असे.''

आम्ही पटेल नगरमध्ये राहत असताना १९६९ साली, जेव्हा मनीषाचा जन्म झाला तेव्हा मी सर्वांना सांगितले की मुलगा झाला आहे. हिंदी विभागातले मित्र आणि प्रमिलादेखील अभिनंदन करण्यासाठी आमच्या घरी आले. जेव्हा अनुराधाने सांगितले, की आम्हाला मुलगा नसून मुलगी झाली आहे, तेव्हा प्रमिला माझ्याकडे बघत म्हणाली, ''हं, म्हणजे असं आहे तर, हा तुमचा खट्याळपणा दिसतोय!''

''घरीही हे असेच बोलतात-वागतात. यांच्या लेखी मुलगा असो वा मुलगी, दोन्ही सारखेच आहेत.'' अनुराधाने सांगितले.

राकेश (अमित)चा मुंडन-संस्कार करते वेळीही प्रमिला इतर मित्रांबरोबर घरी आली होती. त्या प्रसंगी रामदरश मिश्र मॉडेल टाऊनहून पहिल्यांदाच आमच्या घरी आले होते. त्या कालखंडात मी इथल्या साहित्यिक व शैक्षणिक वर्तुळाचा भाग होऊ लागलो होतो. एक-दोनदा प्रमिलाबरोबर कीर्ती नगरमधल्या तिच्या घरी जाण्याचा प्रसंग आला. तिच्या चेहऱ्यावरच्या हास्यापाठी दडलेल्या उदासीच्या सावल्या साफ दिसत राहायच्या. एकदा बोलता बोलता तिने सांगितले की तिचा पती अमली पदार्थांच्या इतका आहारी गेला आहे, की त्यांच्यावाचून तो जगू शकत नाही. या कारणामुळे काही दिवसात त्याने या जगाचा निरोप घेतला आणि प्रमिला नीटू व किक्कीबरोबर एकटीच राहू लागली.

पटेल नगरचे घर तसे ठीकठाक होते पण खूपसे सुविधाजनक नव्हते म्हणून कीर्ती नगरमध्ये आपल्या घराजवळच्या इमारतीतल्या पहिल्या मजल्यावर एक घर रिकामे आहे हे प्रमिलाने सुचवताच मी आणि अनुराधा जाऊन घर बघून आलो आणि १९७० मध्ये आम्ही तिथे राहायला गेलो. घरासमोर तरसेमचा तंदूर होता, वर गच्ची होती, तिथे आमचे दिवस खूप मजेत जाऊ लागले. मुले शाळेत जाऊ लागली आणि माझ्या लेखनाची मुळे नियतकालिके, पुस्तकांच्या रूपाने तसेच चर्चासत्रे, परिषदांमधून सर्वदूर पसरू लागली. माझे लेख, समीक्षा नियतकालिकांतून प्रकाशित होत गेले. 'आधुनिक हिंदी कविता मे अप्रस्तुत-विधान' आणि 'आधुनिकता और समकालीन रचना-संदर्भ' ही पुस्तके या काळात प्रकाशित झाली आणि त्यावर चर्चा सुरू झाल्या. विविध कॉलेजांत आयोजित केलेल्या परिषदा तसेच काव्य वाचनांमध्ये मी खूप उत्साहाने भाग घेऊ लागलो. दिल्लीत होणाऱ्या प्रत्येक चर्चासत्रात माझा सहभाग हटकून असायचाच. हळूहळू दिल्लीबाहेर होणाऱ्या चर्चासत्रांना व संमेलनांनाही मला आमंत्रित केले जाऊ लागले. 'सिर्फ'चे संपादक नंदकिशोर नवल यांनी पाटण्यात २७-२८ डिसेंबरला आयोजित केलेल्या युवा लेखक संमेलनातही मी सामील झालो होतो. त्यात खूप गडबड उडून गेली होती. तरुण साहित्यिक-कवी, कथालेखक, समीक्षक इतक्या मोठ्या संख्येने पहिल्यांदाच एकत्र आले होते. दोन दिवसांच्या परिषदेची आखणी चार चर्चासत्रात केली गेली होती. त्यातले पहिले होते, 'तरुण लेखकांची रणनीती', दुसरे, 'कविता : योग्य भाषेचा शोध', तिसरे, 'कथा : समकालीन मानवाला अभिव्यक्त करण्याचा एकमेव मार्ग' आणि चौथे होते, 'समीक्षा कशासाठी?''

या चर्चासत्रात विभिन्न दृष्टिकोनातून चर्चा होत राहिली, पण जास्त करून परस्परविरोधी आणि असंबद्ध आवाजांचा एक कोलाज त्यातून बनत गेला, त्यातून योग्य दिशा दर्शवणारा जो पर्याय उमटून यायला हवा होता, तो उमटून आला नाही. कदाचित अशा मोठ्या संमेलनातून असेच काही निष्पन्न होत असेल. त्यातही इब्राहिम शरीफने 'तरुण लेखकांची रणनीती'मध्ये सादर केलेल्या शोधनिबंधात त्याने तरुण पिढी, त्यांची नाराज मानसिकता आणि आवडी-निवडींबद्दल अनेक मुद्दे मांडले; पण त्यानंतरची चर्चा मात्र अगदी अळणी आणि उथळ झाली. 'कविता : योग्य भाषेचा शोध' या सत्रातल्या परमानंद श्रीवास्तव आणि विजेन्द्रच्या शोधनिबंधातूनही कवितेबद्दल जी चर्चा व्यक्त झाली, ती अगदी सामान्य होती. भाषेच्या प्रश्नावर चर्चेचा रोख वळेपर्यंत मध्यांतराची वेळ झाली. नामवर सिंह[३३] यांनी भाषेबद्दल जी

---

३३. डॉ. नामवर सिंह (१९२६-२०१९) साहित्य अकादमी पुरस्काराने सन्मानित ज्येष्ठ समीक्षक, भाषातज्ज्ञ, शिक्षणतज्ज्ञ, विचारवंत

मते मांडली ती अशोक वाजपेयी[३४] यांना पटली नाहीत. या सगळ्यातून समकालीन भाषेच्या स्वरूपाबद्दलची अनभिज्ञता जाहीर होत होती. तिसऱ्या सत्रात अनेक असंगत बाबी असूनही विजय मोहन सिंह, अशोक अग्रवाल आणि जितेंद्र भाटिया यांनी ममता कालिया, मृदुला गर्ग व निरूपमा सेवती यांच्या कथांचे उत्तम परीक्षण केले. धूमिल, रेणुजी, कुमारेंद्र पारसनाथ सिंह, नंद चतुर्वेदी, नवल किशोर या सर्वांशी या संमेलनात पहिल्यांदाच ओळख झाली आणि त्यांच्याबरोबर चर्चासत्रांव्यतिरिक्त इतर अनेक विषयांवर चर्चा करण्याची संधी मिळाली.

चौथ्या सत्रात 'समीक्षेचे प्रयोजन' विषयावर चर्चा झाली. विमलने निकृष्ट समीक्षेची उदाहरणे सादर करत त्याबद्दल फतवेच जाहीर केले. नवल किशोरने परंपरेच्या अनुषंगाने साहित्यकृतीची समीक्षा करण्याचा आग्रह धरला, तर मी त्या दोघांशी असहमती दर्शवत, असे म्हटले की आजच्या साहित्यकृतीच्या मूल्यमापनाचे निकष तिच्या अंतरंगातूनच शोधून काढले जावेत. नव्याने सामोरे येणाऱ्या प्रतीक व रूपकांना समजून घेऊन, त्यातले मर्म वाचकांपर्यंत पोचवणे, ही समीक्षकांची जबाबदारी आहे. सतत विधाने करण्याच्या सवयीतून सुटका करून घेत, स्वतःची फसवणूक टाळूनच आजचा समीक्षक नव्या सर्जनशीलतेचे स्वागत करू शकेल व समीक्षेच्या नव्या पद्धती शोधून काढू शकेल. समकालीन कथा आणि कवितेत अशा प्रयत्नांची सुरुवात झालीच आहे.

समीक्षेला शास्त्र आणि संप्रदायाच्या स्वाधीन करून चालणार नाही. शास्त्रांकडून आजही खूप काही घेता येईल, पण त्या शास्त्रीय सिद्धान्तांना इथल्या साहित्यकृतींच्या आगीत तापवून त्यांची उपयुक्तता तावून-सुलाखून घेतली पाहिजे. समकालीन सर्जनशीलता व साहित्यातून निर्माण होणाऱ्या मुद्द्यांचे विश्लेषण करूनच नव्या समीक्षेची विचारधारा विकसित करता येईल. असो, नामवर सिंह आणि कुमारेंद्र पारसनाथ सिंह यांच्यामध्ये झडलेले वाद-विवाद आणि चकमकी खूप मजेदार होत्या. नामवर सिंहांची समीक्षाविषयक भूमिका माझ्या परिचयाची होतीच, कुमारेंद्र पारसनाथ सिंह[३५] यांच्या समीक्षेबाबतच्या विचारातली प्रखरता मला पहिल्यांदा अनुभवायला मिळाली.

चर्चासत्रांबाहेर ज्या व्यक्ती तिथे भेटत गेल्या, त्या सर्वांत मला ज्ञानरंजनचे व्यक्तिमत्त्व त्याचा खेळकर स्वभाव आणि मजेदार शेरेबाजीमुळे मला खूप भावले. कथांमधून वजनदार भासणारे आणि चक्रावून टाकणारे दूधनाथ सिंहांचे व्यक्तिमत्त्व

---

३४. डॉ. अशोक वाजपेयी (१९४१-) हिंदी कवी, निबंधकार, साहित्य-संस्कृती समीक्षक, ललित कला अकादमीचे पूर्वाध्यक्ष.

३५. कुमारेंद्र पारसनाथ सिंह (१९२८-१९९२) हिंदी कवी, समीक्षक.

प्रत्यक्षात तितकेच सरळ-साधे आहे असे जाणवले. रवीन्द्र कालिया, कुमार विकल यांच्याशी जालंधर सोडल्यानंतर पहिल्यांदाच भेट झाली. रवीन्द्र आणि ज्ञान, कुमार आणि धूमिल यांची का कुणास ठाऊक कशी, माझ्या मनात सरमिसळ होत राहिली. या चर्चासत्रातून वरवर खूप गलबला होत राहिला पण तिथे जमलेल्या महारथींमध्ये काही वेगळेच खलबत शिजत होते. सामाजिक परिवर्तनाच्या मोठ-मोठ्या उद्दिष्टांबद्दल, मोठमोठ्या शब्दांच्या आवरणाखाली बरेच काही बोलले गेले, त्यामुळे मोठा गलका उडत गेला; पण ते सगळेच निरर्थक होते. साहित्याला राजकारणाची भीती का असावी, पण इथे राजकारणाने साहित्यात अशी सरळसरळ घुसखोरी केली होती की ज्याचे नाव ते! तशीच उखड-पाखड, तशीच कारस्थाने! शेवटी नंदकिशोर नवल हताश होऊन गेले. साहित्याच्या सभेत शोकसंगीताची धून वाजू लागली आणि मी त्या शोकसभेत हसण्याची कल्पना करू लागलो.

माझ्या मनात नेहमी काही ना काही उलाघाल सुरू असायची. एकापाठून एक वर येणाऱ्या उसळत्या विचारांची कमान आणि बऱ्याचदा त्यातून उद्‌भवणाऱ्या विचार, भावना आणि आशंकांच्या वावटळी मला घेरून टाकत. या वावटळींना शब्दांत पकडणे वा परिवर्तित करणे कठीण होऊन जायचे. शब्द आपली किंमत मागायचे, ते त्या भावना, विचार आणि कल्पनांकडे खोलवर वाकून बघायचे, की यात काही जीव आहे की नुसतेच खुरटलेले कोंब आहेत? आणि विचारही काही कमी थोडेच आहेत? तेही शब्दांकडे खूप खोलवर वाकून ते स्वतःसाठी लायक आहेत की नाही, ते बारकाईने बघत. अनेकदा असेही व्हायचे की विचार आणि शब्द इतके एकसाथ जुळून यायचे, की मनातल्या मनात वाक्यामागून वाक्ये जन्म घेत जायची, त्यांना फक्त कागदावर उतरवायचे बाकी असायचे. बऱ्याच वेळा मी एखाद्या शब्दासाठी तास न् तास अडकून पडायचो आणि माझी घुसमट वाढत जायची. मला इतर काही सुचायचे नाही, हातून काही व्हायचे नाही. अनुराधाची हाक यायची, ''कुठे आहात? किती वेळा हाका मारल्या, तुम्हाला त्या ऐकू कशा येत नाहीत?'' मी विचारात पार हरवलेला असे, तसाच तिच्याकडे बघत राही. ''अहो, उठा. काही बघा, मुलं मोठी होऊ लागली आहेत. त्यांच्या गरजांकडे लक्ष द्या.'' तिच्या आवाजात रागाची झाक आहे. मी 'हो हो' करत राहतो पण स्वतःच्या माथेफोडीतून बाहेर येऊ शकत नाही. मी इकडे आलो, तर ते सुटून जाते, त्याला पकडले तर हे निसटून जाते. मला हे सगळे टोचणी लावत राहते पण यातून मार्ग कसा काढावा ते मात्र समजत नाही.

गिरीजाकुमार माथुर यांच्या ओळी आठवतात.

'दोन्ही वादळांचा दुहेरी अंधकार

कुणाला मी सोडू,
कुणाचा स्वीकार करू,
हे माझ्या आत्म्यामध्ये थबकलेल्या प्रतीक्षे!'

कुणाची वाट बघत होतो? मी गोदोची वाट बघत होतो का? पण कुठवर, अखेरीस कुठवर? पण मृत्यू म्हणजे तर गोदो नाही, त्याची वाट बघूनही तो कधी आला नाही. मृत्यू यायचा थांबणार थोडाच आहे? दीर्घकाळ वाट बघायला लावणारा मृत्यू एका क्षणी आल्यावाचून राहत नाही. आपण कितीही क्लृप्त्या लढवल्या तरी येणारा तो क्षण कधीच थोपवता येणार नाही.

'मृत्यूचा दिवस निश्चित आहे
मग रात्रभर डोळा का लागत नाही?'

बघा ना, मोहन राकेश कुठे थांबवू शकला त्या येणाऱ्या क्षणाला? 'पैर तले की जमीन' लिहिता लिहिता तो निघून गेला, डायरी लिहिता लिहिता त्याने जगाचा निरोप घेतला. ओठांत दबलेली सिगारेट असलेला त्याचा तो हसरा-खेळकर चेहरा माझ्या डोळ्यांसमोर नेहमी चमकत राहतो. दिग्दर्शक, अभिनेत्यांबरोबर बरोबरीच्या नात्याने जुळवून घेणारा-झगडणारा तो चेहरा, नाटकीय शब्दांची बाजू घेत लढणारा-भांडणारा तो चेहरा, 'आषाढ का एक दिन', लहरों के राजहंस आणि 'आधे-अधूरे'चे लिखाण आणि प्रयोग माझ्या दृष्टीसमोर तरळून जाऊ लागतात. त्याचे अर्धवट राहिलेले नाटक 'पैर तले की जमीन' नंतर कमलेश्वर[३६] ने पूर्ण केले. ते १९७५ मध्ये प्रकाशित केले गेले. त्याची डायरीदेखील कमलेश्वरने संपादित केली आणि ती १९८५ मध्ये प्रकाशित करण्यात आली. मोहन राकेश म्हणजे राकेश निघून गेला आणि मोहन त्याच्या साहित्यात श्वास घेत, आमच्याबरोबर जगत राहिला. तो मोहन माझ्या आत घर करत गेला. नाही, तो मेला नाही, तो माझ्याबरोबरच आहे. तो येणार आहे. मी त्याची वाट बघतोय. पण मला वाटते त्याने इतर कोणत्याही प्रकारे परत यावे, गोदोसारखे येऊ नये.

आंतरिक आघात, बाहेरचे आघात... वाटते, या दोघांमध्ये चांगलाच अडकून पडलो आहे. स्वातंत्र्य आणि मुक्तीसाठी लढण्यामध्ये मृत्यूला छातीशी कवटाळण्याची तीव्र भावना तसेच आकर्षणही असते. किती लोभावणाऱ्या, तडपवणाऱ्या भावना असतात या! माझ्या अंतरंगात तसेच बाह्य वास्तवात स्वातंत्र्यासाठी फाळणी आणि फाळणीबरोबर स्वातंत्र्य यांचे अतूट नाते आहे. पूर्व पाकिस्तानात स्वातंत्र्य आणि मुक्तीसाठी संघर्ष उसळला होता. पाकिस्तान सैन्याच्या ताकदीचा वापर करून या

---

३६. पद्मभूषण कमलेश्वर प्रसाद सक्सेना (१९२३-२००७) हिंदी साहित्यिक, चित्रपट पटकथा लेखक, साहित्य अकादमी पुरस्काराने सन्मानित.

संघर्षाला चिरडण्याच्या पवित्र्यात पुढे सरसावला होता. स्वातंत्र्य आणि मुक्ती-संघर्षाची सूत्रे मुजिबुर रेहमान यांच्या हातात आली होती. यामुळे हिंदुस्थान-पाकिस्तानदरम्यान तणावपूर्ण वातावरण निर्माण झाले आणि कुठल्याही क्षणी दोन्ही देशांमध्ये युद्धाची ठिणगी पडेल, अशी स्फोटक परिस्थिती निर्माण होत गेली. अखेरीस ज्याची भीती होती तेच झाले. १९७१च्या डिसेंबरमध्ये युद्धाला तोंड फुटले. फाळणीच्या वेळी जसे नसानसात भिनलेल्या आणि धमन्यांतून वाहणाऱ्या भाषा आणि संस्कृतीकडे दुर्लक्ष केले गेले, तेव्हा जो अनर्थ घडला तसाच आताही घडत होता. धर्माच्या आधारावर केलेल्या फाळणीला नाकारून पूर्व पाकिस्तानमधल्या बांगला जनतेने बांगला देशाचे स्वतंत्र अस्तित्व निर्माण करण्याचा निर्धार केला, तर त्यात त्यांचे काय चुकले? पाकिस्तान स्वतःच्या निर्मितीमागचा आधारच असा कोसळून पडताना बघून इतका चवताळून उठला, की त्याने हिंदुस्थानच्या विरोधात अनेक ठिकाणांहून एकसाथ युद्धाची मोर्चेबांधणी केली. अनेक शहरांवर बॉम्बवर्षाव सुरू झाला. अंबाला असो वा लाहोर, विध्वंसाचा तडाखा जसा इकडे तसा तिकडेही बसू लागला. दोन्हीकडे भावनांचे एकसारखेच चीत्कार उमटत राहिले पण अशा हिंस्र वातावरणात, हवाई हल्ल्यांमध्ये ते ऐकायला कुणाला सवड होती? चहूकडे विध्वंस, धूळधाण, शौर्याच्या प्रदर्शनातून उमटणारे राखेचे लोट, सुनसान शांत रात्री आणि जय-पराजयाचे प्रसंग सामोरे येत होते. रणनीती-कूटनीतीचे तज्ज्ञ आता नवे डावपेच, नवी धोरणे सादर करायला पुढे सरसावतील. लाजिरवाण्या पराभवाला सामोरे जावे लागलेल्या पाकिस्तानी सैन्याला ढाक्क्यात शरणागती पत्करावी लागली. स्वातंत्र्य आणि मुक्तीसाठीच्या निर्णायक युद्धानंतर एका स्वतंत्र बांगला देशाचा उदय झाला.

पाकिस्तानच्या हवाई दलाने अंबाल्यातले मोठे चर्च आणि सैनिकी हॉस्पिटलवर केलेल्या हल्ल्यांमध्ये चर्च उद्ध्वस्त झाले आणि हॉस्पिटलचे अनेक वॉर्ड्सही नष्ट झाले. आज मी अंबाल्याला जाऊ शकतो, मी तिथे जाईन, तिथले भग्नावशेष बघून येईन, पण लाहोरला जाणे कसे शक्य होईल?

कुठल्या ना कुठल्या कारणाने कधी विद्यापीठाच्या काही कामासाठी, कधी एखाद्या नाटकाच्या प्रयोगासाठी वा परिषदेनिमित्त माझे चंदीगडला जाणे होतच राही. या वेळी वैचारिक कविता/दीर्घ कवितेवरील चर्चेसाठी तिथे जाण्याचा योग आला. नव्या-जुन्या लेखक-मित्रांमध्ये विचाराला कवितेमध्ये, कवितेमध्ये विचाराला असलेल्या स्थानाबद्दल संमिश्र चर्चा होत गेली आणि या संदर्भात दीर्घ कवितेबद्दल चर्चा होत राहिली; पण जसे एडगर ॲलन पोने म्हटले की, दीर्घ कवितेसारखी काही गोष्ट असूच शकत नाही, असे ठामपणे म्हणण्याचे धाडस कुणी दाखवू शकला नाही. तसेच विस्तीर्ण पार्श्वभूमीवर उद्भवणाऱ्या ताणतणावांच्या सर्व संभाव्य रूपांकडे

निर्देश करण्याची इलियटची हातोटीही कुणाकडे नव्हती. मी जेव्हा या बिंदूंना जरासा स्पर्श करत, 'अज्ञेय' यांची 'प्रमथ्यु गाथा' आणि मुक्तिबोध[३७] यांची 'अंधेरे में' सारख्या दीर्घ काव्यांमधल्या परिस्थिती चित्रणातून निर्माण होणाऱ्या ताणातून खुलणाऱ्या कविता-स्तरांकडे लक्ष वेधून घेतले, तेव्हा लेखक-मित्रांच्या चेहऱ्यांवर हलकेसे स्मित झळकताना दिसू लागले. संध्याकाळी यश गुलाटीला बरोबर घेऊन मी मदान साहेबांना भेटायला गेलो. त्यांनी कादंबरीबद्दल चर्चा करायला सुरुवात केली. तेवढ्यात कुमार विकल आणि पृथ्वीराज कालियाही तिथे आले. मदान साहेबांच्या चर्चेचा रोख नव्या कादंबरीच्या दिशेने वळला. "जगदम्बा प्रसाद दीक्षितांची[३८] कादंबरी 'मुरदाघर' तुम्हाला कशी वाटली?" त्यांनी विचारले.

"ती एक वेगळी कादंबरी आहे. ती एका विशिष्ट सामाजिक स्तरातल्या समूहाचे जगणे त्याच्याच भाषा-लयीत सादर करणारी साहित्यकृती आहे." मी उत्तर दिले.

ते ऐकून ते खूश झाले, म्हणाले, "हेच जेव्हा मी सांगतो तेव्हा ते कुणाला पटत नाही. पण नरेन्द्र मोहन ही भारती[३९] वा निर्मल[४०] सारखी शैली नाही, ही लय संपूर्ण कादंबरीच्या विकासाचा महत्त्वपूर्ण भाग आहे."

ते कुमार आणि कालियाकडे वळले, "अरे, तुम्हीही काही बोला!"

आणि ते आत निघून गेले.

कुमार माझ्याकडे बघत हसत म्हणाला, "ते स्नानघरात गेले आहेत. तिथेच त्यांचा बारदेखील आहे. आता एक पेग घेऊनच बाहेर येतील."

मदानसाहेब बाहेर आले तेव्हा काही जास्तच ताजेतवाने दिसत होते. तेव्हा कुमारने कोणती टिप्पणी केली कुणास ठाऊक; पण त्याच्या कुठल्याशा वक्तव्यावर ते अचानक भडकून उठले, "तुला काही समजत नाही. विद्यापीठाबाबत आता तू मला काय शिकवणार?"

कालियाने कुमारला रागवायचा आविर्भाव करत म्हटले, "अरे, या वेळी हे काम करूनच टाक, आपल्या अब्रूचा प्रश्न आहे."

---

३७. गजानन माधव मुक्तिबोध (१९१७-१९६४) ज्येष्ठ हिंदी कवी, सांस्कृतिक, राजकीय विश्लेषक, निबंधकार.

३८. जगदम्बा प्रसाद दीक्षित (१९३३-२०१४), हिंदी कादंबरीकार, संपादक

३९. पद्मश्री धर्मवीर भारती (१९२६-१९९७) हिंदी कवी, नाटककार, विचारवंत, 'धर्मयुग'चे संपादक.

४०. ज्ञानपीठ विजेते निर्मल वर्मा (१९२९-२००५) हिंदी कथा, कादंबरीकार, कार्यकर्ते, अनुवादक, प्रवासवर्णने, नवकथेचे पुरस्कर्ते.

"तुमची अब्रूब्रिबू मला चांगलीच ठाऊक आहे. तुमच्या उथळ वागण्यामुळे मला माझी अब्रू घालवायची नाही. मी हे होऊ देणार नाही. तुम्ही सगळे निघा इथून."

कुमार आणि कालिया उठून उभे राहिले. त्यांच्याबरोबर आम्हीही मदान साहेबांचा निरोप घेतला. त्या रात्री बारा वाजेपर्यंत कुमार पीत राहिला - कधी उभ्याने, तर कधी बसून बडबडत, मदान साहेबांच्या वागण्याची निंदा करत राहिला. मला वाईट वाटलेले बघून यश म्हणाला, "हा उद्या परत मदान साहेबांच्या घरी जाऊन थडकेल आणि तेही याची प्रेमाने गळाभेट घेतील. तू उगीच वाईट वाटून घेतोयस."

आणि दुसऱ्या दिवशी मदान साहेबांच्या घरी बघतो तर काय; ते खरोखरच विकलला प्रेमाने जवळ घेत होते आणि तोही एखाद्या लहान मुलासारखा निष्पाप हसत होता.

मी स्वभावाने भावनाप्रधान असलो, तरी माझ्या मानसिक स्तरावर विचारांची गर्दी जास्तच दाटत असते. माझ्या पत्नीने हे जाणून घेतले होते आणि मुलेदेखील लहानपणापासून ते बघत आली होती. माझ्या जवळच्या मित्रांपासून देखील ही गोष्ट लपून राहिलेली नव्हती. माझे अचानक खवळून उठणे, बडबडणे आणि दुसऱ्या क्षणी विचारात बुडून जाणे, या गोष्टींचा मेळ घालणे इतरांसाठी कठीणच होऊन बसायचे. बऱ्याच वेळा या गोष्टींकडे एक कोडे म्हणून बघितले जायचे, तर कधी ते माझ्या दुभंगलेल्या मानसिकतेचा भाग म्हणून स्वीकारले जायचे. या सर्वांच्या पाठी माझ्या आई-वडिलांचा प्रत्यक्ष वा अप्रत्यक्ष प्रभाव काम करीत होता. आईचा शांत स्वभाव मला योग्य प्रकारे स्वीकारता आला. वडिलांच्या तापटपणाला सुप्त विरोध करण्यासाठी माझ्या अंतरंगात वैचारिक क्रिया-प्रतिक्रिया उमटत राहिल्या आणि पुढील काळात त्या माझ्या कविता आणि नाटकांतून विविध रूपांत व्यक्त होत गेल्या. माझा भावनाप्रधान स्वभाव आणि कवितेतल्या शांत रूपकांमधून व्यक्त झालेल्या संरचनात्मक आणि मानसशास्त्रीय पैलूंना या पार्श्वभूमीवर समजून घेणे सोपे जाईल.

कुठल्याही साहित्यप्रकाराच्या केंद्रस्थानी 'भाव' हा असतोच; पण तो फक्त कोरडाठक्क 'भाव' नसतो. त्याच्याशी भावना, विचार आणि कल्पनांचे ताणेबाणे जुळलेले असतात, जे भावस्थिती-मनःस्थितींवर परिणाम करत त्यांचे रूप सतत बदलत राहतात. ते अनेकदा संपूर्ण कवितेचे रूप बदलण्यास कारणीभूत ठरतात, हे माझ्या फार पूर्वीच ध्यानी आले होते. मुक्तिबोधांच्या कविता आणि चिंतनामुळे या विचाराला आणखी धार येत गेली. खास करून त्यांच्या ज्ञानात्मक संवेदना आणि संवेदनात्मक ज्ञानाबद्दलच्या संकल्पनांच्या स्पष्ट मांडणीचा माझ्यावर प्रभाव पडत गेला. १९६५ ते ७०-७२च्या कालखंडातल्या कवितेमधला विचार आणि भावनांचा

आंतरिक संबंध, त्यांचे अतूट साहचर्य आणि संयोजन पाहून माझ्या मनात वैचारिक कवितेची संकल्पना आकार घेऊ लागली तेव्हा मी राजीव सक्सेना यांच्याबरोबर याबद्दल चर्चा केली. विचारधारा आणि विचार यांना अलग करणे त्यांना मान्य नव्हते. या दोहोंमध्ये कसे नाते असेल, असावे यावर आमची एक प्रदीर्घ चर्चा झाली.

शेवटी विशिष्ट विचारधारेची बांधिलकी मानणाऱ्या कवींना स्वतंत्र ठेवत कवितेतल्या विचाराप्रती बांधिलकी व सक्रीयतेवर जोर देण्यात आला. कवितेतल्या विचारांच्या बंदिस्त नव्हे; तर खुल्या, चैतन्यपूर्ण आणि क्रियाशील अस्तित्वाबद्दल रामदरश मिश्र, नित्यानंद तिवारी[४१] आणि बलदेव वंशी[४२] यांच्याबरोबर विचार-विनिमय करून १९७३ मध्ये 'संचेतना'चा 'वैचारिक कविता विशेषांक' प्रकाशित करण्यात आला, त्यामुळे तेव्हा या विषयावरील चर्चेला एक व्यापक स्वरूप येत गेले.

या संदर्भात माझे अजमेरच्या सावित्री कॉलेजमध्ये विचारकवितेवर आयोजित केलेले व्याख्यान मला आठवते. व्याख्यानानंतर 'लहर'चे संपादक प्रकाश जैन यांनी माझ्यावर सरळसरळ आरोप केला, "तुमच्यावर अज्ञेयांची छाप आहे."

"कशी?" मी पृच्छा केली.

"आपल्या कविता आणि वैचारिक कवितासुद्धा अज्ञेयांच्या कवितेप्रमाणे तर्काधिष्ठित आहेत. अज्ञेयांचे तर्क त्यांच्या बौद्धिक दृष्टिकोनाचा भाग आहेत. तुमचे तर्क विचारांच्या आधाराने उभे आहेत. बाब एकच आहे."

"हा तर वडाची साल पिंपळाला लावण्याचा प्रकार झाला. अज्ञेय मोठे कवी आहेत. त्यांच्या बौद्धिक दृष्टिकोनात भावना एका आगळ्या, नव्या पद्धतीने गुंफल्या आहेत. मी विचारांमध्ये भावनांच्या गुंफणीचा जो पैलू मांडला; त्याला केवळ अज्ञेयांची छाप म्हणणे कितपत बरोबर ठरेल?" मी चर्चा व्यापक करण्याच्या उद्देशाने पुढे बोलत राहिलो, "विचारांची सूत्रे अनेक प्रकारे तत्त्वज्ञान, विचारधारा व परंपरेशी जुळलेली असतात. आपण कवितेत त्यांचा उपयोग आणि अभिव्यक्ती कशी करतो, ते बघणे महत्त्वाचे आहे."

मग बांधिलकीचा मुद्दा चर्चेत आला. मी म्हणालो, "इथे प्रश्न एखाद्या पक्षाशी असलेल्या बांधिलकीचा नसून, कवितेशी जुळलेल्या विचाराशी बांधिलकी असण्याचा आहे. कवितेतला विचार जेव्हा एक सक्रीय घटक म्हणून विकसित होतो, तेव्हा तो

---

४१. डॉ. नित्यानंद तिवारी (१९३८-) दिल्ली विद्यापीठात हिंदी विभागप्रमुख, कवी, साहित्य विश्लेषक आणि समीक्षक.

४२. डॉ. बलदेव वंशी (१९३८-२०१७) हिंदी साहित्यिक.

एखाद्या विचारधारेचा अनुयायी वा तिचा विकास असत नाही.''

कॉलेजमधल्या एका व्याख्यात्याने प्रश्न विचारला, ''वैचारिक कवितेत, खास करून तुमच्या कवितेमध्ये प्रतिकार तर आहे; पण त्याची अभिव्यक्ती शांत स्वरूपाची आहे. तुमच्या मांडणीमध्ये खुल्या चर्चेला महत्व आहे, पण उत्तेजितता आणि आक्रोशाचा अभाव का आहे? आपल्या स्वभाव व नेणिवेच्या स्तरावर ते असे काय आहे, ज्यातून अशी अभिव्यक्ती होत जाते?''

हा प्रश्न माझे अंतरंग छेदत गेला आणि मी काही क्षण अगदी स्तब्ध होऊन गेलो. विचार करू लागलो, की प्रतिकार आणि शांत अभिव्यक्ती परस्परविरोधी आहेत का? खुली चर्चा होण्यासाठी उत्तेजितता गरजेची आहे? मग मी शांतपणे आपले मुद्दे मांडायला सुरुवात केली. ''हे सगळे माझ्या स्वभाव आणि नेणिवेतून झिरपत या स्वरूपात प्रकट होत गेले असावे. लहानपणी वडील जेव्हा त्यांचेच म्हणणे ऐकायला लावायचे, तेव्हा मी क्षुब्ध होऊन जायचो. ते पर्वतासारखे अविचल असलेले बघून कठोर पहाडासमोर एक लहानसा झरा विरोधाचा सूर उमटवत उसळत बाहेर यावा तशी मनातून एक किंकाळी उमटत यायची. वडिलांबद्दल माझ्या मनात विरोधाचा जो सूर तेव्हा उमटत आला, तो पुढे माझ्या साहित्यातून विविध रूपांत प्रकट होत गेला. वडिलांच्या रागीट स्वभावाचे दुष्परिणामही मी बघत होतो; म्हणून माझ्या अंतरंगातली आक्रोश व उत्तेजनेची पाळे-मुळे उखडून टाकण्याचा मी जाणीवपूर्वक प्रयत्न केला. आज याबद्दल विचार करताना वाटते, की उत्तेजितता आणि आक्रोशाची मुळे उखडण्याची, तसेच वैचारिकतेवर अधिक भर देण्याची वृत्ती या दोन्ही गोष्टी मुळात माझ्या मनात वडिलांच्या विरोधात उमटणाऱ्या प्रतिक्रियांची साहित्यिक रूपे आहेत.''

जे लेखक एके काळी एकत्र येत एखाद्या साहित्यिक प्रवाहाचा प्रारंभ करतात किंवा त्यासाठी चळवळी उभ्या करतात, तेच पुढे एकमेकांविरुद्ध उभे ठाकतात, स्वतःला दुसऱ्यांपेक्षा श्रेष्ठ सिद्ध करण्यात गुंतून पडतात आणि त्या चळवळींचे श्रेय लाटून स्वतःला सर्वश्रेष्ठ दर्शवण्यात धन्यता मानू लागतात, हे किती विचित्र आहे! 'तारसप्तक' वा प्रयोगवादी काव्यप्रवाहाचे श्रेय लाटण्यात त्यात सामील असलेल्या प्रत्येक कवीने कोणतीही कसर बाकी ठेवली नाही. मोहन राकेश, कमलेश्वर आणि राजेन्द्र यादव हे त्रिकूट खूप प्रसिद्ध झाले; पण ते देखील स्वतःला सर्वश्रेष्ठ सिद्ध करण्याच्या व्यापात अडकत एकमेकांविरुद्ध उभे ठाकले. सचेतन आणि अकथेचे पाईकही याला अपवाद नव्हते. असाच प्रकार अकविता आणि वैचारिक कवितावाल्यांच्या बाबतीत झाला. हे सगळे विचित्र आहे पण विविध साहित्यिक प्रवाह व चळवळींमध्ये असे बरेच काही घडते, जे अधोरेखित होत वैचारिकतेच्या इतिहासात सामील होत जाते.

निवृत्त झाल्यावर बाऊजींनी आपले तन-मन-धन वीरेन्द्रच्या व्यवसायात गुंतवून टाकले. त्यासाठी त्यांनी दूरदूरचे प्रवास केले, गुंतागुंतीच्या समस्या सोडवल्या आणि वीरेन्द्रच्या अथक मेहनतीच्या बळावर ते व्यवसायाला खूप उंचीवर घेऊन गेले. एकीकडे व्यवसायाचा ताण होता, तर दुसरीकडे वीरेन्द्रच्या प्रेमभावनांचे उधाण! प्रेमाचा मामलाच इतका नाजूक आहे, की यात गुंतागुंती आणि झटके-फटके अनुभवाला येतच राहतात. कमलेश आणि वीरेन्द्र यांच्या दरम्यानही कधी इकडून तर कधी तिकडून ते क्षण येत राहिले; पण दोघांची मने इतकी घट्ट जुळली होती की एके दिवशी ते विवाहबंधनात बांधले गेले आणि आम्ही सर्वांनी ते सगळे सोहळे खूप उत्साहाने साजरे केले.

कमलेश आणि तिच्या परिवाराशी आमचा पूर्वीपासून परिचय होता. माझ्या लग्नात तिचे सारे कुटुंबीय आमच्याबरोबर आले होते. मधल्या काळात ती मंडळी दोन-अडीच वर्षांसाठी जम्मूला राहायला गेली आणि पुढे चंदीगडला कायमची स्थायिक झाली. कमलेश आणि वीरेन्द्रचे लग्न चंदीगडला झाले. कमलेश गायनात निपुण होती, तिने संगीत घेऊन एम.ए. केले होते. त्यांच्या लग्नानंतर काही दिवसांतच अंबाल्याच्या जी. एम. एन. कॉलेजमध्ये माझे व्याख्यान आणि कमलेशच्या संगीताच्या कार्यक्रमाचा योग जुळून आला. त्या प्रसंगी तिने सतारीच्या तारा अशा काही छेडल्या की, वातावरण मंत्रमुग्ध होऊन गेले. खरोखरच, आमच्या घरात एका अशा मुलीचे आगमन झाले होते जी अभिरुचीसंपन्न, सुंदर, शालीन तर होतीच; शिवाय सहृदय आणि भावुकही होती आणि कलेच्या माध्यमातून स्वतःच्या व्यक्तिमत्वाचा शोध घेऊ पाहात होती. तिच्या शोध-प्रवासाच्या या टप्प्यावर तिने लग्नानंतर चंदीगडच्या नाट्य-विभागातून प्रशिक्षण घेतले आणि अभिनयक्षेत्रात उत्तम नावलौकिक कमावला. कलाकार आणि परिवारातल्या इतर सदस्यांबरोबरच्या नातेसंबंधात लहान-मोठे तणाव उद्‌भवणे साहजिक होते आणि ते तणावाचे क्षण उद्‌भवत आलेदेखील! हे क्षण आपल्याला त्यावेळी त्रासदायक ठरतात पण यांच्याविना आयुष्य अळणी होऊन जाते, हेही तितकेच खरे आहे.

पण बाऊजी आणि बीजींची गोष्ट वेगळी होती. वयाच्या ज्या टप्प्यामधून त्यांची वाटचाल सुरू होती, त्यामुळे त्यांची मानसिकता बदलत चालली होती आणि त्यांच्या प्रेम-दुराव्यांचे रूपही बदलू लागले होते. त्यांना सतत एका ठिकाणाहून उखडून दुसऱ्या ठिकाणी जावेच लागले. एका ठिकाणी स्थिरावणे त्यांच्या नशिबातच नव्हते. बटाल्याहून उखडले जात ते लाहोरला जाऊन पडले आणि फाळणीमुळे लाहोरहून उखडल्यानंतर एक-दोन वर्षे इथे-तिथे भटकून अंबाल्याला स्थायिक झाले. लाहोरनंतर त्यांना कदाचित अंबालाच पसंत पडले असावे. त्यांना हे शहर

आपलेसे वाटले आणि ते त्यांच्या अंतरंगात वसत गेले. ब्रिजमोहनच्या, माझ्या आणि वीरेन्द्रच्या लग्नाचे सोहळे त्यांनी इथेच साजरे केले. ब्रिजमोहन नोकरीच्या निमित्ताने बाहेरच राहिले आणि मीही नोकऱ्या बदलत बदलत दिल्लीत स्थिरावलो. वीरेन्द्रच्या लग्नानंतर बाऊजी आणि बीजींना वाटले होते, की ते आता अंबाल्यात कोणत्याही अडचणीविना अगदी शांत जगू शकतील. ते आम्हाला भेटायला येत; पण थोड्याच दिवसात अंबाल्याला परत जात, जणू अंबाल्यातच त्यांना आपल्या असण्याची साक्ष मिळे, ते शहर त्यांना साद घालत राही. एके दिवशी त्यांचे पत्र हाती पडले, "दोन-चार दिवसांसाठी अंबाल्याला येऊन जा." मी लगेच जाऊन पोचलो. बघितले, तर घरात तणातणीचे वातावरण होते. घरातले सगळेच मानसिक ओढाताणीने चलबिचल झाले होते. बाऊजी आणि बीजी, वीरेन्द्र आणि कमलेशवर नाराज होते. वीरेन्द्र आणि कमलेशही तणावाखाली होते. बीजी आपल्या मूळ स्वभावाविरुद्ध जात काही वेगळ्याच वागत होत्या, तर बाऊजी कुठल्याही क्षणी भडकतील अशी परिस्थिती होती. कमलेश बीजी आणि बाऊजींच्या बाबतीत निष्काळजी झाली आहे असे जाणवत होते. ती म्हणत होती, "हे आमचं आयुष्य आहे, यात कुणी का नाक खुपसावं?"

"बाऊजी, बीजी आपले कुणीच नाहीत का?" वीरेन्द्र जवळपास ओरडत विचारत होता. मी बाहेरच्या खोलीत बसून आत सुरू असलेल्या प्रकार ऐकत होतो. मी पाहिले की वीरेन्द्र दोघांमध्ये अडकून भरडला जात आहे. कमलेश एकाच वेळी अनेक शिखरांपर्यंत पोहोचण्याचा पवित्र्यात असली, तरी त्यातल्या एकालाही स्पर्श न करता खाली कोसळून पडत आहे असे वाटत होते. वीरेन्द्र तरी काय करणार? बाऊजी आणि बीजींमुळे तो भावनिक तणावाने घेरला गेला होता.

मलाही तिथे अगदी जखडल्यासारखे वाटत राहिले. मी कधी बाऊजींची समजूत घालण्याचा प्रयत्न करत राहिलो, तर कधी कमलेश आणि वीरेन्द्रची! रोज-रोजच्या तणातणीमुळे सगळेच त्रासून गेले होते. पण हे काय, बीजी अचानक भडकून उठल्या,

"बस, आपण आता इथे राहायचं नाही, कुठेही निघून जाऊ."

"आपलं घर सोडून कुठं जायचं?" बाऊजींनी विचारले.

"आपलं घर? याला तुम्ही आपलं घर म्हणता?" बीजी आणखीन तापल्या.

"असं म्हणू नका बीजी. घर ते घरच असतं ना!" मी त्यांना समजावण्याचा प्रयत्न केला.

"एक क्षणही शांती मिळत नाही ते घर कसलं? चोवीस तास कटकट! मी या घरात राहू शकत नाही."

मला वाटले की कमलेशचा नाही, हा एका अभिनेत्रीचा आवाज आहे, जिला

स्वत:च्या अवकाशाची गरज आहे.

मला आठवत गेले, मी बीजींना एक एक कण गोळा करून, घर उभारताना बघितले होते, पण आता त्यांना काय झाले आहे? नेहमी शांत असणाऱ्या बीजी या क्षणी थरथर का कापत आहेत? मलाही तणावाने ग्रासून टाकले आहे, मनाची ओढा-ताण होत अनेक शंका-आशंकांनी मला घेरून टाकले आहे. वाटते, कुणी जळती मेणबत्ती आणून हाताच्या बोटांमध्ये ठेवली आहे.

बीजी तापलेल्या नजरेने बाऊजींकडे बघत म्हणाल्या, ''मी तुम्हाला आधीच म्हटलं होतं, की इथून चला. आपला इथला दाण्या-पाण्याचा, अन्न-पाण्याचा शेर आता संपला आहे. परिस्थिती आणखी बिघडण्यापूर्वी...'' बीजी बेभान होऊन थरथरत होत्या. माझ्या अंगावर शहारा उमटत गेला. वीरेन्द्र काही सांगायला पुढे सरसावला पण बीजींनी चेहरा दुसरीकडे वळवला. बाऊजी बीजींच्या तोंडाकडे बघत राहिले. बीजींनी एकदा निर्णय घेतला, तर तो थोपवणे कठीण असते, हे त्यांना चांगलेच ठाऊक होते.

''अच्छा, मग सांगा आपण कुठं जायचं?'' बाऊजींना विचारले.

''कुठंही!'' पण पुढच्या क्षणी त्यांना काही आठवले. ''तुमचे मित्र नाथामल यांनी ज्वालापूरच्या बाणप्रस्थ आश्रमात येण्याचं आमंत्रण दिलं होतं ना; तिथेच जाऊ आपण. तीर्थयात्रा होईल, घरही मिळेल.''

''ठीक आहे. काही दिवस तीर्थक्षेत्री जा आणि परत या.'' मी बीजींचा हात हाती घेत विनवले. पण आज वाटते,

'परिस्थिती आणि संस्कारांच्या
नागविळख्यात
उगीचच तडफडत नव्हती राहिली आई
हताश निरागस करुणेने भरलेले डोळे घेऊन
भयाक्रान्त
जसा कोणी शरणार्थी
कापून टाकलेल्या खुनी दृश्यांना ओलांडत,
जीव बचावत, घसटत निघालेला...'

तेव्हा मी आईला का थांबवू शकलो नाही? ज्या किनाऱ्यावर गेल्यावर बुडणेच नशिबी लिहिलेले असते त्या किनाऱ्यावर जाण्यापासून तिला का रोखू शकलो नाही?

आणि एक प्रसंग आठवणीत जागा होतो...

बीजींची तब्येत खूपच खालावली तेव्हा त्यांना ज्वालापूरहून अंबाल्याला हलवण्यात आले. सगळे औषधोपचार सुरू करण्यात आले, पण त्यांची तब्येत सुधारण्याची

चिन्हे दिसेनात, तेव्हा त्यांना चंदीगडच्या एका मोठ्या हॉस्पिटलमध्ये भरती करण्यात आले. त्या हॉस्पिटलमधल्या खोली क्रमांक ५१९ मध्ये त्यांना ठेवण्यात आले होते. मी आणि अनुराधा दिल्लीहून चंदीगडला पोहोचलो. वीरेन्द्र आणि कमलेशने बीजींच्या शुश्रूषेसाठी सगळी व्यवस्था उत्तम केली होती. त्यांची देखभाल करण्यासाठी कधी बाऊजी त्यांच्या जवळ असायचे, तर कधी वीरेन्द्र आणि कमलेश. एक-दोन दिवस तिथे थांबून आम्हाला दिल्लीला परत यावे लागले, कारण मला एका चर्चासत्रासाठी कालिकतला जावे लागणार होते. कालिकतच्या प्रवासात मला बीजींचा चेहरा सतत आठवत राहिला. कधी वाटायचे की मी गाडीत आहे, तर कधी हॉस्पिटलमधल्या खोली क्रमांक ५१९ मध्ये असल्याचा भास व्हायचा. तेव्हा मी एक कविता लिहिली, 'एक चिडिया माँ के चेहरे पर.' त्यातल्या काही ओळी -

'मृत्यूशी लढते आहे आई
आणि मृत्यूच्या लांबलचक सावल्यांपासून जीव
वाचवून धावत सुटलो आहे मी

इथून तिथे, तिथून इथे...
कालिकतमध्ये चंदीगड, मद्रासमध्ये दिल्ली
मिसळत चाललेत
माझ्या चेतनेच्या सीमांना तोडून टाकत

दीर्घ यात्रा संपतच नाही
फरफटत चालली आहे गाडी
फरफट होते आहे आईची
जीवन आणि मृत्यूच्या उंबरठ्यावर

आईला ऑक्सिजन लावला गेला आहे
आयुष्यातल्या क्षणांचा एक क्रम
तुटता तुटता जुळत जातोय
जुळता जुळता तुटत जातोय
ती हात-पाय झटकत आहे
इंजेक्शनांनी चाळण झालाय तिचा देह
मी नारळ आणि सुपाऱ्यांच्या बनांमधून निघालो आहे
दूरच्या प्रवासासाठी निघालो आहे

आईला बालपण आठवतंय
आईला गाव आठवतंय
आईला फाळणी आठवतेय
आईच्या आठवणीत जिवंत मी
आईच्या दहशत निर्माण करणाऱ्या आठवणींनी घेरलेला मी
धावतोच आहे

बघतो
एक पाखरू ठुमकत येते
आईच्या चेहऱ्यावर आणि... आणि... आणि...

गाडीने वेग घेतला आहे
वेगाने मागे चालल्या आहेत समोरून
नारळ आणि सुपाऱ्यांच्या घनदाट रांगा'

मी कधी अनुराधाबरोबर तर कधी एकट्याने ज्वालापूरला येत-जात राहिलो. बीजी आणि बाऊजीही अधून-मधून दिल्लीला येत; तर कधी अंबाल्याला भेट होई. जुन्या आठवणी जागवल्या जात. कधी दिल्लीच्या, बटाल्याच्या तर कधी चविंडा देवीवाल्यांच्या! आमच्या गप्पा जुन्या आठवणींभोवती गुंतलेल्या असत. तास न् तास चाललेल्या या गप्पांचा रोख अखेरीस अंबाल्याच्या दिशेने वळत, त्यावरच केंद्रित होऊन राही. ते दोघे आयुष्यभर अंबाल्यासाठी तडफडत राहिले.

बाऊजींची तार आली- 'तुझ्या आईची प्रकृती नाजूक आहे, लगेच नीघ.' मी आणि अनुराधा लगेच ज्वालापूरला बाणप्रस्थ आश्रमात पोचलो. ब्रिजदादा, वीरेन्द्र आणि कमलेशही तिथे पोचले. संध्याकाळी मी आश्रमाजवळून वाहणाऱ्या कालव्याच्या किनाऱ्यावर जाऊन उभा राहिलो. अस्ताला जाणाऱ्या सूर्याकडे बघताना अंतिम क्षणाकडे निघालेल्या आईचे चित्र माझ्या दृष्टीसमोर उभे राहिले. हरपत चाललेल्या इतिहासाची साक्ष देण्यापूर्वी मी आईच्या डोळ्यांत समोरच्या क्षितिजापलीकडे बुडी घेणाऱ्या सूर्यासारखे एक युग अस्तंगत होत चाललेले पाहत राहिलो. सकाळच्या वेळी आईने एक उचकी दिली आणि ती या जगातून निघून गेली. ३१ डिसेंबर १९८५.

'नदीत बुडत चाललेल्या रात्रीचा
अंतिम क्षण मी पकडून ठेवला होता
त्या थरथरणाऱ्या क्षणात

आणि एका उचकीबरोबर नदीत

बुडून गेली रात्र'

कोण आहे? ही कुणाची सावली आहे? कोणी नाही... ना आई, ना निंदर! आई आणि निंदर आता कधीच परत येणार नाहीत? नाही, नाही, आई येईल आणि निंदरही! त्यांच्याविना मी कुणीच नाही.

बाऊजींचे बालमित्र अब्दुल मजीद खान यांचा उल्लेख मी यापूर्वीही केला आहे. बटाला असो वा लाहोर, ते कुठल्याही कठीण प्रसंगात बाऊजींच्या खांद्याला खांदा लावून आलेल्या संकटाला तोंड द्यायला तयार असत. लाहोरच्या दिवसांच्या आठवणी मनात हलकेच जाग्या होत जातात. त्यांचा गोरा रंग, बाऊजींसारखा चमकदार तेजस्वी चेहरा! घरी येताना ते आमच्यासाठी न चुकता काही ना काही आणत. कधी फळांची करंडी तर कधी खेळणी घेऊन येत. त्यांच्या मोठ्या खणखणीत आवाजात एक रुणझुणता गोडवा होता, जो ते निघून गेल्यानंतरही माझ्या कानात रुंजी घालत राही.

बाऊजींच्या बालपणीच्या आठवणींत मजीद अंकलच्या आठवणी गुंफल्या गेल्या होत्या. बाऊजी सांगायचे, "मजीद जेव्हा मला त्याच्या घरी घेऊन जायचा तेव्हा आम्ही खूप अभ्यास करायचो, खायचो-प्यायचो, खेळायचो." "मी आठवीत नापास झालो; माहिती आहे त्यामागे कोणतं कारण होतं ते?" ते मला विचारायचे आणि स्वतःच उत्तर द्यायचे. "परीक्षेच्या दिवसात मी गुप्तहेरकथांची पुस्तकं अभ्यासाच्या पुस्तकात दडवून रात्र-रात्रभर वाचत बसायचो आणि सकाळी लाल झालेल्या डोळ्यांनी परीक्षा द्यायला शाळेत जायचो. मग मला प्रश्नपत्रिकेवर जादूच जादू पसरलेली दिसायची. अशा परिस्थितीत मी नापास होणारच होतो. सगळे जण आश्चर्य-चकित झाले, की इतका हुशार मुलगा नापास कसा काय झाला? याला नक्कीच कुणाची तरी दृष्ट लागली आहे. खरं कारण फक्त मजीदला ठाऊक होतं, पण त्या वेळी त्यानं ही गोष्ट कुणाला सांगितली नाही."

बाऊजींना मॅट्रिक होताच नोकरीत अडकून पडावे लागले आणि अब्दुल मजीद खान यांनी लाहोरला जाऊन इंग्लिशमध्ये एम.ए. केले आणि तिथल्या ख्रिश्चन कॉलेजमध्ये प्राध्यापकाची नोकरी मिळवली. ते अबुल कलाम आझाद आणि नेहरूंच्या प्रेरणेने स्वातंत्र्याच्या लढाईत भाग घेऊ लागले. बाऊजीही तेव्हा या कार्यात गुंतून गेले होते. ते दोघे सभांमधून भाषणे करत आणि चळवळी, मोर्चात सामील होत. मजीद अंकल गांधी व नेहरूंच्या नजरेत मोठे होत गेले आणि इथे बाऊजी मात्र कौटुंबिक अर्थकारणाच्या सापळ्यात अडकून बसले. दोघांच्या कौटुंबिक परिस्थितीत खूप मोठे अंतर होते. मजीद श्रीमंत घरातले होते. त्यांची बटाल्यात एक

हवेली होती, गावी जमीन-जुमला होता. बाऊजींचे पुढे-मागे कोणी नव्हते आणि आर्थिक ओढाताण त्यांच्या पाचवीलाच पुजलेली होती. दोघेही स्वप्नांवर जगणाऱ्यांपैकी होते; पण मजीद अंकलच्या स्वप्नांत काळ्या सावल्यांचा मागमूसही नव्हता; तर बाऊजींच्या स्वप्नांत सतत ये-जा करणाऱ्या काळ्या सावल्या त्यांची स्वप्ने गिळून टाकत होत्या. मजीद बाऊजींना त्या काळ्या सावल्यांशी झगडताना बघत होते; पण मनात इच्छा असूनही ते काही करू शकत नव्हते. ते बाऊजींच्या प्रतिभेचे चाहते होते आणि आयुष्यातल्या कठीण काळातही त्यांच्या मैत्रीत फरक पडला असेल असे मला कधीच जाणवले नाही. मजीद अंकल आयुष्याचा प्रत्येक क्षण खूप उत्कटपणे जगले, असे मला नेहमी वाटत जाणवत आहे.

आणि योगायोग पाहा, आज मी त्याच मजीद अंकलना भेटायला सिमल्याला निघालो आहे; ते सत्तरीचे आहेत अणि मी पस्तिशीचा! मी त्यांना प्रणाम करताच त्यांनी मला मिठीत घेतले. "निंदर, कुठे होतास तू? रूपलालनं कळवलं होतं, की तू प्रोफेसर झाला आहेस." मी काय बोलणार? हेच की, "मी कुठे काय करतोय? तुम्हीच आहात प्रोफेसरांचे प्रोफेसर! बाऊजींना तुमचा किती अभिमान आहे." ते ऐकताच मजीद अंकल बटाला, लाहोर, अमृतसरच्या आठवणींत हरवून गेले. त्या जिवंत आठवणी त्यांच्या चेहऱ्यावर एखाद्या चित्रपटाप्रमाणे उलगडू लागल्या. रूपलाल कसा धाडसी होता, मित्रांसाठी जीव पणाला लावणारा रूपलाल, शंभरांना भारी पडणारा रूपलाल... एकदा शाळेतली मुलं माझ्या पाठी लागली तेव्हा त्यानंच मला वाचवलं होतं. फाळणीच्या वेळी माझ्याच धर्माचे लोक माझ्या जिवावर उठले तेव्हा मला मोठ्या कष्टानं जीव वाचवून लाहोरमधून पळ काढावा लागला आणि बटाल्याला येऊन श्वास घेतला. इथे आल्यावर बघितलं तर इथे सर्व उद्ध्वस्त झालं होतं. माझे कुटुंबीय बटाला सोडून लाहोरला निघून गेले होते आणि मी इकडे निघून आलो होतो. एकाकी, असहाय्य, हताश... आपल्या घराच्या धूळधाणीच्या ढिगाऱ्यावर बसून स्वातंत्र्याचा उत्सव साजरा करणारा!

त्यांची आत्मकथा ऐकताना मला मजीद अंकल आणि यूसुफ मास्तरमध्ये साम्य दिसू लागले. यूसुफदेखील सीमा पार करून बटाल्यातल्या आपल्या वाडवडिलांच्या घरासमोर येऊन पोचला, त्याने पाहिले की सगळे उद्ध्वस्त झाले होते आणि त्याचे सगळे नातेवाईक लाहोरला निघून गेले होते. मला मोहन राकेश यांची 'मलबे का मालिक' ही कथा आठवत गेली. फाळणीनंतर साडेसात वर्षांनी गनी मियां जेव्हा लाहोरहून अमृतसरला आला, तेव्हा आपल्या घराच्या जागी असलेले भंगाराचे ढिगारे बघून धाय मोकलून रडला होता. जेव्हा मी ही कथा पहिल्यांदा वाचली तेव्हा कथेतल्या गनीचा भोळा विश्वास, दुसरीकडे रक्खा पहिलवानाचे हिंस्र रूप आणि क्रूरता असूनही कथेतून उमटणाऱ्या मानवी करुणेच्या धाग्याने मला अगदी बांधून

ठेवले. मजीद अंकल, यूसुफ आणि गनी मियां एकाच सूत्रात बांधलेले आहेत, असे मला वाटू लागले.

मी मजीद अंकलच्या आठवणीत हरवलो होतो तेवढ्यात ख्वाजा बदीउज्जमां तिथे आले. मी त्यांना मजीद अंकलचा लाहोरहून बटाल्याला येण्याचा हृदयस्पर्शी प्रसंग ऐकवला तेव्हा त्यांचे डोळे भरून आले. ते म्हणाले, ‘‘अशीच एक कहाणी ‘अंतिम इच्छा’ तुला ऐकवतो.’’ मी स्तब्ध होऊन ऐकत राहिलो. मी केवळ ऐकत नव्हतो, तर बघतही होतो की लालवानी, ज्याच्या नसानसात कराची वसली आहे, गयेच्या भूमीवर धापा टाकत उभा आहे. आणि गयेच्या हवेसाठी झुरणाऱ्या कमालभाईला कराचीत राहण्याची सक्ती केली गेली आहे. कमाल भाई मुस्लिम लीगचा कट्टर अनुयायी आणि पाकिस्तानच्या निर्मितीचा खंदा पुरस्कर्ता होता. तो पाकिस्तानला गेल्यावर स्वतःशीच विचार करू लागला, ‘‘माझी अवस्था धोब्याच्या गाढवासारखी झाली आहे. मी ना घरचा, ना बाहेरचा. मला कुठंच स्थान नसावं? आता वाटतं की देशाची फाळणी झाली नसती तर बरं झालं असतं.’’ मी बघितले, कथेच्या शेवटाकडे येता येता बदीउज्जमांचा गळा भरून आला आहे.

मला वाटले की बदीउज्जमां कमाल भाईमध्ये बदलत गेले आहेत आणि गळा भरून आल्यामुळे त्यांच्या तोंडून शब्द फुटत नाहीत. तेव्हा माझीही अवस्था काहीशी तशीच झाली होती. वाटले मजीद अंकल, यूसुफ, गनी मियां आणि कमाल या फाळणीच्या वेदनेच्या अंतहीन कड्या आहेत.

मजीद अंकलना भेटणे जणू माझ्या बालपणात परतण्यासारखे होते. ते लहानपणापासून माझा पाठलाग करत होते, असे वाटत राहिले. फाळणीच्या दिवसात मार-काटीची जी भयंकर दृश्ये मी बघितली होती, ती मजीद अंकलशी जुळत एका मोठ्या आकारात बदलत माझ्यासमोर येऊन उभी राहिली, जणू माझ्या अंतर्मनाने या दृश्यांतल्या आघात-प्रत्याघातांची पुनर्निर्मिती केली होती. इतिहासात पसरत गेलेल्या त्या भीतीदायक आठवणींनी घेरून जात त्यात एकाकी पडण्याची वेदना मी अशी काही अनुभवत गेलो की त्या वेदनेच्या रेषा इतर कुणाच्या नव्हे तर माझ्याच मनाची प्रतिरूपे होती.

◆

कसा ठेवावा दिल्लीवर विश्वास?

गेल्या काही वर्षांत लोकांच्या मनात जो असंतोष खदखदत राहिला होता, तो उसळून त्याने बिहारच्या युवाशक्ती आंदोलनाच्या रूपाने पेट घ्यायला वेळ लागला नाही. काहींनी याला जयप्रकाशांचे आंदोलन म्हटले, तर काहींनी संपूर्ण क्रांती! सुरुवातीपासूनच या आंदोलनाला स्वतःचा स्पष्ट असा चेहरा नव्हता. जनसंघ आणि समाजवादी पक्षानेही यात उडी घेतल्यामुळे तो अधिकच धूसर होत गेला. मार्क्सवादी कम्युनिस्ट पक्ष (सीपीआय-एम) यात प्रत्यक्ष सामील झाला नव्हता; पण त्याने आंदोलनात केल्या गेलेल्या लोकशाहीविषयक आणि काँग्रेसविरोधी मागण्यांना आपला पाठिंबा दिला होता. त्या काळातल्या साहित्यिक पर्यावरणात 'जयप्रकाश पर पडीं लाठियां...' ही कवी 'नागार्जुन'[४३]यांची कविता खूप गाजत होती.

'आणखी एका गांधीची हत्या होईल का?
क्रूरतेच्या वेदीवर योग्याचा बळी दिला जाईल का?
उघडे पडले कपट शासक दलाच्या महामंत्राचे
खाव्या लागल्या जयप्रकाशला लाठ्या लोकशाहीच्या.'

देशात लोकशाहीच्या नावावर लोकशाहीची थट्टा उडवली जात होती आणि राजसत्तेने चालवलेल्या अत्याचारांमुळे जनतेच्या संयमाचा बांध तुटत चालला होता. वातावरण अगदी तप्त आणि तणावपूर्ण होत गेले. योगायोगाने तेव्हाच सिमल्याहून एका परिषदेत भाग घेण्यासाठी दिल्लीला आलेले मजीद अंकल घरी आले होते. गप्पांच्या ओघात विषयाची गाडी जयप्रकाशांच्या आंदोलनाकडे वळली तेव्हा ते त्यावर अगदी तुटून पडले. ''जेपींनी नुसती आग पेटवली आहे. हे आंदोलन म्हणजे सीआयएचा पाठिंबा असलेलं साम्राज्यवाद्यांचं कारस्थान आहे आणि इंदिरा गांधींच्या प्रगतिशील सरकारवर फॅसिस्ट हल्ला!''

---

४३. नागार्जुन : जनकवी वैद्यनाथ मिश्रा 'नागार्जुन' (१९११-१९९८) हिंदी/मैथिली कवी, कथा-कादंबरीकार, प्रवासवर्णनकार

जेव्हा मी याला माओ-लेनिनवादी कम्युनिस्ट पक्षाच्या पाठिंब्याने इंदिरा गांधींच्या हुकूमशाही सरकारविरुद्ध लोकशाही मार्गाने दिला जाणारा लढा आहे, असे म्हटले तेव्हा ते म्हणाले, "हे सगळं चूक आहे. तुला समजत नाही का, ही इंदिरा गांधींना खाली खेचून, त्यांच्या सरकारला बदनाम करण्याची खेळी आहे." मी त्यांच्याशी सहमत नव्हतो, पण त्यांच्याशी वाद वाढवण्यात काही फायदा नव्हता म्हणून शांत राहिलो. त्या मूक क्षणात धर्मवीर भारतींची 'कल्पना'च्या १४ ऑगस्टच्या अंकात प्रकाशित झालेली 'मुनादी' ही कविता माझ्या मनात जागी होत गेली. 'खलक खुदा का मुलुक बाश्शाका । हुकूम शहर कोतवाल का...'

१९७५च्या उन्हाळ्याचे दिवस होते. जून महिन्यात 'इस हादसे मे' हा माझा कविता-संग्रह छापून तयार झाला. भीतिदायक आघातांनी घेरून जाण्याचा वेदनादायक अनुभव मी अनेक स्तरांवर - आतून, बाहेरूनही दीर्घ काळ सोसत आलो होतो, ते सोसणे या कविता-संग्रहातून व्यक्त झाले होते. मी समोर पाहिले, तर तरसेमने तंदूरची भट्टी पेटवली होती. इंदिरा गांधींनी राजकारणाच्या भट्टीत सगळी लाकडे भिरकावून देत २६ जून १९७५ला आणीबाणीची घोषणा केली. अशा हादरे देणाऱ्या कालखंडात 'इस हादसे में'चे आगमन होत होते आणि तिथूनच सुरू होणार होते आणीबाणीच्या आघातांचे घटनाचक्र. मी अगदी स्तब्ध होऊन गेलो. वाटले की गर्द अंधाराच्या काळ्यामिट्ट सुरकुत्यांमध्ये मला कुणीतरी गुंडाळून टाकले आहे. मी त्या गुंडाळीतून डोके वर काढतो, बाहेर बघतो तर काय, माझ्यासारखे अनेक चेहरे त्या अंधारमय घुसमटीतून बाहेर पडण्यासाठी आतुर आहेत. मी कधी डोळे बंद करतो, कधी उघडतो तर... काळे पाणी, काळी नदी... नाही, नाही, तू माझ्या हाताला स्पर्श करून बघू शकतोस, मी स्वप्नात वा दुःस्वप्नात नाही.

त्या कालखंडात स्वतःला समाजाचे रक्षक आणि क्रांतीचे पुरस्कर्ते म्हणवणाऱ्यांची सगळी अंडी-पिल्ली उघडी पडत गेली. तथाकथित समाजरक्षकांना चांगलेच फटके पडले आणि क्रांतीच्या पुरस्कर्त्यांच्या तोंडाला काळे फासले गेले. त्यांनी 'देश' आणि 'सामान्य माणूस' यांना अगदी पोकळ, निरर्थक सांगाडे बनवत केवळ एका घोषणेच्या रूपात बदलून टाकले होते. काय करावे..., कुठे जावे... स्वतंत्रपणे कसे जगावे..? काही समजत नव्हते. या कालखंडात मला या विरोधाभासाचा प्रत्यय येत राहिला.

'खुला आम रस्ता आहे नमण्यासाठी झुकलेला,
बंधनात अडकलेला,
खुला आम रस्ता आहे आणि
निवडलेला रस्ता डावी-उजवीकडून ठेचत

अरुंद होत चालला आहे, दिवसेंदिवस.'

चांगले आयुष्य जगण्याची सवय लावून घेणे आणि आत्महत्या करणे, हे दोन्ही पर्याय मला सारखेच भासू लागले.

बाहेर घडणाऱ्या घटना जणू माझ्या अंतरंगात घडत आहेत असे मला सतत वाटत राहायचे; पण त्याबद्दल काहीही करणे शक्य नव्हते. भाषा माझी साथ देत नाही, या विचाराने मी अगदी त्रस्त होऊन जाई. बाह्य आघातांनी माझ्या भाषेला जखडून टाकले आहे का? भाषेचे परतून येणे, तेही तिच्या सर्व स्पंदनांसहित कसे शक्य होणार आहे, हा यक्षप्रश्न माझ्यासमोर उभा होता. मला सारखे जाणवत राहिले की,

'भाषेला जिवंत ठेवून
म्हणजेच भाषेच्या आधारे जिवंतपण अनुभवताना
आड येते बुद्धी, कधी खुर्ची, कधी लायकी
कधी तिन्ही एकदमच, एकत्र!'

बुद्धी, खुर्ची आणि सामाजिक स्थान सोडल्यावरच स्पंदनांनी परिपूर्ण भाषा साथ देत असते. आघातांचा सामना करणेही तेव्हाच शक्य होते. पण हे माझे स्वप्नरंजन आहे का? अजब परिस्थिती आहे - त्याच वेळी काही लेखक-बुद्धिजीवींनी इंग्लिशमध्ये लिहिलेल्या एका पत्राची प्रत माझ्या हाती लागली, तेव्हा मी चकित होऊन बघतच राहिलो. त्या पत्रातला मजकूर असा होता, 'प्रिय मित्र, आपला देश एका कठीण आणि नाजूक परिस्थितीतून जात आहे. सामान्य जनतेच्या समस्यांची आड घेत प्रतिक्रियावादी शक्ती देशातल्या लोकशाहीचा गाभा आणि तिच्याशी जुळलेल्या संस्था नष्ट करायला पुढे सरसावल्या होत्या. लोकशाहीच्या मार्गाने निवडलेल्या संस्थांना त्यांचे काम करू दिले जात नव्हते. अशा परिस्थितीत आणीबाणीची घोषणा करून सांप्रदायिक शक्तींना रोखण्यासाठी पावले उचलावी लागली.'

'आम्ही पंतप्रधानांनी घोषित केलेल्या आर्थिक कार्यक्रमाचे स्वागत करतो आणि हा कार्यक्रम उत्तम प्रकारे राबवला जाईल, अशी आशा करतो.'

'समाजातल्या धर्मनिरपेक्षतेचे अस्तित्व मिटवू पाहणाऱ्या सांप्रदायिक शक्तींच्या विरोधात जी कडक पावले उचलली गेली आहेत त्यांचेही आम्ही स्वागत करतो.'

'सद्यकालीन परिस्थिती आणि लेखकाची भूमिका याबद्दल विचार करण्यासाठी दिल्लीतल्या लेखकांची आणि सामाजिक कार्यकर्त्यांची सभा रविवार, दिनांक २० जुलै, ९.३० वाजता निजामुद्दीन इथल्या गालिब अकादमीत आयोजित केली गेली आहे.'

या सभेच्या आयोजकांच्या नावांमध्ये गुरुमुख सिंह मुसाफिर, डॉक्टर नामवर

सिंह, भीष्म साहनी, डॉक्टर हरभजन सिंह, अमृता प्रीतम, राजीव सक्सेना, शमशेर बहादूर सिंह, खलिक अंजुम, डॉक्टर कमर रईस, डॉक्टर विश्वनाथ त्रिपाठी यांची नावे ठळकपणे झळकत होती.

खरे तर आणीबाणीचा विरोध ज्या मार्क्सवादी तसेच माओ-लेनिनवादी मंडळींनीही केला होता, ते हे पत्र पाठवणाऱ्या आयोजकांचे भाईबंदच होते. मार्क्सवादाची अतिशय उत्तम जाण असणारी ही मंडळी होती. मग आपल्याच भाईबंदांना प्रतिक्रियावादी शक्ती म्हणून संबोधताना या पत्रप्रपंच करणाऱ्यांना काहीच कसे वाटले नाही? या सभेच्या आयोजनात डॉक्टर हरभजन सिंह व अमृता प्रीतम कसे काय सामील झाले असावेत? त्यामागे नेमके कोणते कारण होते– प्रेम, प्रलोभन की भीती? भीष्म सहानी हे तत्त्वज्ञानापेक्षा जीवनाला महत्त्व देणारे लेखक, अशा बखेड्यात पडणे त्यांच्या स्वभावात बसत नव्हते. मग तेही यात कसे? लेखकांचे वागणे समजणे किती कठीण होऊन गेले होते!

मग अशा सभा आणि चर्चासत्रांच्या आयोजनाबद्दल काय म्हणावे, जिथे प्रास्ताविकापासून कोणताही आडपडदा न बाळगता आणीबाणीचे समर्थन आणि पंतप्रधानांच्या आर्थिक कार्यक्रमाचे स्वागत केले जात आहे. मोकळेपणाने विचार-विनिमय होण्यासाठी खुल्या चर्चेचा पर्याय नाकारून वक्ते एका विषयाभोवतीच चर्चा गुंतवून ठेवत आहेत. ही मुस्कटदाबी कशासाठी?

जेव्हा बोलण्यावर आणि लिहिण्यावर बंदी घातली गेलेली असते, तेव्हा अशा सभा वा चर्चासत्रांतून काय निष्पन्न होण्याची शक्यता असते? तिथे होणाऱ्या विचार-विनिमयाची दिशा कोणती असेल, याचा अंदाज अगदी सहज लावता येतो. जेव्हा एक बाजू घेऊन बोलायची आणि बोलायला लावायची स्पर्धा लावली जाते आणि दुसऱ्या कोणत्याही बाजूने बोलायला सक्त मनाई असते, तेव्हा विचार-विनिमयाची दिशा सरकारी सूत्रांकडून ठरवली गेलेली आहे हे उघड असते.

राजकारणी पक्षांचे कामकाज बंद करून टाकत एकाच राजकारणी मतप्रणालीचे असे काही वातावरण निर्माण करण्यात आले आहे, की त्यात केवळ लेखकांची नव्हे तर सामान्य नागरिकांचीसुद्धा घुसमट होत आहे. शासन सगळी विविधता आणि विचार-स्वातंत्र्य एका ओळीत बद्ध करू पाहत आहे. काही मंडळी याला राजकारणविरहित वातावरण म्हणत आहेत. त्यांचा असाही सल्ला आहे, की आपल्याला आत्मसंशोधन करण्याची ही जी एक उत्तम संधी प्राप्त झाली आहे, ती गमावून चालणार नाही. मीसुद्धा ही संधी गमावू इच्छित नाही, तरी उत्तम आयुष्य जगण्याची चटक लावून घेणे आणि आत्महत्या करणे मला एकसारखेच का वाटू लागले आहे? मला वाटते आहे की,

'विश्वास ठेवण्यासाठी पात्र नाही दिल्ली

असेल कधी ती रेशमी नगरी,
आज आपल्या औद्धत्त्यासह
कशी उघडी पडली आहे.'

आणीबाणी अतिशय कठोरपणे लागू करण्यात आली होती. मिसा, डीआरआर आणि प्रसारमाध्यमांवरील परिक्षण-निर्बंधांची कडक अंमलबजावणी केली जात होती. सगळ्यांचे आवाज बंद झाले होते. कधीतरी हलकीशी कुजबुज कानी यायची तेवढीच. एके दिवशी बदीउज्जमां घरी आले. त्यांचा चेहरा पार उतरला होता. मी त्यांना विचारले, तर ते फिकटसे हसत ब्रेख्तचे काव्य सुनावू लागले.

'कसला जमाना आहे हा
की झाडांबद्दल बोलणेही गुन्हा आहे
कारण यात खूपशा कुकर्मांबद्दल
चूप राहणे अभिप्रेत आहे.'

ते हे ऐकवत होते; पण फार घाबरलेले दिसत होते. म्हणाले, "मी सरकारी नोकरीत आहे. वीस कलमी कार्यक्रमावर सही करावी लागली तर माझ्या नजरेत थिटा होऊन जाईन, पण नाही केली तर मारला जाईन." ते सांगू लागले की त्यांच्या अनेक साथी-सहकाऱ्यांनी वीस कलमी कार्यक्रमावर सह्या केल्या होत्या. त्यांना अगदी कोसळून पडल्यासारखे झाले होते. तरीही ते हिम्मत हरले नव्हते. त्यांनी दीर्घ मुदतीची रजा घेतली होती. "जे होईल ते बघून घेऊ." ते पुढे म्हणाले. माझ्या दृष्टीसमोर मुक्तिबोधांच्या ओळी तरळू लागल्या.

'सगळे गप्प, साहित्यिक गप्प आणि कविजन निःशब्द
चिंतक, नर्तक, शिल्पकार सगळेच गप्प आहेत.'
हे गप्प राहणे नाही, गप्प राहून स्वतःला वाचवणे आहे.
'भाषेच्या उलट वचनांनी
किती महान आणि तेजस्वी दिसताहेत
माझे प्रिय आणि भोळे कविवर!'

खाजगी आणि सार्वजनिक, वैयक्तिक आणि राजकारणी, हे घटक कधी वेगवेगळे तर कधी एकमेकांत सरमिसळ होत सामोरे येतच राहतात; खास करून एखाद्या मोठ्या संकटाच्या वेळी!गिरिजाकुमार माथुर यांच्या खाजगी चेहऱ्याचे दर्शन त्यांच्या कार्यालयात घ्यायचा प्रयत्न करण्याची चूक माझ्याकडून घडली. खरे तर तिथे त्यांचा सार्वजनिक चेहराच सामोरा येणार होता. या चुकीबद्दल मला चांगलेच फटके बसत गेले आणि मी संतापाने आतल्या आत जळत, तडफडत राहिलो. ते माथुर साहेबांच्या लक्षात आले. त्यांनी निरोप पाठवला. "नरेन्द्र मोहन, थोडा वेळ घरी येऊन जा." मी संध्याकाळी त्यांना भेटायला त्यांच्या घरी गेलो. ते घरापाठच्या

हिरवळीवर बसले होते. चुपचाप आणि एकटेच!

“इतके दिवस भेटला का नाहीस?”

“असंच!”

“माझ्यावर नाराज आहेस वाटतं!”

“नाही माथुर साहेब, नाराज कशाला होईन? तुम्ही मला नेहमी प्रेमानंच वागवलं आहे. हो, पण एक ठरवलं आहे, की मी यापुढे तुम्हाला तुमच्या ऑफिसमध्ये येऊन भेटणार नाही.”

ते माझ्याकडे क्षणभर बघत राहिले. ते पुढे म्हणाले, “बरोबर आहे तू म्हणतोस ते! ऑफिसमध्ये मी अगदी अडकलेला असतो. माझ्या मनातल्या गोष्टी तिथे बोलता येत नाहीत. एखाद्या सापळ्यात अडकल्यासारखं वाटत राहतं. तू कॉलेजमध्ये शिकवतोस म्हणून तुला हे समजणार नाही. ऑफिसची गोष्ट वेगळी आहे. माझ्या भावना आणि जाणिवांवर किती दबाव येतोय, हे कुणालाच समजत नाही. माझा ज्येष्ठ सहकारी जणू माझ्या छातीवर बसला आहे असं सतत वाटत राहतं आणि मी विरोधात ओरडूदेखील शकत नाही. कधी असंही होतं की जसा या क्षणी मी तुझ्यासमोर आहे तसा एकटा असतो तेव्हा मी त्याला खूप लाथा-बुक्क्या मारतो, त्याला रक्तबंबाळ करून धराशायी करून टाकतो. तुला माहीत नाही अशा आणीबाणीच्या परिस्थितीत माझं मन कसं आक्रंदून उठत असतं.”

कवी गिरिजाकुमार माथुरांची ही प्रतिमा त्यांच्या पूर्वीच्या प्रतिमेशी जुळत, छेद देत गेली आणि मला त्यांची ओळख नव्याने पटत गेली.

लेखक-मित्रदेखील आता भेटायला टाळाटाळ करू लागले आहेत. त्यांची कवच-कुंडले गळून पडली आहेत. आम्ही आतून किती दुबळे, पोकळ आहोत हे पाहून आम्हाला शरम वाटते; पण शर्मिंदा आहोत हे लपवण्याचा अट्टाहास करत राहतो. सामूहिक भित्रेपणा आणि आत्महीनतेचा कालखंड आहे हा, कुठेच काही चांगले घडताना दिसत नाही. धाडसाची एकही कृती कुठे दृष्टिपथात येत नाही. इतरांबद्दल काय बोलावे, मीदेखील असे मोठेसे काय करतोय?

‘मरणं आणि वाचणं
किती वेगळं, तितकंच सारखं आहे या वातावरणात
भेदरलेला मी
माझ्या सत्यासाठी लज्जित होणं
शिकतोय आता.’

पत्नी म्हणते, “उशिरापर्यंत बाहेर राहू नका बरं, परिस्थिती कठीण आहे!”

“चूप!”

"टी-हाऊसमध्ये काय ठेवलंय, रोज तिथे गेल्याशिवाय चैन पडत नाही? इमर्जन्सीचे दिवस आहेत, कुणी अटक केली तर?"

"तिथे आम्ही सगळे बरोबर असतो."

"प्रसंग ओढवला तर कुणी साथ देणार नाही."

"मी कुणाचं काय बिघडवलंय?"

"अहो, ज्यांच्या घरी पोलिस ब्रह्म-मुहूर्तावर जाऊन थडकले, त्यांनी काय बिघडवलं होतं? किती निष्ठुरपणे घरातली एक एक वस्तू उलट-सुलट करून बघितली जातेय आणि काही कागद-पत्रं मिळाली नाहीत की चिडून जात त्यांना तुरुंगात डांबलं जातंय."

"चूप!"

"अशा कविता का लिहिता?"

"कशा?"

"या आघातांचं वर्णन करणाऱ्या..."

"कवितांमुळे काय होतंय?"

"मग लिहिता कशाला?"

"चूप!"

"तुमचं काय चाललं आहे, मला तर काही समजत नाही; स्वतःच्या कामावरच लक्ष ठेवा ना!"

"मी आपल्या कामाचाच विचार करतोय, हेच तर दुखणं आहे!"

"घरादाराचा काही विचार? ती काळजी कोण करणार?"

"ते तुझं काम आहे."

"वीरेन्द्रला पत्र का नाही लिहिलंत? कसे भाऊ आहात तुम्ही? माहिती आहे ना, तो किती काळजीत आहे ते!"

"माहिती आहे. मी उद्या सकाळी पत्र लिहीन त्याला, आता झोप," आणि मी तिच्या पाठीवरून हात फिरवू लागलो.

वीरेन्द्रला पत्र लिहिले आहे, पण त्याला ज्यामुळे काळजी वाटत होती, त्या कारणांचा उल्लेख त्यात केला नाही. छोट्या-छोट्या बाबी माणसाला किती बेकार करून टाकतात, मानसिक आणि शारीरिक कुतरओढ त्याला आतून कशी पोखरून काढत जाते, हे मी जाणून आहे, तशीच लहान-सहान भांडणे, छोटेछोटे ताण-तणाव, त्याला आतून विदीर्ण करत आहेत. मी त्याला तणावात शांत राहण्याचा सल्ला देतो. तो अमली पदार्थ घेऊ लागला आहे.

टी-हाऊसमध्ये आता पूर्वीसारखी वर्दळ नसते. तिथे येणाऱ्या लोकांची संख्या

कमी झाली आहे. आता इथे मनमोकळ्या चर्चा झडत नाहीत. आणीबाणीच्या बाजूने बोलणाऱ्यांसाठी मैदान मोकळे आहे. त्यांचाच आवाज सगळीकडे ऐकू येतोय. ते जंगली श्वापदांप्रमाणे इतरांवर तुटून पडले आहेत. रमेश गौरने आपल्या मोठ्याने खळखळून हसण्याच्या सवयीला इतके कसे काय दाबून टाकले आहे? आजकाल तो जेमतेम किंचितसा हसतो आणि म्हणतो की, ही त्याची अगदी खासगी बाब आहे, तिला कुठल्याही सार्वजनिक मुद्द्याशी जोडले जाऊ नये. राजीव सक्सेनाच्या आवाजात पूर्वी कधी नसलेली किणकिण आताशा जाणवू लागली आहे. त्याच्या चेहऱ्यावर 'मी म्हटले नव्हते? हे तर होणारच होते,' असा भाव जाहिरातीसारखा चिकटल्यासारखा दिसतो. तो म्हणत होता, "साम्राज्यवादी शक्ती देशाला अस्थिर करू लागल्या होत्या. अराजकाचे वातावरण पसरले होते. हे जर वेळीच थांबवले नसते, तर देशाचे तुकडे तुकडे झाले असते."

योगेश गुप्तने जैनेन्द्रीय आविर्भावात त्याच्याकडे बघत एक रहस्यमय बौद्धिक हास्य फेकत म्हटले, "ठीक आहे, राजीव भाई, ठीक आहे. तुम्ही असे म्हणणार नाहीतर काय मी म्हणणार? आणि मी जे म्हणेन ते तुम्हाला कितपत रुचेल? तसेही बघितले तर काही म्हणण्या-सांगण्याला अर्थच कुठे उरला आहे?"

धर्मेन्द्र गुप्त अगदी तिखट नजरेने योगेशकडे बघू लागला आणि योगेशने एक लबाड हसू हसत संभाषणाचा ओघ बदलण्यासाठी वा काहीतरी चुरचुरीत बोलण्यासाठी धर्मेन्द्रला विचारले, "आणि यार, काही नवं ऐकव, कमलेश्वरचं काय चाललंय सध्या?" आणि तो खळखळून हसत सुटला. टी-हाऊसमध्ये बऱ्याच दिवसांनी हास्याचा असा स्फोट होत होता. कमलेश्वरचे नाव ऐकताच धर्मेन्द्र भडकून उठतो हे सर्वांनाच ठाऊक होते. तसा तो भडकून उठत तिथे जमलेल्या सर्वांना तडकवत म्हणाला, "तुम्हा लोकांना तुमचा स्वतःचा काही स्टँड नाही. कमलेश्वरने तर लेखकांची एक संपूर्ण पिढीच नष्ट केली आहे."

त्यावर विनोद शर्मा फिरकी घेत म्हणाला, "नष्ट नाही भ्रष्ट आणि भाई, इथे स्टँड कुणाकडे आहे? आता स्टँड तर फक्त सायकलचाच शिल्लक राहिला आहे." आसपास बसलेले आणि उभे असलेले लोकही सावधपणे इथे-तिथे बघू लागले. गेल्या काही दिवसांत पूर्वी तिथे कधी न पाहिलेली काही माणसे टी-हाऊसच्या आत-बाहेर घिरट्या घालताना दिसली होती. आम्ही बाहेर लोखंडी कठड्याला टेकून गप्पा मारत उभे राहायचो, तेव्हा तिथले एक-दोघे जण आमच्या दिशेने सरकत असलेले लक्षात यायचे. बऱ्याच वेळा चालताना अदृश्य पावलांची साथ जाणवत राहायची.

किती दाट शांतता पसरली आहे. या थिजलेल्या शांतीचा भंग कसा करायचा? मी एक छोटीशी कविता लिहिली, 'हंसते हंसते...'

'शांतता हुकूमशहांचा प्राण आहे
आणि हास्य शांततेच्या छातीत घुसलेला तीर
हसता हसता जीव घेशील का?'

या कवितेचे विश्लेषण अनेक प्रकारे करण्यात आले, तिच्यावर चर्चाही झडल्या. मला वाटते की, जोपर्यंत कवितेवर प्रेम करणारे, तिच्या अंतरंगाचा ठाव घेऊ पाहणारे असतील, तोवर या कवितेचा विविध अंगांनी घेतला जाणारा शोध, तिचे विश्लेषण होतच राहील. आणीबाणीत चहुकडे दाटत आलेल्या गहिऱ्या शांततेबरोबर अवतरलेले हास्य माझ्या अंतरंगात आकार घेत, नेणिवेच्या स्तरावरील गाढ शांततेशी टकरावत, तिच्यात मिसळत राहिले. अशा काव्यात्म विधानाचे आगळेच अन्वयार्थ असतात, ते बऱ्याचदा शब्दांमधल्या रिकाम्या अवकाशातही लपलेले असतात, ते आपोआप सर्वदूर पसरत जातात. शब्दांतून व्यक्त होणारे भावार्थ तर यापेक्षा अधिक नाट्यमय असतात. काव्यामधल्या अशा अन्वयार्थ-भावार्थांमध्ये गहिऱ्या शांततेत हास्याचे ताणेबाणे मिसळून टाकणे मला अतिशय आवडते. पण यातून मी आणीबाणीच्या काळात चहू दिशा व्यापून राहिलेल्या घनदाट शांततेचा वेध कितपत घेऊ शकलो, ही गोष्ट वेगळी! मला 'नया प्रतीक'च्या १९७५च्या डिसेंबरच्या अंकातली, हुकूमशहा आणि हास्यामधल्या नात्यांबद्दलची वात्स्यायनजींची एक मार्मिक प्रतिक्रिया आठवते. 'ज्या समाजात हसण्याचा गुण असतो तिथे हुकूमशाही रुजू शकत नाही. हास्य व हुकूमशाहीमध्ये एक मूलभूत परस्परविरोध आहे. हसण्यासाठी विकसित अशा नागर संस्काराची गरज असते. या संस्कारासाठी स्वातंत्र्य असणे गरजेचे आहे; किंबहुना स्वातंत्र्याच्या वातावरणातच हास्य फुलू शकते.'

दबलेल्या स्वरातच का असेना त्यांनी हास्याला हुकूमशाहीविरोधी शस्त्र मानले, हे माझ्या मनाला भावून गेले. जिथे अभिव्यक्तीचे सगळे मार्ग बंद केले जातात, जेव्हा केवळ शासन-व्यवस्थेचा भोंगा कानठळ्या बसवू लागतो, एका मूक दहशतीत समाज जखडून गेलेला असतो, तिथे या मुकेपणाला वाचा फोडण्यासाठी परिस्थितीचे हास्यपूर्ण संयोजन एक आवश्यक वातावरण निर्माण करू शकते. इतर काही होवो न होवो, त्यामुळे आमच्या मन-बुद्धीला ग्रासून टाकणारी ही थंडगार शांतता काही क्षण तरी ढवळून निघेल.

आणीबाणीच्या काळात मी जी तीन कामे केली, ती आजही लोकांच्या आठवणीत रूजलेली आहेत आणि त्यांच्यावर नवनवीन दृष्टिकोनांतून काम होत आहे. त्यातले पहिले होते भारतीय भाषांमधल्या फाळणीविषयक कथांचे पुस्तक 'सिक्का बदल गया', दुसरे 'लंबी कविताओंका रचना-सिद्धान्त' आणि तिसरे 'विद्रोह और साहित्य'. ही तीनही जितकी व्यक्तिगत तितकीच सामूहिक स्वरूपाची

कामे होती. वैयक्तिक अशा अर्थी की, फाळणी आता माझ्या बालपणीच्या आठवणींच्या क्षणचित्रांतून बाहेर पडत भारतीय भाषांमधल्या कथांतून पहिल्यांदाच अशा अभिव्यक्तीचे स्वरूप घेत होती. आणि सामूहिक अशा अर्थी की, विश्वाच्या इतिहासातल्या एका प्रचंड मोठ्या शोकांतिकेचे, अनेक पिढ्यांमधल्या लेखकांच्या कथांमधून उलगडत गेलेले इतिहास, संस्कृती, राजकारण आणि भाषेचे अनेकपदरी प्रश्न इथे एकत्रित होत गेले होते. अशाच प्रकारे दीर्घकाव्य- खास करून 'निराला' आणि मुक्तिबोधांची कविता मला सतत विचारप्रवृत्त करत आली होती. ती समजून घेताना मला माझ्या कुवतीच्या मर्यादांचे भान तोडून टाकणे भाग होते. या कवितांनी आणि पुढील काळात इतर कवितांनीदेखील माझ्या मनात प्रचंड खळबळ उडवून टाकली. तसे बघितले तर ती माझी वैयक्तिक बाब होती, पण इतकी वैयक्तिकही नव्हती, तिला माझ्या मनाच्या कुठल्याशा कप्प्यात बंदिस्त करून टाकणे शक्य नव्हते. या विचारांची तीव्रता खदखदत्या लाव्ह्याप्रमाणे इतकी वाढत गेली, की त्यांना योग्य दिशेला वळवून सुनिश्चित रूप देणे, ही त्या वेळी माझी मानसिक गरज बनून गेली. हे काम हाती घेताच एक गोष्ट प्रकर्षाने अशी जाणवली, की या कवितेला भाषेच्या आणि घाटाच्याच नव्हे, तर विस्तृत अवकाशाच्या पार्श्वभूमीवर सर्जनात्मक ताणतणावांच्या, नाट्यमय बंधांच्यादेखील इतक्या दिशा, संदर्भ आणि पैलू आहेत, की त्यांना एकत्रित प्रयत्नांशिवाय पकडणे तर दूरच, स्पर्शदेखील करता येणार नाही. अशा परिस्थितीत हिंदी दीर्घकाव्याची प्रकृती, त्यात दीर्घकाळ वास करणारे ताण-तणाव आणि त्यामागच्या अंतःप्रेरणा, इतिहास व आठवणींमधली द्वंद्वे व त्याची व्याप्ती, प्रक्रिया आणि पैलूंचा विश्लेषणात्मक अभ्यास करून शक्य तितक्या योग्य रूपात मांडणी करणे माझ्यासाठी गरजेचे होत गेले. १९७०च्या आसपास मला अशा प्रकारचे कार्य हाती घेण्याची निकड प्रकर्षाने जाणवू लागली. ही जाणीव इतकी तीव्र होती, की तिच्यावर काबू ठेवणे माझ्यासाठी कठीण होऊन बसले. हे काम हाती घेतल्याशिवाय इलाज नव्हता. या वेळी आपल्या कवी आणि समीक्षकांनी केवळ मदतीचा हात पुढे केला नाही, तर त्यांनी माझ्याबरोबर एकजूट होत दीर्घकाव्याबद्दल उत्तम वैचारिक मांडणी केली. बऱ्याच मंडळींना हे काहीतरी अजब, अद्‌भुत वाटत होते, विशेषतः ज्यांना खंडकाव्ये, गीते व लघुकवितांच्या आधारे कवितांच्या प्रतिकृती रचण्याची, त्या अनुषंगाने विचार करण्याची सवय होऊन बसली होती, त्यांना ही चर्चा अजब वाटणे साहजिक होते. काही मंडळींनी या प्रकाराला कवितेत एक आगळा, सार्थक हस्तक्षेप मानले, तर काही लोक असेही होते की, ज्यांनी या विचार-विनिमयाला कवितेबाबतची फालतू माथेफोड असे म्हटले. काही असो, या चर्चेमुळे दीर्घकाव्याची ओळख

प्रस्थापित करण्याच्या, त्याचे अंतरंग जाणून घेण्याच्या एका अंतहीन प्रवासाला प्रारंभ झाला, जो आज अनेक नवनव्या वाटांवरून सुरू आहे. माझ्या मानसिक अंतःप्रवृत्तीत दडलेला विद्रोह अशा प्रकारे नव्या परिस्थितीनुसार माझ्या नेणिवेशी मिळत-जुळत एका समावेशक अभिव्यक्तीतून प्रकट होत गेला.

एक प्रश्न बऱ्याच वेळा माझ्या मनासमोर उभा राहतो की, आणीबाणीच्या त्या कालखंडात फाळणी, दीर्घ कविता आणि विद्रोह आणि साहित्यासंबंधी अशा पुस्तकांचे आगमन होणे हा केवळ एक योगायोग होता, की या सर्व गोष्टींचा संबंध कुठेतरी मला त्या कालखंडात सतत जाणवणाऱ्या भय आणि ताणाशी जुळलेला होता? मला या प्रश्नाचे काही ठोस उत्तर देता येत नाही. असे असेल, की आणीबाणीतल्या भयामुळे मला फाळणीच्या दिवसातले भयनाट्य आठवत गेले असेल किंवा माझ्या अंतरंगात दबून राहिलेल्या फाळणीच्या भीतिदायक छायांनी आणीबाणीच्या भयपूर्ण वातावरणात पुन्हा एकदा डोके वर काढले असेल. अशा प्रकारे आणीबाणीच्या कालखंडात मी आणि माझे समकालीन सहकारी आणि संवेदनशील मंडळी ज्या प्रचंड तणावाने भरलेल्या परिस्थितीचा सामना करत होतो, त्या उलाघालींचा संबंध दीर्घकाव्यातल्या दीर्घकालीन ताणाशी जोडणे अनेकांना वडाची साल पिंपळाला लावण्यासारखे वाटले असेल, पण नेमके त्याच काळात 'अंधेर नगरी' हे भारतेन्दु हरिश्चन्द्रचे नाटक, 'टोबा टेकसिंह' ही मंटोची कथा आणि मुक्तिबोधांचे 'अंधेरे मे' हे दीर्घकाव्य यांची प्रकर्षाने आठवण येणे, हा काय निव्वळ योगायोग होता? विशेषतः 'अंधेर नगरी' हे नाटक मला त्या काळात आतून छळत, त्रास देत राहिले आणि त्याला पुढे माझ्या नाट्यविचारात एक खास स्थान प्राप्त झाले. 'अंधेरे में' हे दीर्घकाव्य त्या अंधकारमय कालखंडात माझ्याबरोबरच जगत, श्वास घेत राहिले. परिस्थितीच्या विरोधात माझ्या अंतरंगातल्या विद्रोहाला जे उधाण आले होते, त्याचे माझ्या आणि साथी लेखकांच्या निबंधलेखनातून उमटलेले प्रतिबिंब 'विद्रोह और साहित्य'च्या रूपाने व्यक्त होत गेले आणि मंटो, तो तर माझ्या जवळ येत अंतर्मनातल्या जाणिवांना इतका भिडत गेला; तिथलाच रहिवासी झाला तो कायमचा! माझ्या मनात हा विचार अनेकदा तरळून जातो की, जर तेव्हा मी फाळणीविषयक कथांवर काम केले नसते, तर पुढच्या काळात माझी मंटोबरोबर त्याच्या कथा आणि नाटकांच्या संपादनाच्या निमित्ताने झाली तशी जबरदस्त टक्कर झालीच नसती.

कॉलेज, टी-हाऊस आणि घर या त्रिकोणात मी इतका अडकलो होतो की त्या काळात मंडी हाऊसला जाणे, नाटके बघणे किंवा इतर कलाविषयक उपक्रमात भाग घेणे कमी होत गेले. हो, कधी तिकडे फेरी झाली तर श्रीराम केंद्र वा त्रिवेणीमध्ये नाट्यवर्तुळात काम करणाऱ्या मंडळींशी भेटी होत असत. लोक खुलेपणाने बोलायला कचरत; कारण साध्या पोशाखातले पोलिस आजूबाजूने घिरट्या घालत असत,

तरीही काम करणारी मंडळी लपून-छपून वा अप्रत्यक्ष रूपात आपले काम करत राहत. सुशीलकुमार सिंह यांच्या 'सिंहासन खाली है' नाटकावर पाटण्यात एक-दोन प्रयोग झाल्यानंतर बंदी घालण्यात आली. पुढे १९७७ मध्ये कारंथ[४४] यांनी दिग्दर्शित केलेले 'अंधेर नगरी' पाहिले तेव्हा वरकरणी काही न बदलता केलेली कौशल्यपूर्ण हाताळणी, नाटकाचा संपूर्ण आलेख कसा बदलू शकते ते लक्षात येत गेले. आलेख तोच; पण दृश्यांची बांधणी, रंग-भाषा आणि संगीताच्या आगळ्या प्रयोगामुळे नवी परिस्थिती, तसेच त्यावर अभिप्रेत असलेल्या भाष्याचे पैलू आपसूकच खुलत-उलगडत गेले होते. या नव्या वातावरणात मला गिरीश कर्नाडांनी लिहिलेल्या व इब्राहिम अल्काझींनी १९७३ मध्ये दिग्दर्शित केलेल्या 'तुघलक' नाटकाच्या प्रयोगाची आठवण येणे साहजिक होते. या नाटकातून इंदिरा गांधींची प्रतिभा, चाणाक्षपणा तसेच छांदिष्टपणाचे दर्शन ज्या कौशल्याने घडवण्यात आले होते, ते मी बघतच राहिलो होतो. तो प्रयोग आणीबाणीच्या संपूर्ण कालखंडात माझ्या मनात सतत रुंजी घालत, मला प्रभावित करत राहिला.

स्वातंत्र्य दिन येतो आणि जातो, आणि मला फैझ अहमद फैझ[४५]चे बोल आठवतात,

'बोल, कि लब आजाद हैं तेरे!
बोल, जुबां अब तक तेरी है'

पण कुणीच बोलत नाही, वाणी जणू थिजून, गारठून गेली आहे. फैजचे शब्द पुन्हा कानी येतात,

'जिस्म-ओ-जुबां की मौत से पहले
बोल, कि सच जिंदा है अब तक
बोल, जो कुछ कहना है कह ले'

कुणीच एक चकार शब्द काढत नाही. सुनसान शांतता दाटली आहे चोहीकडे! कुठेही आगीची धग जाणवत नाही. थिएटर कम्युनिकेशन बिल्डिंग, तिथेच असणारे हिंदी भवन तोडून-फोडून टाकण्यात आले आहे. कॉफी-हाऊस ओसाड पडले आहे. टी-हाऊस विकले गेले आहे. आता कुठे जायचे, कुठे बसायचे? मोहनसिंह प्लेसचा

---

४४. पद्मश्री बी.व्ही. कारंथ (१९२९-२००२) नाटककार, दिग्दर्शक, अभिनेते, नाट्यचित्रपट कालिदास सन्मान, रा.ना.वि.चे भूतपूर्व संचालक

४५. फैझ अहमद फैझ (१९११-१९८४) पाकिस्तानचे डाव्या विचारसणीचे कवी लेखक

पर्याय शोधून काढला आहे पण टी-हाऊसची सर तिथे कशी येणार?

इतरांवर विनोद आणि कोट्या करत त्यांची थट्टा उडवत राहिलो; पण हसताहसतादेखील स्वतःच्या मनातील चिडचीड आणि अपराधी भावना काढून फेकण्याचा मी प्रयत्न केला का? दुसऱ्यांच्या लटपटी आणि उणिवांवर मी काटेकोर लक्ष ठेवून असे; पण आपल्या अंतर्मनातल्या सगळ्या उणीवा आणि गुंतागुंतींवर मात्र त्या जणू इंद्रधनुष्यासारख्या रमणीय असाव्यात तसा खूष होत राहिलो. स्वतःच्या अंतरंगातल्या काळोख्या भुयारात मी किती आणि कधी डोकावून पाहू शकलो, हा एक प्रश्नच आहे. आरशासमोर आल्यावर स्वतःच्या रेखीव नाक-डोळ्यांवर खूष होऊन मी त्यातच गुंतत माझ्या कुरूप, विकलांग प्रतिबिंबांकडे साफ दुर्लक्ष करत गेलो.

स्वतःचे विश्लेषण करणे माझ्यासाठी कठीण बाब होती. ज्या गोष्टींबद्दल काही अंदाज नसायचा, त्या माझ्या मार्गात सगळ्यात जास्त अडथळे उभ्या करत राहिल्या. माझेच बरोबर असल्याच्या अट्टाहासाशी कित्येक गोष्टी - संस्कार, नैतिकता असे बरेच काही जुळत गेले, ती जाणीव मला इतरांशी भेटण्या-बोलण्यापासून परावृत्त करत राहिली. आपल्या मार्गावरून पुढे जाण्याच्या जिद्दीने मला निरर्थक गोष्टींत वेळ वाया घालवण्यापासून वाचवले पण हेही खरे आहे, की त्यामुळे विविध प्रयोग करण्याचे मार्गदेखील अरुंद होत गेले. या दिवसात मी एक कविता लिहिली 'कहां खत्म होती है बात', तिच्या शेवटच्या ओळी अशा होत्या.

'स्वतःच्या बाबतीत निर्मम होणे म्हणजे,
स्वतःला स्वतःच्या नजरेत खुले सोडण्याच्या लढाईत गुंतून पडणे
अरे मित्रा, मी तुला विचारतोय, माझा चेहरा का जातोय असा ताणला?
एका क्षणात
का होतोय इतका उदास?'

जोखीम घेण्याची खुमखुमी मला आयुष्यभर मोहवत राहिली. मी त्या रोखाने पुढे होता होता थबकतो. वाटते, या निंदरने तर जणू माझा खात्मा करण्याची शपथच घेतली आहे. कधीही येता-जाता माझ्या दारावर टकटक, टकटक करणे सुरूच असते त्याचे!

दारावर टकटक होते.

हो, नक्की त्याचीच टकटक आहे. तो तोंड वर करून कधीही येऊन टपकतो. म्हणतो, आज माझा वाढदिवस आहे, तो तू स्वतःलाच घेऊन टाकला आहेस. मी चादर वरपर्यंत ओढून घेऊन चेहरा झाकून घेतो. वाटते, दारावर दोन-चार वेळा टकटक केल्यानंतर तो निघून जाईल. पण नाही, पुन्हा जोराची टकटक होते. तो ऐकणार नाही, फार जिद्दी आहे, आला आहे तर भेटल्याशिवाय टळणार नाही. हार मानून मी दरवाजा उघडतो, तो समोर उभा आहे.

"झोपूनच राहणार की काही करणारदेखील आहेस?" निंदरचा आवाज येतो.

"तू माझ्या पाठी का लागून राहिलायस? का मला सुखानं झोपू देत नाहीस? मी काय करावं अशी तुझी अपेक्षा आहे?"

"मला तुझ्याकडून काय करवायचं आहे? तुला जे योग्य वाटतं ते तू करावंस, तेच खूप झालं!"

"काय?"

"स्वतःला स्वतःच्या नजरेतून अगदी मोकळा सोडण्याच्या विचारात होतास ना?"

"हो" मी सुटका करून घेण्याच्या मिषाने उत्तर ठोकून दिले. पण वाटले, हा तर मला माझ्यापेक्षा जास्त चांगला ओळखतो.

"तू इतरांचं परीक्षण करतोस, त्यांच्यावर रागावतोस, टीका करतोस. पण कधी स्वतःलाच पारखून घेण्याचा प्रयत्न केलास?"

"स्वतःला? नाही, नाही..."

"नाही, नाही काय? तू स्वतःला जे सांगत असतोस ते कर. इतरांना लपेटताना खूप गंमत येते नाही का? कधी स्वतःलाही लपेटून घेऊन बघ ना!"

ज्यापासून दूर पळण्याचा प्रयत्न करत होतो, जिथे जाण्यापासून मागे फिरत आलो, ती सगळी तथ्ये त्याने नेमकी आणून माझ्यासमोर आदळली. मला माझ्यासमोर उभा करून तो स्वतः गायब होऊन गेला. मी अगदी एकाकी, स्वतःच निर्माण केलेल्या प्रतिमेची चिरफाड करण्याची धडपड करत राहिलो. मी पाहिले की तिथल्या चमकदार रंगांच्या पाठीमागे एक पिवळसर छटा दडलेली आहे, जी मला वर उठू देत नाही. बर्फाचे प्रचंड थर आहेत, ज्यांनी नदीच्या प्रवाहाला रोखून ठेवले आहे. एक आरोळी आहे, जी माझ्या घशात घुमसटून गेली आहे. पर्वताच्या उत्तुंग शिखरावर चढाई करण्याची आकांक्षा मनात ठेवणारा मी, पायथ्याशी उभा शिखराकडे नुसताच बघत राहिलो आहे. सुरक्षिततेच्या आवरणातून बाहेर पडण्याचा माझा प्रयत्न सतत सुरू आहे. कधी थोड्या वेळासाठी त्यातून बाहेर पडतोदेखील; पण घाबरतो, पुन्हा त्या आवरणात बुडी मारत स्वतःला गुरफटून, लपवून घेतो. अशा भ्याडपणाविरुद्ध कोणतीही मोठी कारवाई, अगदी प्रकर्षाने तसे वाटूनदेखील मी करू शकत नाही. मी स्वतंत्र, स्वाभिमानपूर्वक आयुष्य जगू पाहतो; पण काय करणार, एक भित्रा माणूस सतत माझा गळा दाबत असतो. माझ्या पुढे निघालेल्या पावलांना जेव्हा तो प्रतिबंध करतो; तेव्हा त्याची कंबर मोडून टाकण्याची इच्छा मनात उफाळून येते. सर्व जण सामील होऊन साथ देतील असे नृत्य मला करावेसे वाटते, पण मी एकटाच नाचत असतो, तिथे माझी साथ देणारे कुणीच नसते.

◆

कमबख्त निंदर

नरेन्द्र मोहन आणि निंदरमध्ये एक अजबसे नाते आहे. निंदरबद्दल माझ्या मनात कधी अतीव माया दाटून येते, तर कधी अपरिमित राग! त्याचे माझ्या बाबतीतले वागणेही काहीसे असेच असते. एकीकडे तो माझ्यावर खूप प्रेम करतो, तर दुसरीकडे ते सरळ नाकारून मला सतत जोखीमभरल्या कामांकडे ढकलत राहतो आणि तसे करायचे त्याने एकदा ठाम ठरवले की तोबा! पण त्या हट्टापाठी इतकी निरागसता असते की, त्याच्या म्हणण्याला होकार द्यावाच लागतो. तो मला कधी घाबरवत, कधी हसवत तर कधी चुचकारत कधी समजावत आपले म्हणणे खरे करूनच पिच्छा सोडतो. हो, हे अगदी बरोबर आहे की, आम्ही दोघे एकाच प्रकारच्या तणातणीत आणि खतरनाक लढाईत गुंतलेले असतो. आश्चर्याची गोष्ट अशी की, जशी त्याची पाठ जमिनीला टेकत नाही, तशी माझीसुद्धा टेकत नाही आणि आम्ही दोघे अंगावरची माती झटकून टाकत पुन्हा एकमेकासमोर खडे ठाकतो. अनेकदा असे लढत-झगडताना आम्ही दोघे एकमेकात इतके अडकून जातो की, एकाला दुसऱ्यापासून अलग करणे अवघड होऊन जाते. आम्हा दोघांची व्यक्तिमत्त्वे एकमेकात इतकी विरघळून जाऊ लागतात की, कोण जिंकला, कोण हरला, हा निवाडा करणे निरर्थकच होऊन जाते. त्याच्या जिद्दी स्वभावापुढे माझ्या सगळ्या क्लृप्त्या छोट्या आणि हलक्या पडत जातात. सगळ्या जगात मी माझा झेंडा कितीही उंचावर फडकवला असला तरी मला असे दिसते की, सत्याची बाजू त्यानेच उचलून धरली आहे. पूर्वीपासून अगदी असेच होत आले आहे, आजही होत आहे आणि उद्या काय होईल कुणाला ठाऊक आहे?

निंदरपेक्षा नरेन्द्र मोहनच्या आठवणी लोकांच्या मनात जास्त जिवंत आहेत. आणि का नसाव्यात, कारण त्यांच्या नजरेसमोर नेहमी तोच येत असतो ना! निंदर मला टोचत, छळत राहतो; पण आरोपीच्या पिंजऱ्यात तर नरेन्द्र मोहनलाच उभे राहावे लागते, तेही अशा अपराधांसाठी, जे त्याने कधी केलेलेच नसतात. जेव्हा त्याला शिक्षा फर्मावली जात असते, तेव्हा निंदरचे काळीज तुटत असते, कारण

कुठल्या ना कुठल्या प्रकारे तोदेखील गुन्हेगार असतो पण दुसऱ्याच क्षणी त्याला हसू फुटते, म्हणतो, "बच्चू, आता बघू तुझी मजा!"

बरीच मंडळी माझ्या म्हणजे नरेन्द्र मोहनबद्दल काही जास्तच जाणून असतात. ही माहिती इतकी जास्त असते की, मी हैराण होऊन त्यांच्याकडे बघतच राहतो, मग मनाशी म्हणतो, 'अरे, एवढं सगळं तर त्यालाही माहिती नाही स्वतःबद्दल.' पण असे केल्याने त्यांना माझ्या विरुद्ध निराधार वावड्या उडवायला आणखीनच मदत होत जाते. आणि अशा मंडळींबद्दल काय म्हणावे ज्यांना नरेन्द्र मोहनबद्दल अनेक बित्तंबातम्या ठाऊक असतात; पण दाखवतात मात्र असे की, ते जणू त्या गावचेच नसावेत. जाणणे, न जाणणे, माहीत असणे वा नसण्याचे राजकारण आता सगळीकडेच वाढत चालले आहे. एखाद्या गोष्टीची दखल किती मोजून-मापून घेतली जाते! पण आपली चर्चा चालली आहे नरेन्द्र मोहनबद्दल, तेव्हा सांगून टाकायला हरकत नाही की त्याची दखल कधी खूपच जास्त घेतली गेली आहे, तर कधी त्याच्याकडे बिलकूल दुर्लक्ष केले गेले आहे. कधी ती दखल अगदी थातुर-मातुर स्वरूपाची असते, तर कधी अतिशय खास! त्याच्या लिखाणाची स्तुती करणाऱ्यांची संख्या चांगली मोठी असली तरी निंदा करणारेही काही कमी नाहीत. जसे त्याला आकाशाएवढ्या उंचीवर नेऊन ठेवणारे आहेत, तसेच पाताळात ढकलून देणारेही आहेत. त्याला कुणी आकाशाएवढ्या उंचीवर नेऊन ठेवले, तर त्याचे खूष होऊन जाणे स्वाभाविक आहे; पण जर त्याला कुणी आकाशातून सरळ खाली ढकलून दिले, तर त्याची एखादी फासळी शोधूनसुद्धा सापडणार नाही आणि त्याचा लेखक म्हणून असणारा अभिमान तुटून-फुटून गेलेला असेल, या विचाराने दुसऱ्याच क्षणी त्याच्या मनात शंकेची पाल चुकचुकू लागते. त्याचे अनेक साथी-लेखक त्याने इतके काम का करून ठेवले आहे आणि केलेच तर त्यांना विचारून का केले नाही, असा विचार करत त्याच्यावर जळत राहतात, हे त्याच्यापासून लपलेले नाही. ते सगळे त्याला डंख करण्याची एकही संधी कधी सोडत नाहीत आणि तोही म्हणतो की, ते माझ्यावर जळतायत तर जळू देत बापडे, दुर्लक्ष करतायत तर करू देत, कमी लेखतायत तर लेखू देत, मला काय त्याचे?

तसे बघायला गेले तर मी तरी स्वतःला म्हणजे नरेन्द्र मोहनला कितपत जाणले आहे? हा एक खोल डोह आहे, ज्यात वाकून बघतो तर काय, दिसते की, तिथे अनेक रंगांची खळबळ माजली आहे, त्या रंगांपाठी एक आग पेटली आहे आणि रेषादेखील मूक नाहीत; त्या बोलत आहेत. पाण्याच्या तळाला स्पर्श न करता, आपल्याच आवाजाच्या ध्वनी-प्रतिध्वनींच्या साथीने मी तिथून परत येतो. वाटते, त्यातला फक्त एकच प्रतिध्वनी माझा आहे, पण तिथे जे अनेक प्रतिध्वनी उमटत आहेत ते कुठून येत आहेत? अंधारातून धावत येणाऱ्या प्रतिध्वनींबद्दल

काय बोलावे? पण या ध्वनी-प्रतिध्वनींमध्ये एक प्रतिध्वनी असा आहे, जो मला माझा स्वतःचा वाटतो; पण मला त्याची नीटशी ओळख पटत नाही. किती अजब प्रकरण आहे हे! त्याच्या आणि माझ्यामध्ये अनेकदा इतक्या प्रकारचे लोक येऊन उभे राहिले आहेत की, माझ्या नजरेसमोर माझी ओळख धूसरच नव्हे, तर दुर्लभ होत गेली आहे. अशा मध्ये येऊन उभ्या ठाकणाऱ्या मंडळींची करामतच अशी आहे की, माझ्या स्वतःशी सुरू असलेल्या संवादात काही ना काही उणीवा राहूनच जातात.

हीच परिस्थिती नरेन्द्र मोहन आणि निंदरची आहे. खरे तर मी या दोघांमधल्या द्वंद्वात अडकून पडलो आहे. तसे आम्ही दोघे जन्मघडीपासून एकत्रच आहोत; पण निंदर कधी पडद्याआडून तर कधी सामोरा येत सगळी कामे करतो आणि नरेन्द्र मोहनला रंगमंचावर सर्वांच्या समोर आपला अभिनय करणे भाग असते. या दोघांमध्ये निःसंशय एक तणातणी सतत सुरू असते आणि त्यातून लोकांसमोर एक कोडे उभे राहते. जेव्हा मी काही सांगू पाहतो तेव्हा त्यांना निंदर काही सांगतो आहे असे वाटते आणि जेव्हा मला पाठी ढकलून देत निंदर बोलू लागतो तेव्हा त्यांना मी बोलत आहे असा भास होत राहतो. ही परिस्थिती बदलण्याची चिन्हे दिसत नाहीत. यामुळे मी बऱ्याचदा मनोरंजक आणि विचित्र परिस्थितीत अडकून चांगलीच फजिती करून घेतो.

निंदरला माझ्या प्रत्येक गोष्टीत लुडबूड करण्याचीच नव्हे, तर पाठलाग करायची पण सवय आहे. तो इतका पाठपुरावा करतो, शिवाय सावलीसारखा सतत बरोबरच असतो म्हणून नरेन्द्र मोहन त्याच्यावर खूप रागावतो. मला बऱ्याचदा वाटते की, तो त्याचा सहोदरच आहे. तो माझ्या प्रत्येक गोष्टीवर बारीक लक्ष ठेवून असतो. ज्या पेटाऱ्यांना मी कायमची कुलुपे ठोकली आहेत, त्यात डोकावून पाहिल्याशिवाय त्याला चैन पडत नाही. घर त्याचेच असावे अशा सहजपणे तो आत-बाहेर संचार करत असतो. एवढेच नव्हे, तर अनेकदा तो माझ्या आत खोलवर बुडी घेतो आणि मला आतून उसवून टाकत, माझ्यातला खोटेपणा आणि लबाड्या कांद्यांच्या पापुद्र्याप्रमाणे सोलून टाकत खूप खूष होत जातो. हे सर्व करताना तो जराही मागे-पुढे बघत नाही; उलट खूप तोऱ्यात स्वतःचा मोठेपणा दाखवत मला माझ्या क्षुद्रतेची आणि पोकळपणाची जाणीव करून देतो. पहिल्यांदा तो मला इकड-तिकडच्या भानगडीत अडकवतो, ज्यात लिखाणाचे चक्करही असते आणि जेव्हा मी त्या चक्रव्यूहात अडकून भिरभिरत जातो, तेव्हा तो मात्र निवांत बासरी वाजवत तरी बसलेला असतो वा गाढ झोपेत बुडून गेलेला असतो.

मोठा अडेलतट्टू आहे तो, पण माझ्यावरच अडेलतट्टू असण्याचा आरोप करायला मागे-पुढे बघत नाही. जरी आता तो मोठा होत गेला असला तरी लहान

असल्यामुळे त्याचा आडमुठेपणा निभावून जात राहिला आणि मीसुद्धा त्याच्या प्रभावाखाली येत गेलो. मला बऱ्याच वेळा असे वाटते की, त्याच्यामुळेच मी असा बदलत गेलो, कारण मीसुद्धा एकदा अडलो की अडतो; मग मी कुणाचेच म्हणणे ऐकून घेत नाही. एकदा ठरले म्हणजे ठरले, मग मी तेच करतो, त्यात जराही बदल केलेला खपवून घेत नाही. माझ्या मुंजीच्या प्रसंगी डोक्यावर मोठीशी शेंडी अवतरू लागण्याची चिन्हे दिसताच मी तिथून धूम ठोकली आणि शेंडी करू दिली नाही, याबद्दल मी आधी लिहिले आहेच. मी डोळे गरगरवत जानव्याचे धागे पिरगळत तोडून-फेकून दिले होते. पुढच्या काळात मी लेखनाशी जोडला गेलो तेव्हा लक्षात आले की, लिखाणदेखील एका अर्थी माझ्या जिद्दीचे प्रतीक आहे. उदाहरणार्थ, वैचारिक व दीर्घकाव्याबद्दलच्या माझ्या विवेचनात माझ्या जिद्दीचे प्रतिबिंब उमटले आहे, नाहीतर कविता ही तर कविताच आहे, मग ती विचारकेंद्रित असो वा भावपूर्ण, लघू असो वा दीर्घ, ती कविता आहे हे तर सर्वज्ञात आहे. असो, जिद्द म्हणा वा काही करण्याची खुमखुमी, या निंदरने दिलेल्या देणग्या आहेत पण मी त्यामुळे त्याच्यावर बऱ्याचदा नाराज झालो आहे. तो म्हणतो ते बरोबरच आहे की असे केल्यामुळे बऱ्याचदा सत्य अधोरेखित होत जाते. त्याने सांगितलेली बाब मला समजू लागली आहे की लिहिण्याची ऊर्मीसुद्धा एक प्रकारची जिद्दच आहे, जी लेखकाचे ध्यान सगळीकडून हटवून साहित्यकृतीवर केंद्रित करते आणि त्याला अर्जुनाप्रमाणे माशाच्या डोळ्याशिवाय इतर सगळे दिसेनासे होऊन जाते.

बघा, जिद्दीची बाब मी कुठून कुठे - लेखकाच्या जिद्दीपासून माशाच्या डोळ्यापर्यंत घेऊन आलो. लेखक आहे ना, कुठल्या क्षणी कुठून कुठे भरारी मारेन सांगता येत नाही. माझ्यात व निंदरमध्ये हा एक मोठा फरक आहे. साधी गोष्ट आहे, माझ्या हाती लेखणी आहे जी त्याच्या हाती नाही, यावरून मी त्याची नेहमी थट्टा उडवतो आणि मनोमन खूष होतो. लेखणीच्या रुबाबाखाली त्याला दबवू पाहतो, वेळी-अवेळी ऐकवतो देखील, "तुला येतं तरी काय? कधी एखादं वाक्य तरी लिहून दाखव." आणि दुसऱ्याच क्षणी मी माझ्या नजरेत थिटा होऊन जातो, कारण जरी मी शेकडो पुस्तके वाचली, लिहिली असतील तरी ज्ञानाचा सहज प्रकाश व संवेदनेची अमाप ऊर्जा त्याच्या ठायी आहे, ती त्याच्याशी होणाऱ्या संवादातून, मला प्रेरित करण्यातून आणि त्याच्या माझ्या बाबतीतल्या काळजीतून व्यक्त होत असते.

काहीही म्हणा, निंदर आहे काही वेगळाच! तो स्वतः अडकतो, मलाही अडकवून ठेवतो. जी कामे हाती घ्यायला माझे धारिष्ट्य होत नाही, ती कामे करायला तो मला सतत प्रोत्साहित करत राहतो. अडचणींच्या भोवऱ्यात सापडल्यावर मी भित्री भागूबाई बनून आतल्या आत गारठत जातो, तेव्हा तो माझ्या आतल्या त्या

भित्र्या माणसाला पळवून लावतो, मला माझ्या कोशातून बाहेर काढत, माझी गेलेली हिम्मत परत मिळवून देतो. मला तो खूप आवडतो; पण मला त्याची भीतीही वाटत राहते. मी त्याला घाबरतो पण त्याच्यावर प्रेमही करतो. अनेकदा तो माझा इतका पिच्छा पुरवतो की त्याने सुचवलेल्या पर्यायाशिवाय मला इतर कोणताच पर्याय सुचत, समजत नाही. आणि मी 'नाही, नाही... नको...' म्हणता म्हणता त्याने दाखवलेल्या मार्गावरून चालत निघतो. तुम्हाला आश्चर्य वाटेल, माझी सगळी नाटके त्याच्या अशा सततच्या छळवादामुळे लिहिली गेली आहेत. त्याने दर्शवलेल्या दिशेने माझी पावले पुढे निघालेली बघून त्याला मंदसे हसू फुटते, कारण ती पावले आता परत फिरणार नाहीत,माझी निर्मितीशीलता माझ्याकडून ते काम पुरे करून घेईल, याची त्याला खात्री असते.

माझ्यातल्या त्रुटींची तो मोजदाद करो वा न करो, मला माझ्यातल्या त्रुटींची पूर्ण कल्पना आहे. गोष्ट सरळ असो वा गुंतागुंतीची, ती साधेपणाने सांगण्याकडे माझा कल असतो; पण बऱ्याचदा त्या गोष्टीतल्या विभिन्न स्तरांची गुंफण करण्याच्या नादात त्यांच्यातून एक वक्राकार आलेख तयार होतच जातो. मी अगदी सहज सांगण्याचा प्रयत्न करू पाहतो आणि हेही जाणतो, की सहजता म्हणजे सरळपणा व साधेपणा नव्हे. गुंतागुंतीच्या संदर्भांशी लढत-झगडत, भांडत-तंटतच सहजता साध्य होते. तिच्याशी तणाव आणि संघर्षांचे अनेक टप्पे जुळत जातात, तेव्हाच सहजता साधता येते पण अनेकदा सरळ-साधेपणा मला अशा प्रकारे दबवून टाकतो की, चांगलीच थप्पड खाल्ल्यासारखे होऊन जाते. माझ्यात खोटेपणा अजिबात नाही; पण इतरांना वाटते की मी तसे सोंग करत आहे, त्यांना बनवत आहे. छल-कपटापासून मी निक्षून दूर राहतो; पण त्यावर कोणी विश्वास ठेवेल तर ना! तसा थोडासा हट्टी विक्षिप्तपणा माझ्यात आहेच की! कुणाची एखादी गोष्ट जिवाला झोंबली तर त्याचा कुठल्या ना कुठल्या रूपाने बदला घेतल्याशिवाय मला स्वस्थता लाभत नाही. एखाद्याच्या कुठल्याशा सांगण्यावरून माझी पटकन दिशाभूल होऊ शकते आणि इतरांना लुटण्याऐवजी स्वत:ला लुटून घेण्यातच मला धन्यता वाटते. तसा मी घाबरत नाही, इतरांनाही घाबरवत नाही पण एक भय माझ्या नेणिवेत कुठे ना कुठे दबून बसले आहे आणि ते जेव्हा डोके वर काढू लागते तेव्हा माझ्या बरगड्या जणू तुटू लागतात. निंदरच्या बालपणीच्या आयुष्यात दबून बसलेल्या भीतीशी याचा संबंध नक्कीच आहे की नाही ठाऊक नाही; पण माझ्या आत वसलेल्या संयमाशी याचा संबंध आहे कारण माझ्यात संयम असायला हवा त्यापेक्षा काहीसा जास्तच आहे, त्यामुळे माझे अनेक मित्र माझ्यावर नाराज होऊन जातात. एखाद्याचा उद्धटपणा सहन न झाल्यामुळे वा कुणाबरोबर काही गैरव्यवहार होताना बघून माझ्या संयमाचा बांध तुटतो, ते त्यांच्या लक्षात कसे येत नाही?

कुणाची बढवून-चढवून तारीफ करतानाच नव्हे, तर स्वतःची तारीफ ऐकूनही मी संकोचून जातो. आत्मस्तुतीत दंग होत स्वतःच्या मोठेपणाचा गाजावाजा करणाऱ्या मंडळींची मला खरोखरीच कीव येते. स्वतःची टिमकी वाजवणारी माणसे व तशाच प्रकारच्या कवितेमुळे मी इतका काही विचलित होऊन जातो, की मला पुन्हा सहजतेच्या पातळीवर यायला वेळ जावा लागतो.

माझ्या भाषेत थंडपणा आहे असे म्हटले जाते ते ठीकच असावे; जरी मला भावुकता फारशी रुचत नसली तरी माझ्या विचार आणि भावनांमध्ये एक धग आहे. विचाराला एक दैवी देणगी मानणारा मी इतका भावविवश होऊन जातो, हे कुणालाही आश्चर्यकारक वाटेल; पण हे एक असे सत्य आहे की, मला ते लपवणे शक्य नाही. कुठल्याही करुण प्रसंगात वा दुःखाच्या हलक्याशा आचेनेदेखील माझ्या डोळ्यांतून टपटप करत अश्रू वाहू लागतात. चित्रपट-नाटक बघताना अंधारात कुणी माझ्याकडे बघत नसते; पण समोर उलगडत चाललेल्या नाट्यातली तणावपूर्ण दृश्ये बघताना माझ्या डोळ्यांच्या कोपऱ्यांत अश्रू थबकून राहतात. संकटाच्या क्षणी दिलाशाचा एखादा हलकासा स्पर्श माझ्या संयमाचा बांध तोडून टाकत मला रडवतो. सत्तेने घडवलेली हिंसा व दहशत, तसेच क्रूरतेच्या विविध रूपांबद्दल माझी तिखट प्रतिक्रिया वा विद्रोहाची भावना माझ्या स्वभावाचा केवळ एक भाग नाही तर एक गंड आहे, जो कदाचित बालपणापासून सतत तोंड द्याव्या लागलेल्या भयानक प्रसंगांच्या परिणामातून निर्माण झाला असावा, ज्यापासून मी आजवर सुटका करून घेऊ शकलो नाही. भय, करुणा आणि विद्रोहाचे हे अजब मिश्रण आहे जे जर मी समजून घेतले नाही तर आणखी कोण समजून घेईल?

माझ्यात असामान्य, अपूर्व दिसण्याची वा स्वतःला तसे दर्शवण्याची वृत्ती कमीच आहे. तसे बनण्याची तीव्र आकांक्षाही माझ्या ठायी नाही. स्वतःला असामान्य मानणाऱ्यांची खरी रूपे मी जवळून पाहिली आणि जाणली असल्यामुळेही तसे झाले असेल. प्रत्येक परिस्थितीत मी माझे सामान्यपण जपण्याचा प्रयत्न करतो, पण तीव्र संवेदनशीलता आणि प्रखर विचारांचे तरंग मला सामान्यत्वाच्या पातळीवरून काहीशा वरच्या स्तरावर नेतातच. माझा सहोदर निंदर या क्षणाची वाट बघत असतो. तो मला उत्तुंगतेकडे नेणाऱ्या त्या पायऱ्या चढायला प्रोत्साहित करत राहतो. त्या क्षणी आपण काहीही करू शकतो या विचाराने मी भारून जातो, सामान्यत्व व असामान्यत्वाच्या मध्ये हेलकावे घेऊ लागतो आणि मला भोवळ येऊ लागते. वाटते, आता मी कोसळून पडणार आहे. मी जखमी झालो तर तो वाचणार आहे थोडाच? कदाचित त्याच्या जखमा बाहेरून दिसणार नाहीत, पण आंतरिक जखमा व खरचटल्याच्या खुणांपासून तो कसा वाचू शकेल? तसले साहस आणि जोखीम घेण्याची धाडसी वृत्ती- जी माझ्यात बघण्याची त्याची इच्छा आहे, ती

माझ्यात नाही हे निंदरला कसे समजत नाही? अशा परिस्थितीत तो कमबख्त निंदर मला पर्वतशिखराच्या उत्तुंग टोकावर घेऊन जाण्याचा हट्ट धरतो आणि इथे तर उंचीचे भय माझ्या मनात कधीचे ठाण मांडून बसले आहे.

भय आणि सुन्न शांतता माझ्या जन्मापासूनच माझ्या साथीला आले आहेत. माझ्या जन्माच्या ऐन वेळी शहरात जमावबंदीचा हुकूम लागू झाला होता. त्या वेळच्या भयाचे प्रतिध्वनी माझ्या आंतरिक जाणिवांमध्ये गुंजत राहिले आणि पुढची कित्येक वर्षे मी त्यांच्यापासून सुटका करून घेऊ शकलो नाही. नंतर फाळणीच्या भयावह सावल्या या भीतीचे सावट अधिक दाट करत गेल्या आणि मी त्यांच्यापासून मुक्ती मिळवण्यासाठी हर प्रकारे प्रयत्न करत राहिलो; पण माझ्या मानसिकतेमध्ये रुजलेली भय आणि प्रीतीची गुंतागुंतीची द्वंद्वात्मकता आपले काम करत राहिली, जिची प्रतिबिंबे माझ्या 'एक अग्निकांड जगहें बदलता' आणि 'एक अदद सपने के लिए' या दीर्घकाव्यांमध्ये तसेच 'नो मॅन्स लॅन्ड' आणि 'मिस्टर जिन्ना' सारख्या नाटकांमध्ये उमटलेली बघायला मिळतात. त्या कालखंडातल्या भयाने निर्माण झालेल्या मनःस्थितीचे साद-पडसाद माझ्या अनेक साहित्यकृतींतून विविध रूप-रंगात अवतरत आले आहेत.

माझ्या या प्रदीर्घ आयुष्यात मी मुली अथवा स्त्रियांच्या निकट आलो नाही, असे म्हणणे खोटे ठरेल. भावनात्मक प्रेमसंबंधांमध्ये गुंतून मी प्रेम आणि पोथीमधल्या द्वंद्वाला सामोरा जात राहिलो. इथेही माझ्याऐवजी निंदर बाजी मारून जात असे. नरेन्द्र मोहन बिचारा पोथीपंडित बनून राहिला आणि 'ढाई अक्षर प्रेम के'ची पारायणे निंदर करत गेला. पोथी वाचणारा मी जगण्याच्या धडपडीत अडकून जगत जगत मरत राहिलो आणि निंदर प्रेमालापात मग्न होत मरत मरत जगत राहिला.

प्रेमाच्या प्रांतात केवळ निंदरनेच नव्हे तर पत्नीनेही मला चांगलीच मात दिली आणि ती देण्याची तिची कला लाजवाब होती. माझ्याकडे आकर्षित होणाऱ्या मुलींना अथवा स्त्रियांना ती अशा प्रकारे आपल्या मैत्रिणी आणि परिवाराचा हिस्सा बनवून घ्यायची की मी बघत राही. ही केवळ दुहेरी हार नव्हती, ती मातदेखील होती. अशा पराभूत मनःस्थितीत मला वाटायचे की लिखाण हे एकमेव असे क्षेत्र आहे जिथे मी या दोघांवर सूड घेऊ शकेन. हळूहळू का होईना माझी सगळी शक्ती एकवटून मी लिखाणालाच माझ्या पहिल्या प्रेमाचे स्थान बहाल केले. क्रमांक एक! बाकी सगळे दुसऱ्या क्रमांकावर ढकलून दिले गेले. या क्लृप्तीमुळे निंदर चारी मुंड्या चीत झाला आणि पत्नी? एक प्रेम दुसऱ्या प्रेमाला कसे काय सहन करेल? मनाविरुद्ध का असेना, पत्नीने माझ्या पहिल्या प्रेमाला सवतीप्रमाणे मानून जणू हा तिच्याच प्रेमाचा विस्तारित भाग असावा, अशा प्रकारे स्वीकारले. अशा प्रकारे क्रमांक एक आणि दोन मध्ये सहअस्तित्वाचे बंध निर्माण झाले. क्रमांक दोन

सुरवाती सुरवातीला क्रमांक एककडे दुर्लक्ष केल्यासारखे दाखवत तिच्यापासून दूर राहिली; पण पुढे मात्र तिने क्रमांक एकची इतर कुणीही घेऊ शकले नसते इतकी काळजी घेतली.

अनेक बऱ्या-वाईट परिस्थितीत माझ्या पत्नीने मला खूप साथ दिली, यात शंका नाही. तिने मला केवळ समजून घेतले नाही, तर माझा सांभाळही केला. मी तिच्याशी भांडत राहिलो, तिच्यावर प्रेमही करत राहिलो; पण इथेही निंदर त्याचे नाक मध्ये खुपसल्याशिवाय राहात नसे. मी जरासा बेसावध झालो रे झालो की तो पत्नीला जाऊन भेटायचा आणि माझी सगळी गुपिते उघड करून टाकायचा. माझी खोज-खबर तिच्यापर्यंत पोहचवण्यासाठी पत्नीने त्याला गुप्तहेर म्हणून नेमले असावे, असा संशय मला येत राहिला. जे मी लपवून-छपवून करू पाही, त्याची खबर पत्नीला कशी कुणास ठाऊक मिळून जाई आणि जणू तिला माझ्या एकूण एक हालचालींचा पत्ता आधीच लागलेला असावा, अशी हसत हसत ती सामोरी येई, ते बघून मी हैराण होऊन जाई. तिचा स्वतःवर जबरदस्त विश्वास होता. गंमती-गंमतीत कुणी तिचे कान भरून चिडवण्याचा प्रयत्न केला तर ती म्हणे, ''अहो, ते जातील कुठे; ही रेशमाची एक नाजूकशी दोर आहे, हलकीशी खेचली की परत इथेच येतील, जनाब!''

माझे जिवलग मित्र मला खूप समंजस, शहाणा, अभ्यासू आणि दीर्घ पल्ल्याच्या शर्यतीचा घोडा मानत आले आहेत. आणि मी काहीसा तसा आहेच; नाहीतर इतक्या ढीगभर पुस्तकांची जंत्री माझ्या नावावर कुठून जमा झाली असती? दुसरीकडे माझे वडील होते जे मला नेहमी बावळा, वेंधळा म्हणत असत. जर त्यांचे म्हणणे खरे असते तर मी शहाणा, समंजस वगैरे वगैरे कसा झालो असतो? आज मी विचार करतो की माझ्या वेंधळेपणाचा या सगळ्या गोष्टींशी काही संबंध तर नाही? बुद्धी-विवेक हरपलेल्या अवस्थेत मी इतके सगळे काम करू शकलो, हा एक अजब विरोधाभासच आहे ना? सामान्यतः ज्याला मती गुंग होणे म्हणतात, अशा अवस्थेत मी विचार आणि कल्पनांचे वारू दौडवत तर सुटलो नव्हतो? सगळया दुनियेकडे पाठ फिरवून ज्या क्षणांमध्ये मी स्वतःला स्वतःतच बुडून गेलेला सापडतो म्हणजे दुनियेच्या दृष्ट्या मती गुंग झालेला वेंधळा असतो, तेच माझ्या साहित्य निर्मितीचे सर्वोत्तम क्षण असतात हे खरे आहे ना?

मी लेखक का आणि कसा झालो हे सांगणे कठीण आहे. बरेच काही लेखकाच्या ताब्यात नसते, ते आपसूक घडतच जाते. कोणती लहर त्याच्या अंतरंगातल्या सुप्त-असुप्त अंधारातून उफाळत सर्जनात्मक उत्प्रवाहाच्या तेजस्वी

रेषा उमटवून टाकते, ते सांगता येत नाही. शब्दांच्या खूप आधीपासून, साहित्यरचनेच्या प्रक्रियेमध्ये शब्दांच्या बंदिशी बांधण्याची मालिका एका कळसबिंदूकडे वाटचाल करत जाते आणि साहित्यकृती आपले आगळे-वेगळे वैशिष्ट्यपूर्ण रूप घेऊन प्रकट होते. बालपणीच्या स्मृतींमधून सर्जनाच्या प्रक्रियेची घडण कशी होते त्याबद्दल बरेच काही लिहिले गेले आहे. माझ्या बाबतीत एवढेच म्हणेन की, माझ्या बालपणात निंदर तळ ठोकून बसला आहे. मला आवडो न आवडो तो माझ्याशी जुळत जातोच. अनेकदा तो मला अजिबात सुगावा लागू न देता, माझ्या अंतरंगात खळबळ उडवून टाकतो. लहानपणी आलेल्या मुकेपणाने त्याला मौनाच्या ज्या अवकाशात ढकलून दिले होते, त्यावर माझी कथा लिहिण्यापासून मी स्वतःला थांबवू शकत नाही. आणि तो माझ्याकडे रोखून बघत मी त्याची जागा घेऊ पाहत आहे, याची मला सतत जाणीव करून देत राहतो.

माझ्या लेखी लिखाण म्हणजे गहिऱ्या बेचैनीत बुडून जाण्याचे कारण बनून गेले आहे. मला लिहिण्यापूर्वी एक बेचव, नीरस रिकामपण जाणवत राहते. अशा अवस्थेत मी शब्दांशी उगीच खेळत, उभ्या-आडव्या रेषा खेचत राहतो. मी या मनःस्थितीत कुणाशीही विनाकारण भांडण-तंडण उकरून काढू शकतो, उद्धटपणे वागू शकतो. खरे तर या रोजच्या आयुष्यात गुंतलेल्या अनुभवांना ओळखण्याचे, जाणण्याचे अनेक प्रयत्न करूनही ते पकडीत न येण्याच्या बेचैनीतून उद्भवणाऱ्या विविध प्रतिक्रिया असतात, ज्यांचे त्रास माझ्या आसपास असणाऱ्या मंडळींना सहन करावे लागतात. अशा वेळी स्मृती आणि अनुभवांचे ताणे-बाणे जाणून घेणे गरजेचे होऊन बसते. त्या स्मृतीशी एकतानता साधून संवेदनांच्या विविध स्तरांना स्पर्श करण्यातून एक रूपाकार निर्माण करण्याची तडफड माझ्या मनात सुरू होते. या तडफडीच्या परमोच्च क्षणांमध्ये जेव्हा एकतानता साधली जाते, तेव्हा साहित्यकृतीने आपले पंख पसरायला सुरवात केली आहे असे दिसू लागते. त्या क्षणापासून ती साहित्यकृती संपूर्ण होण्याच्या क्षणापर्यंत निर्मितीप्रक्रिया थांबत नाही, मग त्यासाठी कितीही वेळ द्यावा लागो! अनेकदा एखादा शब्द, एखाद्या ओळीचे विजेसारखे चमकून लुप्त होणे शब्दहीनतेच्या सगळ्या अवजड शिळांना वितळवून टाकते आणि शब्दांमध्ये नवी ऊर्जा जाणवू लागते. शब्द धुमसू लागतात आणि भाषा काही विलक्षण रूपे धारण करू लागते. बाह्य जग माझ्या आत बंदिस्त होत जाते आणि माझे अंतरंग शब्दांद्वारा बाहेरच्या जगात अवतरत जाते. एका दुनियेतली कोडी सोडवताना, दुसरी एक आगळीच सृष्टी माझ्यासमोर उलगडत जाते....एक अद्‌भुत दुनिया!

खरे तर मी कवी, नाटककार कसा बनलो वा घडलो याबद्दल अनेक कथा-कहाण्या रचून सादर करू शकतो, म्हणजे झाले असे की, माझ्या शब्दांतून एका

झऱ्याचा उगम होत गेला आणि त्यातून कविता लहरत उमटू लागली. किंवा असेही म्हणू शकतो की, लहानपणी बघितलेले नाक-डोळे असणारे जिवंत चेहरे नाटकातल्या वास्तविक पात्रांमध्ये परिवर्तित होत गेले आणि मी फक्त त्यांना दृश्ये, संवाद आणि गतींमध्ये बांधत एक आकार देत राहिलो. "खोटं, अगदी खोटं!" निंदरचा तिखट आवाज कुठूनसा कानी येतो आणि मी थबकून एकाग्र चित्ताने ऐकू लागतो. "खोटारड्या, सोंगाड्या, तुझ्या आयुष्यातले तिखट, गहिरे आणि आक्रंदायला लावणारे अनुभव ज्याच्या वाट्याला आले, असं तुझ्या निकट असणारं माझ्याशिवाय दुसरं कोण आहे रे? खरं खरं सांग, ते अनुभव तुझ्या शब्दांमधून केव्हा आणि किती वेळा झऱ्यासारखे झुळझुळत आले? हो, आठवणींच्या संगतीत प्रतिमा उमटत गेल्या आणि नाटकांचेच नव्हे, तर कवितांचे खर्डे तयार होत गेले. बोल, मी खोटं बोलतोय की काय?" मी त्याच्याकडे बघतच राहिलो. खरेच तर बोलत होता तो! एखादे नाटक असो वा मोठा अवकाश व्यापणारी कविता ती अनेक टप्प्यातून विकसित होत जाते आणि रूपबंध धारण करत पूर्णत्वाला पोहोचते, हे मी माझ्या अनुभवातून जाणून घेतले आहे.

बऱ्याच मंडळींनी लेखकांची श्रेणी वा स्तर ठरवण्याचा जणू निर्धारच केलेला असतो; जसे छोटा, साधारण, मोठा लेखक, मध्यम, उत्तम, महान, श्रेष्ठ, श्रेष्ठतर, श्रेष्ठतम इत्यादी. अशा प्रकारचे विभाजन करणे मला मुळातच चुकीचे आणि बालिश वाटत आले आहे. खरे तर लेखक मोठा वा लहान नसतो, साहित्यकृती लहान वा मोठी असते. मी लेखक म्हणून कसा आहे हे माझी साहित्यकृती ठरवत असते. माझ्यासाठी एवढेच खूप आहे की मी सर्जनाच्या वेदनेत आणि आनंदात सारख्याच तन्मयतेने बुडून जाणारा, कल्पनेची कुठूनही कुठे भरारी मारणारा, अद्‌भुतकथांचा रचनाकार, वाट्याला आलेल्या जगातल्या सुख-दुःखाचे क्षण टिपून वाचकांसमोर एका नव्या दुनियेची निर्मिती करणारा लेखक आहे. जो लेखक शब्दांच्या अपार शक्तीशी खेळण्यासारखा खेळत राहतो, तिला जोडत-चमकवत राहतो, त्याच्यासाठी सत्तेच्या शक्तीचे- मग ती कितीही निरंकुश असो- महत्त्व ते कोणते? सत्तेच्या विरोधात शब्दांची शक्ती उभी करणाऱ्या लेखकाचे स्थान मी दुनियेतल्या मोठातल्या मोठ्या स्थानापेक्षा वरचे मानतो. भरतमुनी, वाल्मिकी, कालिदास, कबीर, बाबा फरीद, गुरू नानक, तुकाराम हे साहित्यिक माझ्या लेखी केवळ एका साहित्यपरंपरेतल्या कड्या नाहीत, तर माझ्या जिवंत वर्तमानकाळाचा भाग आहेत. तुम्हीच सांग, आज सत्तेवर असलेल्या किंवा पूर्वीच्या सत्ताधीशांमध्ये कोण असे आहेत, ज्यांच्यात या मंडळींच्या समोर उभे राहण्याची धमक आहे? माझ्या मते, प्रत्येक सामाजिक स्थानाची आपली अशी एक वेगळीच शान असते पण साहित्यिकाच्या स्थानाची शान आगळीच, तिचे वर्णन कोणत्या शब्दांत

करावे? संगीतकार, चित्रकार, नर्तक, सगळे कलाकार आपापल्या परीने आपापल्या माध्यमातले लेखकच असतात; पण सगळ्यांची उत्कटता एकच असते, ती असते सृजनाची उत्कटता, तिच्या समोर इतर सगळ्या उत्कटता निस्तेज होऊन जातात. सूफी संतांच्या समाधीवस्थेसारख्या, जीव ओवाळून टाकणाऱ्या तळपणाऱ्या शब्दांमधल्या, रीती-रूढींच्या फोलपटांना जाळून टाकणाऱ्या आणि अत्याचारांविरुद्ध खडे ठाकणाऱ्या उत्कटतेतही इतर उत्कटतांप्रमाणे वेडाचा अंश वास करत असतो. प्रत्येक अत्याचाराविरुद्ध उभे ठाकणारे, तळपणारे असे शब्द आणि अशीच उत्कटता मला नेहमी घेरून टाकते, जिला मी कधी नाटकात, कधी कवितेत, तर कधी डायरीत व्यक्त करण्याचा प्रयत्न करत राहतो. अशा प्रसंगी मला जाणवते की, निंदरही तेच शब्द बोलत आहे, त्याच्या ठायी तीच धून रुणझुणत आहे. पण कुणास ठाऊक का, मी मात्र त्याच्यावर खार खाऊन बसलो आहे आणि तोदेखील तिरक्या नजरेने माझ्याकडे बघत आहे. आम्ही एकमेकांचे प्रतिस्पर्धी नाही, ही गोष्ट आम्हाला चांगलीच ठाऊक आहे.

साहित्यनिर्मितीच्या कार्यातल्या तल्लीनतेतला अखेरचा क्षण कोणता असेल, मला ठाऊक नाही. माझी सावली बनून सतत साथ देणारा निंदर शेवटच्या क्षणी माझ्या संगती असेल की नाही, तेही मला ठाऊक नाही. हो, पण तो कमबख्त माझ्यानंतर राहिलाच तर त्याच्यासवे मी एका अंशरूपाने तरी राहीनच, माझ्या साहित्यकृतीदेखील राहतील; कारण एक तोच तर आहे, त्यांच्यात श्वास घेणारा, त्यांना श्वास देणारा!

◆

नरेंद्र मोहन : जीवन आणि साहित्याची रूपरेषा

१९३५ : साहित्य व कला शिक्षक श्री. रूपलाल शर्मा आणि आई, बीजी ऊर्फ विद्यावती शर्मा यांच्या कुटुंबात ३० जुलै रोजी रात्री बारा वाजता जन्म. जन्मस्थळ : लाहोर (धर्मपुरा) या दिवशी शहरात दंगा झाल्यामुळे जमावबंदी लागू करण्यात आली होती. आई-वडिलांचे पाचवे अपत्य.

१९४० : लाहोर कॅन्टोनमेंटमधल्या प्राथमिक शाळेमध्ये दाखल. धाकटे बंधू वीरेन्द्र मोहन यांचा जन्म

१९४१ : 'बरेच महिने मुकेपणाचा सामना केला.'

१९४२ : मोठे बंधू मदन मोहन घरातून पळून मुंबईला निघून गेले, तिथे ते नौदलात भरती झाले ज्यामुळे सगळा परिवार संतप्त.

१९४३-४४: गोट्या खेळणे, सिगारेटच्या डब्या जमा करण्याचा शौक, रात्री झोपेत चालण्याची सवय, त्यामुळे बाऊजी आणि बीजी चिंतित.

१९४५ : तीन वर्षांनी मोठे बंधू जोगिन्दरच्या मृत्यूची मनावर गहिरी छाप. सुन्न शांतता आणि किंकाळीचा पहिला अनुभव.

१९४६-४७: लाहोरच्या कॅन्टोनमेंटमधल्या हायस्कूलमध्ये प्रवेश. यूसुफ मास्तर गणित शिकवत होते. फाळणीपूर्वीच्या भयाचा सामना.

१९४७ : १९ ऑगस्ट-लाहोरचा कायमचा निरोप. अमृतसरच्या खालसा कॉलेजमध्ये शरणार्थी शिबिरात दाखल. ऑक्टोबरमध्ये पालमपूरला रवाना.

१९४८ : पालमपूरच्या मिशन हायस्कूलमध्ये प्रवेश; पण वर्षभर आजाराने पछाडल्यामुळे शाळेत जाणे बंद.

१९५० : अंबाला.

१९५२ : मॅट्रिकची परीक्षा खाजगी पद्धतीने पास झाल्यावर जी.एम.एन. कॉलेजमध्ये प्रवेश. याच काळात कविता व लेख लिहायला

सुरुवात.

१९५६ : पंजाब विद्यापीठातून बी.ए. ऑनर्स (हिंदी) उत्तीर्ण, प्रथम क्रमांक. स्वामी रामतीर्थ आणि विवेकानंदांचा अभ्यास. आर्थिक चणचणीमुळे खाजगी कॉलेजांमध्ये शिकवायला सुरवात.

१९५८ : एम.ए. (हिंदी). लेख आणि कविता कॉलेज/स्थानिक नियतकालिकांत प्रसिद्ध.

१९५९ : लुधियानाच्या कॉलेजमध्ये व्याख्याता पदावर तात्पुरती नेमणूक. कुमार विकलशी पहिली भेट.

१९६० : जालंधर. लायलपूर खालसा कॉलेजात व्याख्याता पदावर कायमस्वरूपी नेमणूक. डॉक्टर इंद्रनाथ मदान आणि जालंधरच्या नव्या उगवत्या लेखकांशी भेटीगाठी, पुढे जवळीक. पंजाब विद्यापीठाकडून संशोधन विषयाला मान्यता.

१९६१ : डॉक्टर रमेश कुंतल 'मेघ'यांच्या मार्गदर्शनाखाली संशोधन. चंदीगडमध्ये डॉक्टर 'मेघ'यांच्या घरी आचार्य हजारीप्रसाद द्विवेदींशी प्रथम भेट.

१९६२ : २९ मे -अनुराधाशी विवाह.

१९६४ : रोपरच्या सरकारी कॉलेजमध्ये व्याख्याता पदावर नेमणूक. १२ फेब्रुवारी कन्या सुमनचा जन्म.

१९६५ : पंजाब कृषी विद्यापीठाच्या हिस्सार संकुलात सहाय्यक प्राध्यापक पदावर नेमणूक, तीन वर्षांचा करार.

१९६६ : ३ डिसेंबर - पीएच.डी.साठी दिल्ली विद्यापीठाच्या हिंदी विभागात मौखिक परीक्षा. परीक्षक डॉक्टर नगेन्द्र. ४ डिसेंबर - पुत्र अमितचा जन्म. ३१डिसेंबर-खालसा कॉलेज, दिल्ली येथे नियुक्ती.

१९६७ : १० जानेवारी - दिल्ली विद्यापीठाच्या खालसा कॉलेजात कार्यभार हाती. पंजाब कृषी विद्यापीठाने कराराचे उल्लंघन केल्याबद्दल खटला दाखल केला.

१९६८ : दर शनिवारी कॅनॉट प्लेसवरच्या टी-हाऊसमध्ये जाणे नियम बनून गेले. इथे लेखकांच्या बिरादरीची जाणीव, सुखदुःखाचे साथीदार मिळत गेले. ज्या शनिवारी तिथे जाणे राहून जायचे, त्या दिवशी चुकल्या-चुकल्यासारखे वाटत राहायचे.

१९६९ : ६ जानेवारी- कन्या मनीषाचा जन्म. २६एप्रिल -पंजाब कृषी विद्यापीठाने दाखल केलेल्या खटल्याचा निर्णय यांच्या बाजूने.

१९७० : 'हिंदी कहानी : दो दशक की कथा-यात्रा' 'संचेतना'च्या खास

		अंकाचे रामदरश मिश्र व नरेन्द्र मोहन अतिथी संपादक. याच वर्षी हा अंक पुस्तकरूपाने प्रकाशित झाला.
१९७२	:	'आधुनिक हिंदी काव्य में अप्रस्तुत-विधान'चे प्रकाशन.
१९७३	:	१५ जून - 'संचेतना'चा 'विचार कविता' विशेषांक, 'विचार कविता की भूमिका' या शीर्षकाच्या पुस्तकाच्या रूपाने प्रकाशित. याच वर्षी 'आधुनिकता और समकालीन रचना संदर्भ' पुस्तक प्रकाशित.
१९७४	:	'विद्रोह और साहित्य' (संपादन) प्रकाशित.
१९७५	:	२० जून- 'इस हादसे मे' (कवितासंग्रह), 'आधुनिक हिंदी उपन्यास' (संपादन) आणि 'सिक्का बदल गया' (संपादन) प्रकाशित. २६ जून-आणीबाणी जाहीर.
१९७७	:	'लंबी कविताओंका रचना-विधान' (संपादन) प्रकाशित.
१९७८	:	'कविता की वैचारिक भूमिका', 'समकालीन कहानी की पहचान', 'आधुनिकता के संदर्भ में हिंदी कहानी' आणि दीर्घकाव्याचे पुस्तक 'कही भी खत्म कविता नही होती' (संपादन) प्रकाशित.
१९७९	:	'सामना होने पर' (कवितासंग्रह), निवडक कवितांचा 'दृश्य बदलदे होय' (पंजाबी) मिंदर, दर्शन पाल, गगन गिल द्वारा अनुवादित कवितासंग्रह प्रकाशित.
१९८०	:	'प्रेमचंद का 'कथा-संसार' (संपादन)
१९८२	:	'विभाजन : हिंदी की श्रेष्ठ कहानियाँ' (संपादन), 'संघर्ष, परिवर्तन और साहित्य' (संपादन) प्रकाशित.
१९८३	:	'एक अग्निकांड जगहें बदलता' आणि 'विचार और लहू के बीच' (संपादन)चे प्रकाशन.
१९८४	:	'खोयी हुई खुशबू' (संपादन), 'विभाजन : उर्दू की श्रेष्ठ कहानियाँ' (संपादन) प्रकाशित.
		६ मार्च - 'सींगधारी' नाटकाचा दिल्लीच्या श्रीराम केंद्रामध्ये प्रयोग. 'The Eternal No : Dimensions of Protest in Literature' तथा 'दृश्यांतर' (विशिष्ट लेखन)चे प्रकाशन.
		३१ डिसेंबर - बीजींचे देहावसान.
१९८५	:	'कविता में लिखा इतिहास', डॉक्टर सुखबीर सिंह (संपादन) प्रकाशित.
१९८६	:	१४-१५ नोव्हेंबर - 'कहै कबीर सुनो भाई साधो' पहिला प्रयोग.

१९८८ : 'सींगधारी' आणि 'कहे कबीर सुनो भाई साधो' प्रकाशित.
२८ नोव्हेंबर - दिल्ली विद्यापीठात हिंदी विभागात 'रीडर' पदावर नियुक्ती.

१९८९ : जून - 'पंजाब के लोकगाथा-गीत' प्रकाशन. डॉक्टर गुरुबचन सिंह तालिब यांच्या इंग्लिशमधल्या 'गुरू नानक'चा हिंदीत अनुवाद.

१९९० : 'हथेली पर अंगारे की तरह' (कवितासंग्रह), 'मंटो की कहानियां' (संपादन) प्रकाशित.

१९९१ : 'कलंदर' नाटक, 'शास्त्रीय आलोचना से विदाई', 'मंटो के नाटक' (संपादन) आणि 'पगले', 'सींगधारी' पंजाबीत प्रकाशित.

१९९२ : २३ जानेवारी - 'नो मॅन्स लॅण्ड' (नाटक) पहिला प्रयोग. 'उजाले की ओर' सव्वीस भागांच्या दूरचित्रवाणी मालिकेच्या पहिल्या भागाचे हृषिकेश मुखर्जींद्वारा दिग्दर्शन व प्रसारण.

१९९३ : 'संकट दृश्य का नही' (दीर्घ कवितांचा संग्रह) प्रकाशित.

१९९४ : ९-१४ जानेवारी - इंडियन स्कूल, मस्कत इथे एका परिषदेत व्याख्यानमाला.
'नो मॅन्स लॅण्ड' नाटक, 'समकालीन कविता के बारेमें' (समीक्षा), 'समकालीन हिंदी कहानियां' (खंड पहिला) प्रकाशित.

१९९५ : 'नरेंद्र मोहन : सृजन और संवाद' डॉक्टर वीरेन्द्र सिंहद्वारा संपादित कविता, नाटक व समीक्षेचे मूल्यमापन. 'समकालीन संदर्भ और नरेन्द्र मोहन की कविता' डॉक्टर गुरुचरण सिंहद्वारा समीक्षात्मक ग्रंथ.

१९९६ : 'बीसवी शताब्दी का उत्तरार्द्ध : हिंदी कहानी', 'बीसवी शताब्दी का उत्कृष्ट साहित्य : लंबी कविताएं' (संपादन),
२१ मे - इंडियन इन्स्टिटट्यूट ऑफ अॅडव्हान्स्ड स्टडीज , सिमला येथे मंटोवर आयोजित एका राष्ट्रीय आंतरराष्ट्रीय परिषदेत. 'विभाजन : मंटो की रूह में कील की तरह' शोधनिबंध सादर.

१९९७ : २६ सप्टेंबर - 'एक सुलगती खामोशी' (कवितासंग्रह), निवडक लिखाण 'एक नदी है रचना' प्रकाशित.

१९९८ : १६ एप्रिल-१५ मे - इंडियन इन्स्टिटट्यूट ऑफ अॅडव्हान्स्ड स्टडीज, सिमला इथे अतिथी प्राध्यापक म्हणून निमंत्रित. तिथे 'विभाजन : भारतीय कहानियां' वर तीन व्याख्याने.

१९९९ : 'लंबी कविताएं और नरेन्द्र मोहन' दीर्घ कवितेचे मूल्यमापन

करणारा डॉक्टर रमेश सोनी संपादित ग्रंथ प्रकाशित.

२००० : ९ जुलै- 'अभंग गाथा'चा सतीश दवे प्रस्तुत पहिला प्रयोग, उज्जैन. १३ जुलै - दुसरा प्रयोग, दिल्ली. या महिन्यात नाटक प्रकाशित.

१४ जुलै - सेवानिवृत्त.

४ डिसेंबर - बाबासाहेब आंबेडकर मराठवाडा विद्यापीठ, औरंगाबाद इथे अतिथी प्राध्यापक म्हणून आमंत्रित.

'समकालीन हिंदी कहानियां' (खंड दुसरा), 'बात से बात चले' (मुलाखती), 'कलंदर' (पंजाबीत) प्रकाशित. 'नाटकीय शब्द और नरेन्द्र मोहन', डॉक्टर गुरुचरण सिंह द्वारा संपादित.

२००१ : १४ एप्रिल - 'संकट दृश्य का नहीं' या दीर्घकवितांच्या संग्रहाचा 'मुक्काम बदलताना' डॉक्टर गणेशराज सोनाळे द्वारा मराठी अनुवाद. 'एक सुलगती खामोशी'चा डॉक्टर मंगला वैष्णव द्वारा 'पेटते मौन' या शीर्षकाचा मराठी अनुवाद.

२००२ : १८ जानेवारी - अनुराधाचे निधन.

'रोज एक कहानी' (संपादन) 'सींगधारी'चा 'नेत्याला फुटलंय शिंग' या नावाने डॉक्टर श्रीनाथ तिवारी द्वारा मराठीत अनुवाद. 'नरेन्द्र मोहन दियां लंमीआं कविताबां' डॉक्टर कीर्ती केसर द्वारा नरेंद्र मोहन यांच्या पहिल्या तीन दीर्घ कवितांचा पंजाबीत अनुवाद प्रकाशित.

२००३ : 'नाटककार नरेंद्र मोहन ' डॉक्टर शिवाजी देवरे लिखित पुस्तक आणि 'साथ साथ मेरा साया' (डायरी) प्रकाशित.

२००४ : 'सावली माझिया सवे' डॉक्टर मंगला वैष्णव द्वारा डायरीचा मराठीत अनुवाद.

नाट्यकृतींवर आधारित 'रंग शब्द शिल्पी : नरेन्द्र मोहन,' अरुण पाटील यांचे संपादन.

२००५ : २२-२३ जून - 'मिस्टर जिन्ना' अरविंद गौर दिग्दर्शित प्रयोग. पण प्रयोगाच्या आदल्या दिवशी नाटकावर बंदी

'कहै कबीर सुनो भाई साधो' डॉक्टर मंगला वैष्णव द्वारा मराठीत अनुवाद.

२००६ : 'मिस्टर जिन्ना' (नाटक), 'रचना का सच' (लेख), 'एक खिडकी खुली है अभी' (कवितासंग्रह) आणि 'नरेन्द्र मोहन रचनावली' आठ खंडात प्रकाशित.

'मिस्टर जिन्ना' आणि 'अभंग-गाथा' यांचा डॉक्टर मंगला वैष्णव द्वारा मराठी अनुवाद.

२००७ : ११ फेब्रुवारी - 'मिस्टर जिन्ना'चा डॉक्टर तेजस्वी कट्टीमनी द्वारा कन्नड अनुवाद. ९जून 'मिस्टर जिन्ना' नाटकाचा आर.एस. विकल दिग्दर्शित प्रयोग सादर.

१३ते १८ ऑक्टोबर - गोवा विद्यापीठात अतिथी प्राध्यापक म्हणून आमंत्रण.

१६ ऑक्टोबर - कला अकादमी, गोवा इथे 'मंच अंधेरे में' नाटकाचे वाचन.

२००८ : 'नीले घोडे का सवार' (दीर्घ कविता)

'मंच अंधेरे में (नाटक), 'विभाजन की त्रासदी : भारतीय कथा-दृष्टी' (समीक्षा) प्रकाशित.

२००९ : 'समकालीन नाटक और रंगमंच', 'विभाजन : भारतीय भाषाओं की कहानियां' (खंड पहिला, दुसरा) (संपादन). 'नरेन्द्र मोहन का नाट्य-कर्म.'

'नया परिदृश्य : नरेन्द्र मोहन के नाट्य' (संपादन) डॉक्टर गुरुचरण सिंह.

२०१० : 'हद हो गयी, यारो' (नाटक), 'साये से अलग' (डायरी), 'मंच अंधेरे में' (नाटक), 'फ्रेम से बाहर आती तस्वीरें' (आठवणी), 'ओ चेली बहिना' दीर्घ कवितांचा डॉक्टर माणिकाम्बा मणीद्वारा तेलुगू अनुवाद.

'स्मृती में साथ' नरेन्द्र मोहन यांच्यावर आठवणींचे पुस्तक, संपादक डॉक्टर रजनी बाला.

२०११ : 'रंग आकाश में शब्द' (कविता : नरेन्द्र मोहन, चित्रे : शामा), 'मंच अंधेरे में'चा प्रयोग. दिग्दर्शक : आर. एस. विकल, विराट कलोद्भव, मुंबई द्वारा अनेक प्रयोग सादर.

२०१२ : 'मलिक अंबर' (नाटक), 'मलिक अंबर' डॉक्टर मंगला वैष्णव द्वारा मराठीत अनुवाद. महात्मा गांधी मिशन नाट्यशास्त्र विभाग (औरंगाबाद) तर्फे प्रयोग.

'मंटो जिंदा है' (चरित्र) प्रकाशित.

२०१३ : 'कमबख्त निंदर' (आत्मकथा भाग-१) प्रकाशित.

'कैनवस पर रंग बिखरने से पहले' (कवितासंग्रह),

'मेरे रंग नाटक'

'दस प्रतिनिधी कहानियां : सआदत हसन मंटो' (संपादन)
'मंटो : तप्त सूर्याचा संताप' हा डॉक्टर वसुधा सहस्त्रबुद्धे यांनी केलेला 'मंटो जिंदा है'चा मराठी अनुवाद प्रकाशित.

२०१४	:	'शर्मिला इरोम तथा अन्य कविताएँ, (कवितासंग्रह) प्रकाशित. 'मेरे रंग नाटक' (भाग १,२) (नाटक) प्रकाशित.
२०१५	:	'लंबी कविता के आरपार' (समीक्षा) प्रकाशित. 'क्या हाल सुनावाँ' (आत्मकथा, भाग-२) प्रकाशित. 'रंग दे शब्द' (कवितासंग्रह) प्रकाशित.
२०१६	:	'नृत्य से कविता' (कवितासंग्रह) प्रकाशित. 'नरेन्द्र मोहन : श्रेष्ठ नाटक' (नाटक) प्रकाशित.
२०१७	:	'कविता - समग्र', भाग १,२ (कवितासंग्रह) प्रकाशित. 'नरेन्द्र - विशिष्ट रचनाएँ' (कवितासंग्रह) प्रकाशित.
२०१८	:	'साहस और डर के बीच' (डायरी) प्रकाशित. 'स्वाधीन होने का अर्थ और कविता' (समीक्षा) प्रकाशित.

◆

मानसन्मान

१९७६ : 'इस हादसे में' - पंजाब कृती सन्मान
१९७८ : 'कविता की वैचारिक भूमिका' - हरियाना साहित्य अकादमी
१९७९ : 'समकालीन कहानी की पहचान' - भारत सरकारचा अखिल भारतीय सन्मान
१९८० : 'आधुनिकता के संदर्भ में हिंदी कहानी' - उत्तर प्रदेश हिंदी संस्थान
१९८९ : 'कहैं कबीर सुनो भाई साधो'- हिंदी अकादमी, दिल्ली
१९९५ : पंजाबचा सर्वोच्च 'शिरोमणी साहित्यकार' पुरस्कार
१९९९ : 'साहित्य भूषण' - उत्तर प्रदेश हिंदी संस्थान
२००३ : 'साहित्यकार' - हिंदी अकादमी, दिल्ली
२००८ : नटसम्राट तर्फे 'सर्वश्रेष्ठ नाटककार' सन्मान
२०१६ : परंपरा ॠतुराज वरिष्ठ कविता सन्मान
२०१७ : आजीवन साहित्य साधना राष्ट्रीय सन्मान - हरियाना साहित्य अकादमी

◆